Kamusi ya Ukristo

Jordan Nyenyembe

MKUKI NA NYOTA
DAR-ES-SALAAM

KIMECHAPISHWA NA
Mkuki na Nyota Publishers Ltd
S.L.P 4246
Dar es Salaam, Tanzania
www.mkukinanyota.com

Kimeidhinishwa na
John Chyrsostom Ndimbo
Askofu wa Jimbo la Mbinga

ISBN 978-9987-75-317-8

Tembelea tovuti yetu www.mkukinanyota.com kujua zaidi kuhusu vitabu vyetu na jinsi pa kuvipata. Vilevile utaweza kusoma habari na mahojiano ya waandishi pamoja na taarifa za matukio yote yanayohusu vitabu kwa ujumla. Unaweza pia kujiunga na jarida pepe letu ili uwe wa kwanza kupata taarifa za matoleo mapya zitakazotumwa moja kwa moja kwenye sanduku la barua pepe yako.

Vitabu vya Mkuki na Nyota vinasambazwa nje ya Afrika na African Books Collective.
www.africanbookscollective.com

Yaliyomo

Yaliyomo

Neno la Shukrani

Kuchapishwa kwa *Kamusi ya Ukristo* kamwe siyo mapato ya kazi ya mtu mmoja. Awali kabisa tuseme wazi kwamba kufanikisha kazi hii kusingaliwezekana bila ya msaada wa Roho Mtakatifu. Tunapenda kukiri kwamba karama yake ndiyo iliyotuwezesha wanadamu kuwa na lugha mbalimbali ikiwemo lugha ya Kiswahili. Tunamshukuru sana Mungu Roho Mtakatifu aliyetugawia wanadamu karama ya lugha kwa ajili ya kuwasiliana. Aidha, kazi hii ilianza kama makala katika Gazeti la *Kiongozi,* tunamshukuru mhariri mkuu wa gazeti hilo wakati ule akiwa Padri Ulbadus Kidavuli (wa Jimbo Katoliki la Same) pamoja na mkurugenzi wake wakati ule Padri Revocatus Makonge (wa Jimbo Katoliki la Geita) waliohakikisha kwamba makala ya "Kiswahili cha Wanakanisa" inawekwa katika safu yake kwa ajili ya wasomaji wa gazeti hilo.

Muswada wa kazi hii tuliwapelekea wataalamu wa lugha ya Kanisa ambao pia ni wajuzi wa lugha ya Kiswahili katika hatua mbalimbali: wakiwemo Padri Prof. Daniel Mkude (Idara ya Kiswahili Chuo Kikuu cha Dar-es-Salaam), Padri Dk. Richard Rwiza (Chuo Kikuu Katoliki cha Afrika Mashariki-Nairobi:Kenya), Padri Dk. Castor Goliama (Seminari Kuu Peramiho), Padri Titus Amigu (Jimbo Katoliki la Lindi), Kanoni Aidan Patriki Mbulinyingi (Paroko wa Kanisa Kuu la Mtakatifu Albani- Kanisa la Anglikana-Upanga Dar-es-Salaam), Monsinyori Dk. Deogratias Mbiku (Padri Mlezi wa Jumuiya ya Wakatoliki- Chuo Kikuu cha Dar-es-Salaam), Padri Christian Mhagama (mtaalamu wa Biblia Jimbo la Mbinga), Padri Francis Shawa OSB (Mlezi wa Kiroho wa Chuo Kikuu cha Mt. Augustino-tawi la Songea) na Padri Stefano Kaombe (mpenzi wa Kiswahili na mjasiria-lugha Paroko wa Kanisa la Mt. Petro-Osterbay Dar-es-Salaam). Hawa wote tunawashukuru kwa kuipokea kazi hii na pia kwa maoni waliyoyatoa ambayo tumeyazingatia.

Kazi hii tulimpelekea pia Mhashamu Askofu Mkuu Dk. Alex Gehazi Malasusa wa Kanisa la Kienjili la Kilutheri Tanzania (Usharika wa Azania Front-Dar-es-Salaam) ambaye aliipokea kwa furaha na ukarimu mkubwa. Licha ya kazi nyingi muhimu za uongozi wa Kanisa, alikubali kuupitia muswada huu na kuuandikia Dibaji. Tunaustajabia moyo wake mpana wa Kiekumene na mawazo ya msingi aliyotupatia katika kuiboresha kazi hii. Mchango alioutoa katika kuiboresha Kamusi hii unaendeleza moyo ule waliokuwa nao Wamisionari wa Kanisa la Kienjili la Kilutheri hapo zamani akinaJohann Ludwig Kraft (1810-1881), Johannes Rebmann (1820-1876) na wengineo waliochangia kwa vikubwa katika kukiwekea Kiswahili msingi thabiti wa sarufi.

Kwa dhati tunamshukuru pia Baba Askofu wetu Mhashamu John Chrysostom Ndimbo (Jimbo la Mbinga). Licha ya kubanwa na majukumu ya kiofisi na kichungaji alikubali kuupokea muswada huu na kuupatia kibali rasmi ili uchapishwe na kuwafaidia watu wengi. Asante Baba Askofu kwa moyo huo wa kibaba na kichungaji.

Mwishoni, ingawa siyo katika thamani tunawashukuru wachapishaji wa Kamusi hii yaani *Mkuki na Nyota* kwa kuukubali muswada wa kitabu hiki, kwa kuuhariri na kwa kuuchapisha katika umbo na Jalada la kupendeza na lililo imara. Tunawataja hapa Walter Bgoya (Mkurugenzi Mtendaji), Tapiwa Muchechemera (Meneja Mkuu), Godance Andrew (Mhariri wa kazi hii) na stafu nzima ya *Mkuki na Nyota*. Tunawavulia kofia kwa umakini na weledi wao katika kuhakikisha kazi hii inapata umbile maridhawa na lenye kuvutia wasomaji.

Dibaji

Kamusi yoyote ni kazi ya maarifa, ni chemchemi ambayo maji yake hayakauki, ikitiririsha maarifa na kuchochea watumiaji kutaka kuijua zaidi. *Kamusi ya Ukristo* inazo sifa hizi, na za ziada. Wasomaji na watumiaji wa Kamusi hii watanufaika na kina cha maarifa, mawanda ya maelezo na upana wa matumizi ya kila kitomeo.

Kutoka historia, Ukristo ulisaidia sana katika kukisanifisha Kiswahili na kisha kukieneza kupitia katika nyaraka na vitabu. Wamisionari wa mwanzo walishiriki kikamilifu katika kuandika sarufi ya Kiswahili, makamusi ya Kiswahili na kisha kuitafsiri Biblia kutoka lugha chanzo na kuiweka katika lugha ya Kiswahili. Kwa hakika, sasa *Kamusi ya Ukristo* inaongezea kwa namna ya kipekee mchango wa Wakristo katika kuikuza na kuiendeleza lugha ya Kiswahili. Mchango huu unagusa hasa dhana ya Umoja, ambayo ni dhana ya Kristo mwenyewe.

Msomaji na hasa mtumiaji wa *Kamusi ya Ukristo* ataona kuwa mwandishi ametafiti na kufanikiwa kukusanya vitomeo vinavyowakilisha madhehebu mbalimbali ya Kikristo. Kuna vidahizo ambavyo hutumiwa zaidi na dhehebu moja kuliko lingine, lakini mwandishi ameviweka pamoja ili kuuondoa umadhehebu na kuujenga Umoja wa Ukristo. Mtumiaji anaposoma Kamusi hii kwa upana wake, anafaidi maarifa si ya dhehebu moja tu, bali Ukristo kwa ujumla wake. Ni Kamusi ambayo imetilia maanani nguvu ya 'uekumene' katika kuwafahamisha wasomaji maana na matumizi ya maneno ya Kikristo.

Jambo linaloipa umuhimu wa kipekee Kamusi hii, ni ukweli kuwa *Kamusi ya Ukristo* ni ya kwanza kwa lugha ya Kiswahili ambayo inaweka pamoja, tafsiri ya dhana mbalimbali, majina mbalimbali ya Wakristo na hasa desturi za Makanisa ya Kikristo. Kwa jinsi hii, ni Kamusi ambayo itawasaidia sana wanafunzi katika vyuo na watumiaji wengine nje ya vyuo kuelewa na kufafanua masuala yahusuyo desturi, mila na tamaduni za jamii mbalimbali;

kwanza zile za kale na kisha, hizi jamii za sasa ambamo Ukristo unakua na kukita mizizi.

Sitasita kuipendekeza *Kamusi ya Ukristo* itumike katika vyuo mbalimbali vya teolojia. Kutokana na umakini wa mwandishi na namna nyepesi ya kufafanua dhana, hii ni Kamusi ambayo itasaidia sana hasa nyakati hizi ambapo wanajamii wengi wamekuwa na shauku ya kutaka kujua maana ya maneno mbalimbali wayatumiayo Wakristo. Wakristo wenyewe na wale ambao si Wakristo watapata maarifa kwa lugha inayoeleweka na hii itajenga uelewa miongoni mwa watumiaji na kuondoa tofauti ambazo pengine zinaletwa na kutofahamu vizuri jambo au dhana fulani. Watumiaji watanufaika na umahiri uliotumika katika kutafiti aina za vidahizo na kuzifafanua. Kwa kuweka aina za maneno, *Kamusi ya Ukristo* inaendeleza jitihada za kisarufi za ukuzaji wa msamiati wa kidini.

Kama nilivyoanza, nimalizie dibaji hii kwa kueleza nafasi ya Kamusi hii katika dunia ya Waswahili na Ulimwengu wa Wakristo. Lugha ya Kiswahili inakua na kuenea hasa barani Afrika. Nchi zilizokuwa na Kifaransa kama vile Rwanda, Jamhuri ya Kidemokrasia ya Kongo, Kameruni na Senegali zinaanzisha programu na masomo ya Kiswahili. Sambamba na kuenea huku kwa lugha, Ukristo unazidi kujichimbia katika nchi hizi. *Kamusi ya Ukristo* itasambazwa na kutumika katika nchi hizi kwa lengo la kuwezesha kukua kwa Ukristo kwa upande mmoja na kuenea kwa Kiswahili kwa upande mwingine. Jambo hili litawezesha kuimarika kwa Umoja si wa Wakristo tu, bali zaidi umoja wa Waafrika - jambo ambalo litasaidia sana kuimarika kwa amani na utulivu wa jamii za Kiafrika.

Dk. Alex Gehazi Malasusa
Askofu Mkuu, Kanisa la Kienjili la Kilutheri Tanzania

Utangulizi

Kutokea kwa *Kamusi ya Ukristo* ni pato la muda mrefu la utafiti uliofanywa kuhusu matumizi ya lugha ya Kiswahili katika Kanisa. Wazo la kuandika Kamusi hii lilizaliwa kutokana na makala ambazo tuliziandika kwa mfululizo katika Gazeti la *Kiongozi* la Baraza la Maaskofu Katoliki Tanzania kati ya mwaka 2004-2005 chini ya kichwa, "Kijue Kiswahili cha Wanakanisa." Maoni ya wasomaji wa makala zile kwetu yalitoa msukumo wa kuandikwa kwa Kamusi hii. Tunapenda kuweka wazi kwamba Kamusi hii kwa jinsi ilivyo ni zaidi ya Kamusi ya kawaida kama tulizo nazo. Kamusi za kawaida hufafanua tu misamiati mbalimbali kwa ufupi sana. Hii pia ni *Kamusi-Rejea* ambayo licha ya kufafanua misamiati na dhana mbalimbali za wanakanisa, hutoa matumizi anuwai ya dhana-ambatano.

Hali halisi ilivyo ni kwamba, asilimia kubwa ya waamini wa dini ya Kikristo hawakupitia katika shule za Seminari. Kutokana na ukweli huo wengi wao inawawia vigumu kuielewa lugha ya Kanisa, ya Kiteolojia na ile ya Kibiblia. Dini ya Kikristo imepitia katika historia ndefu na kukutana na tamaduni za kigeni kama vile za Kigiriki, Kirumi na nyinginezo katika Bara la Ulaya. Dhana na mawazo mengi ya kiteolojia yameenezwa katika dini ya Kikristo kwa kutumia tamaduni, falsafa na dhana kutoka katika mazingira hayo ya kigeni. Hivyo tunaona kwamba dini ya Kikristo imeathiriwa sana na ukweli huo wa kihistoria. Kwa bahati mbaya licha ya ukweli huo, waamini walio wengi katika Parokia na katika Sharika mbalimbali hawajawekewa hadi sasa Kamusi la kufafanua dhana za Kikristo katika lugha ya Kiswahili. Kukosekana kwa chombo kama hicho kumewanyima Wakristo wasio makleri uwezo wa kutambua mafundisho ya Kanisa. Neno hilo kwa kiasi kikubwa limechangia katika kuwapunguzia waamini walei siyo tu ufahamu wa pamoja wa imani sambamba na wenzao walio makleri; bali pia limewakosesha walei tajiriba ya kiteolojia, yaani uwezo wa kutafakari na kuhoji kiteolojia. Shabaha kubwa ya kuandika Kamusi hii ni kuwasaidia waamini uwezo na welewa ulio rahisi na thabiti wa dhana zitumikazo katika kuelezea teolojia, mafundisho ya imani, na elimu ya Biblia.

Katika wakati huu tulio nao makanisa mengi yanapiga hatua kubwa katika kuwahamasisha waamini wao kuwezesha mazungumzo na watu wa dini nyinginezo. Maelewano mazuri hudai sana mwendo mzuri wa mawasiliano baina ya watu. Maelewano na mawasiliano mema kati ya waamini wa dini mbalimbali ni jambo la lazima kwa ajili ya amani ya kweli. Ili waamini wetu wawe na uwezo wa kushiriki kwa dhati mazungumzo na watu wa dini nyingine ni lazima waielewe imani yao na waweze pia kuijua Biblia vizuri. Dhana na mawazo yatumikayo katika Ukristo yakishaeleweka vizuri, yatawasaidia waamini kuieleza ipasavyo imani yao kwa wengine. Aidha, Kamusi hii itawasaidia waamini wa dini nyingine kuulewa Ukristo sawasawa.

Kamusi ya Ukristo

Ieleweke wazi kwamba lugha ni nyenzo mahsusi katika kuwezesha mawasiliano. Kila aina ya lugha ina watu wake walio na utamaduni maalumu na muktadha ulio tofauti na watu wengine. Wanaoitumia lugha ndio wamiliki wenyewe wenye kuienzi lugha husika kwa kutilia umuhimu matumizi yake fasaha, kwa kuiongezea misamiati na kuipatia usanifu. Wakristo nao wana lugha yao, yenye kuchota maneno yake kutoka dhana za kibiblia kama zilivyoletwa kutoka lugha chanzo zilizotumika katika kuandika Biblia kama vile Kiebrania, Kigiriki, na Kilatini. Aidha, katika kufafanua dhana za Kiteolojia, lugha ya wanakanisa imetajirishwa na tafakari iliyofanywa kwa undani katika mazingira ambamo lugha kama vile Kifaransa, Kijerumani na hata Kiswahili huzungumzwa. Mawasiliano kati ya wanakanisa yanadhihirisha ushuhuda wao wa kiimani. Hivi tunaona kwamba Wakristo wanayo matumizi maalumu ya maneno na dhana mbalimbali katika shughuli zao za ibada, katika kueleza teolojia na kufundishia Katekesi na hivi katika kutolea sala na maombi yao. Maneno hayo mara nyingi huwa mageni kwa watu wasio waamini wa dini ya Kikristo. Kwa kuwa mengi ya maneno hayo yanagusa pia taaluma ya teolojia na elimu ya Biblia, lugha ya wanakanisa ni pia istilahi maalumu. Istilahi na misamiati hiyo haieleweki vizuri hata kwa Wakristo walio wengi. Hilo siyo jambo la kheri hata kidogo! Wakristo ni sehemu ya jamii ya wanadamu na wanahusiana na wanadamu wengine. Ukristo ni dini ya mahusiano mema, imeanzishwa kwa njia ya Mawasiliano na inadumishwa katika kuwasiliana na kuzungumza kwa pamoja. Ni muhimu kabisa kwamba lugha wanayoitumia Wakristo ikaeleweka kwao wenyewe na kwa waamini wa dini nyingine. Wakristo kwa kusukumwa na falsafa ya mwanzilishi wa dini hiyo, ni wadau wenye kuhusika katika kuifanya dunia hii kuwa mahali pa maelewano mema kati ya wanadamu wote.

Tangu mwanzo Mungu alikusudia kuujenga muungano wa wanadamu kwa njia ya lugha. Katika Babeli, wanadamu walijaribu kuunda muungano uliokusudiwa kumwasi Mungu. Alichokifanya Mungu ni kuvuruga mawasiliano yao. Kumbe katika Siku ya Pentekoste, Mungu alirudisha tena mawasiliano mema. Kila mmoja aliweza kumsikia mgeni anapoongea katika lugha yake, mwenyeji wake alipata ujumbe katika lugha yake mwenyewe. Mungu ameheshimu kila lugha ya mwanadamu, na kwa kweli kadiri ya maono ya mwandishi wa Kitabu cha Ufunuo, mbele ya Mungu wamekutanika watu kutoka kila kabila, lugha na taifa (rej. Uf. 7:9). Kwa vile Mungu mwenyewe ametaka wanadamu waunganike katika upendo na wawasiliane kwa kutumia lugha, hatuna budi *kuwa makini katika matumizi sahihi ya lugha*. Kadiri ya uzoefu wa Pentekoste hakuna lugha bora zaidi kuliko nyingine. Mungu wetu anatuelewa hata sisi tunaotumia lugha ya Kiswahili tukiongea naye kwa njia ya sala. Waswahili hatuna budi kuithamini lugha yetu ya Kiswahili. Kamusi hii imeandikwa katika utashi na kwa kusukumwa na matashi mema kwa lugha hiyo.

Kiswahili cha Wakristo kinabeba pia utamaduni wa mapendo ya kindugu waliyo nayo waamini kati yao na kati ya wanadamu wote. Ni lugha yenye falsafa yake na teolojia yake. Kwa hiyo wanakanisa wana misemo yao mbalimbali kama walivyo watumiaji wa lugha nyinginezo. Katika Kamusi hii tumeingiza pia hapa na pale misemo mbalimbali ambayo inatumika mara kwa mara katika Ulimwengu wa Kikristo. Misemo hiyo imetolewa kufuatia ufafanuzi wa dhana na istilahi husika.

Kuna Nini katika Jina la Mkristo?

Wakristo wanahusiana na Mungu mmoja katika Nafsi Tatu. Uhusiano huo ni wa kila mmoja binafsi na Mungu pamoja na wanadamu wengine. Mungu anamwita kila mmoja wetu kwa jina lake: "Nimekuita kwa jina lako, wewe u wangu" (Isa. 43:1). Katika jina mtu anapata pia haiba yake pengine hata na tabia yake.

Katika moja ya tamthiliya ya mwanafasihi mashuhuri wa Kiingereza Shakespear tunaona mhusika Juliet anamshangaa Romeo ambaye ni adui wa jadi wa familia yake. Juliet anadhani kwamba chuki aliyo nayo Romeo dhidi ya familia yake inasababishwa tu na jina lake. Hivi kadiri ya fikra za Juliet laiti kama Romeo angalipewa jina lingine angekuwa mtu wa tabia tofauti na aliyo nayo. Hivi anauliza "Kuna nini katika jina?" Swali hili linatutaka tuwe wadadisi katika kufahamu majina ya watu ili tuweze kuelewa vile walivyo. Wakristo wanaweza kueleweka walivyo kutokana na maana za majina ambayo wanapewa katika Ubatizo wao. Kamusi hii pamoja na mambo mengine inatoa tafsiri kwa baadhi ya majina wanayopewa Wakristo wakati wa ubatizo wao. Mchango mwingine wa Kamusi hii ni kutoa ufafanuzi wa desturi na alama wazitumiazo waamini wa dini ya Kikristo.

Namna ya Kutumia Kamusi

Katika Kamusi hii misamiati na istilahi mbalimbali zimepangwa kadiri ya alfabeti. Kila dhana imefafanuliwa kwa urahisi na kifupi inavyowezekana. Aidha, katika misamiati yenye matumizi mbalimbali, msomaji anarahisishiwa kupata maana ya dhana nyingine zilizoundwa pamoja na msamiati au istilahi inayotafsiriwa. Mathalani, waamini wengi wanatambua maana ya kiongozi wa Kanisa aitwaye "Kardinali." Hilo peke yake halitoshi ni muhimu kutambua kwamba makardinali wamewekwa katika madaraja kama vile: *Kardinali-Askofu*, *Kardinali-Padri* na *Kardinali-Shemasi*. Kamusi hii inamsaidia msomaji kupata ufafanuzi wa msingi kuhusu matumizi tofauti ya ngazi mbalimbali za makardinali kwa mfano na hivi kwa maneno mengi mengine msomaji atajipatia utajiri wa kuelewa maana ya istilahi mbalimbali zitumikazo katika Ukristo.

Aina za Maneno

Kamusi inabeba aina zote saba za maneno katika lugha kama ifuatavyo:

a. Nomino (*-nom-*) huhusu majina mbalimbali yaliyofafanuliwa. Kamusi hii imependelea kutumia neno *Nomino* na siyo *Majina*. Hii ni kwa sababu neno *Nomino* linaweka wazi zaidi kiisimu kazi ya majina katika tungo ya sentensi. Majina katika tungo hayahusu tu kufahamisha nafsi, kitu au mnyama bali hudokeza pia mpangilio wa ngeli za majina hayo katika umoja na wingi. Msamiati *nomino* ni istilahi mwafaka katika utaalamu wa kiisimu. Hivi msomaji ataona kwamba katika kila nomino pamewekwa mofimu (silabi) iliyopigiliwa wino mzito katika italiki yenye kudokeza neno hilo katika wingi wake. Yako baadhi ya maneno ambayo yameundwa kwa kuunganika kwa nomino mbili, hivyo huwekwa kama kikundi nomino *–knom-*.

b. Kitenzi (*-kit-*) hudokeza kitendo kinachofanyika. Katika sentensi, kitenzi kina kazi nyingi pengine kuliko aina zingine saba za maneno kama inavyojibainisha katika elimu ya sarufi miundo (*sintaksia*) na sarufi maana (*semantiki*). Kitenzi kinaweza kufahamisha wakati tendo lilipofanyika, idadi ya waliofanya kitendo, wakati kitendo kilipofanyika, hali/kauli ya kitenzi, n.k. Ni kutokana na umuhimu huo Kamusi hii inafafanua pia kwa kutolea maelezo iwapo kitendo kilichofanyika kipo katika hali gani. Viko vitenzi ambavyo hufanya kazi kama nomino hivyo huitwa kitenzinomino *–kitnom-*.

c. Kiwakilishi (*-kiw-*) ni neno linalosimama badala ya jina. Kuna viwakilishi vya aina mbalimbali vikiwemo vile vya nafsi, vya idadi, jinsi n.k.

d. Kivumishi (*-kiv-*) hufanya kazi ya kuelezea sifa ya nomino, ndio maana katika baadhi ya vitabu vya sarufi huitwa pia (*kisifa/visifa*). Katika Kamusi hii tumependelea kutumia neno *kivumishi*. Hoja ya msingi ni kwamba neno *sifa* linatilia mkazo mafanikio na maweza ya mtu yatokanayo na matendo yake, kumbe neno *kivumishi* linavumisha taarifa anuwai kuhusu nomino yenyewe. Tukisema mtoto *mrefu* anakimbia: tunaona neno *mrefu* linafahamisha nomino *mtoto* alivyo ni mrefu siyo mfupi. Kwa msingi huo neno *mrefu* halitoi sifa kwani urefu wa mtoto huyu siyo mastahili yake bali ni majaliwa tu.

e. Kiunganishi (*-kiung-*) ni neno lenye kubeba kazi ya kuunganisha maneno mawili au sentensi mbili katika sarufi maana yaani semantiki huitwa (*kiunganishi/viunganishi*). Maneno yaliyo katika kundi hili ni kama vile: *ingawa*, *hata kidogo*, *na*, *kwa hiyo*, *isipokuwa*, n.k.

f. Kielezi (*-kiel-*) katika tungo kielezi hufanya kazi ya kueleza kitenzi. Kielezi kina uhusiano wa karibu na kitenzi kiasi kwamba baadhi ya vitenzi hufanya kazi pia ya vielezi. Maneno kama vile *polepole*, *haraka haraka* ni baadhi ya vielezi. Aidha, nomino zikipigiwa mofimu au silabi tamati ya *–ni-* hufanya kazi ya kielezi cha mahali. Maneno kama vile: Kanisa*ni*, nyumba*ni*, ua*ni*, baraza*ni* ni vielezi vya mahali.

g. Kihisishi *–kih-* hiki hufanya kazi ya kutoa taarifa kuhusu hisi alizo nazo mtu kama mapato ya kustaajabia jambo, mf. "looo!!!", kuguswa na jambo la huzuni k.m.v "Mungu wangu!!" kueleza mwito wa ndani alio nao mtu kama vile "Eee!!!" n.k.

Utohozi wa Maneno

Kamusi hii ina maneno mengi zaidi kutoka lugha za Kibantu, lakini yako mengine ya kutosha ambayo chanzo chake ni katika lugha za kigeni kama vile Kilatini, Kiebrania, Kigiriki, Kifaransa, Kitaliano, n.k. Kama tulivyokwisha kueleza ukweli huo unatokana na maingiliano ya kihistoria na elimu ya Falsafa iliyotumika kuenezea teolojia ya Kikristo. Muktadha huo hauwezi kuepukika. Dini ya Kikristo ni neema na siyo marupurupu ya Kontinenti fulani au eneo fulani. Katika Enjili ya Luka tunasoma jinsi Mungu anavyowakaribisha watu wote katika ufalme wake. "Watu watakuja kutoka Mashariki na Magharibi, kutoka Kaskazini na Kusini na kukaa kwenye karamu katika ufalme wa Mungu" (Lk 13:29). Petro anapotambua kwamba hata watu wasio Wayahudi wameitwa kuwa Wakristo anakiri wema wa Mungu kwa kusema, "Sasa nimetambua kwamba hakika Mungu hana ubaguzi. Mtu wa taifa lolote anayemcha Mungu na kutenda yaliyo sawa anapokelewa naye" (Mdo 10:34-35). Kwa ubatizo wetu Mungu anatufanya sisi sote kuingia katika undugu wa kiimani. Ukatoliki wa Kanisa unatuchochea katika kupokea tunu za mahali pengine. Dhana mbalimbali zilizotumika katika kuelezea imani kutoka tamaduni nyingine na ambazo haziko katika tamaduni za Kibantu zinaweza kukopwa na kutumika katika kueleza imani ya Kikristo katika mazingira yetu. Lazima tukubali kwamba teolojia ya Kikristo imefanyiwa kazi kubwa na wateolojia wa nchi za Magharibi, tena kwa muda mrefu. Na hivyo tumerithishwa dhana nyingi kutoka huko. Ukristo tulioupokea barani Afrika umetokea huko. Historia ya Kanisa inatuambia kwamba makanisa ya Italia, Ufaransa, Ujerumani, Uhispania na Ureno ndiyo yaliyo "mabinti kifungua mimba wa Kanisa." Makanisa hayo yaliyokomaa kihistoria, ni ndugu kwa makanisa machanga yaliyozaliwa baadaye kutoka mabara ya Afrika, Asia na Latini Amerika. Sisi sote tumefanyika wana wa Mungu katika Kristo na ndio tunakuwa Familia ya Mungu. Hatuwezi kupingana na ukweli huo wa kiteolojia na wa kihistoria. Ndio maana utohozi umefanyika kuridhia ukweli huo na kudumisha kaida ya lugha chanzo. Utohozi unasaidia pia kuimarisha dhana ya Ukatoliki wa Kanisa, kwani maneno mengi yaliyotoholewa yanatamkika kadiri ya lugha asilia na kueleweka hivi na waaminiwa makanisa kutoka tamaduni husika. Kwa hiyo maneno kama vile *laizisheni* kutoka Kiingereza "*laization,*" *Parokia* kutoka Kigiriki "Paroikos," *monstransi* kutoka Kilatini "monstrare" n.k yanaingia katika muktadha huo. *Kamusi ya Ukristo* katika mwanga huo haikuandikwa kwa ajili ya kukidhi mahitaji ya usanifu wa lugha ya Kiswahili. Mwenye kutafuta Kamusi ya aina hiyo anapendekezewa Kamusi ya Kiswahili Sanifu, iliyotolewa kwa ushirikiano baina ya Oxford University Press (Nairobi-Kenya) na TUKI (Taasisi ya Uchunguzi wa Kiswahili-Chuo Kikuu cha Dar-es-Salaam). Kamusi hii inalenga katika kuyapa usahihi matumizi ya istilahi za dini ya Kikristo, kazi ambayo haikuwa kipaumbele cha wanajopo wa makamusi ya Kiswahili tuliyo nayo hadi sasa. Hata hivyo, hii haimaanishi kwamba Kamusi hii haijaweka umakini katika ufasaha na usanifu wa lugha ya Kiswahili.

Vyombo vya Habari na Kiswahili cha Wakristo

Licha ya wale watakaopenda kuhoji kwa nini Kamusi hii imeandikwa, wako wengine watajiuliza iwapo sasa ni muda mwafaka wa kutolewa kwa Kamusi kama hii. Kwa hakika Kamusi imetolewa katika wakati mwafaka kabisa. Siyo mara chache tumepata kusoma katika baadhi ya magazeti makosa katika Kiswahili cha wanakanisa. Tumesoma kwa mfano "Maneno hayo yalisemwa na Mhashamu *Askofu mkuu msaidizi* wa Jimbo Kuu la Dar-es-Salaam." Baadhi ya waandishi wa habari hufikiri kwamba kwa kuwa Askofu Msaidizi wa Jimbo Kuu anamsaidia Askofu Mkuu anayeliongoza Jimbo Kuu; basi na yeye bila shaka huitwa "Askofu Mkuu Msaidizi." Makosa mbalimbali kama haya tuliyoyadokeza yanayotokea siku hizi mara kwa mara katika vyombo vya habari. Kwa vile wasomaji wengi huwaheshimu wanahabari katika fani yao, hivyo huchukua dhana hizo kama zilivyo, bila kujali kama zinawapotosha. Kamusi hii itawasaida waandishi wa habari kupata matumizi sahihi ya misamiati na istilahi za kikanisa.

Miaka ya hivi karibuni pamekuwa na vuguvugu kubwa la kuanzisha na kueneza vyombo vya Upashanaji Habari vya Makanisa. Ukweli ulivyo hivi sasa ni kwamba Dayosisi za Makanisa ndugu ya Kikristo na Majimbo mengi ya Kanisa Katoliki la Roma yana vituo vya redio, televisheni na magazeti. Vyombo hivi vya Mawasiliano hapana budi vikawa mfano wa usahihi katika matumizi ya lugha ya Kanisa. Licha ya ukweli huo, Kanisa hivi sasa linapanua uwigo katika elimu ya vyuo vikuu. Vyuo hivyo vya Kanisa vinahitaji vitendea kazi kama Kamusi hii katika kusaidia ufasaha kwenye matumizi ya lugha ya wanakanisa. Mazingira haya tuliyo nayo yanawadai wasomi wetu kutayarisha Makamusi-Bohari (*Ensiklopedia*) ya teolojia katika Kiswahili siku za usoni; ili kuweka vyema mustakabali kwa watafiti chipukizi wa kiteolojia katika Afrika Mashariki.

Ufupisho wa Maneno

Kamusi hii inatumia vifupisho mbalimbali katika baadhi ya maneno yanayojirudia rudia. Vifupisho hivyo ni kama vifuatavyo;

Maneno ya Kawaida katika Kamusi

B.K	baada ya Kristo	kiw	kiwakilishi
knom	kikundi nomino		
kiel	kielezi	mf.	mfano
kih	kihisishi	mt.	mtakatifu
kit	kitenzi	n.k	na kadhalika
kitnom	kitenzi-nomino	nom	nomino
kiung	kiunganishi	rej	rejea
kiv	kivumishi	taz	tazama
K.K	Kabla ya Kristo		
k. mf	kwa mfano		
km.v	kama vile		

Vitabu vya Biblia Takatifu

Ez.	Kitabu cha Nabii Ezekiel
Mk.	Enjili ya Marko
Hes.	Kitabu cha Hesabu
Mt.	Enjili ya Matayo
Is.	Kitabu cha Nabii Isaya
Mw.	Kitabu cha Mwanzo

1 Kor.	Waraka wa Kwanza Paulo kwa Wakorintho
Rom.	Waraka wa Mtume Paulo kwa Warumi
2 Kor.	Waraka wa Pili wa Mtume Paulo kwa Wakorintho *1*
Sam.	Kitabu cha Kwanza cha Samuel
Kut.	Kitabu cha Kutoka
2 Sam.	Kitabu cha Pili cha Samuel
Lk.	Enjili ya Luka
Tim.	Waraka wa Mtume Paulo kwa Timoteo
Mak.	Kitabu cha Wamakabayo
Uf.	Kitabu cha Ufunuo wa Yohane
Mdo.	Kitabu cha Matendo ya Mitume
Yak.	Waraka wa Mtume Yakobo
Yn.	Enjili ya Yohane
Zab.	Kitabu cha Zaburi

Mashirika ya Kitawa

CM:	Shirika la Mapadri Wamisionari Wavinsenti, taz. *Lazaristi*
CMI:	Shirika la Watawa Wakarmeliti wa Mama Maria Imakulata
CPPs:	Shirika la Wamisionari wa Damu Takatifu ya Yesu
CSC:	Shirika la Msalaba Mtakatifu
CSJ:	Shirika la Masista wa Mtakatifu Yosefu Mume wa Bikira Maria
CSSp:	Shirika la Roho Mtakatifu, taz. *Spiritani*
CSsR:	Shirika la Mkombozi Mtakatifu Sana, taz *Redemptorisi*

IHM:	Masista Watumishi wa Moyo Safi wa Maria
Mafr:	Mapadri, Mabradha na Masista Wamisionari wa Afrika
MM:	Mapadri, Mabradha na Masista wa Maryknoll
O. Carm:	Wakarmeliti: Shirika la Mama Yetu wa Mlima Karmeli
OFM:	Shirika la Watawa Wafransiskani
OMI:	Waoblati wa Maria Imakulata
OP:	Mapadri, Mabradha na Masista wa Kanuni ya Wahubiri, taz. *Wadominikani*
OSA:	Mapadri na Watawa wa Kanuni ya Mtakatifu Agustino
OSB:	Watawa wa Kanuni ya Mtakatifu Benedikto wa Nursia, taz. *Benediktini*
OSF:	Watawa Wafransiskani, mabradha na masista
SA:	Jumuiya wa Watawa watolea Malipizi
SJ:	Jumuiya ya Majezuiti, taz. *Jezuiti*
SDV:	Jumuiya wa Waeneza Neno la Mungu, taz. *Salvatoriani*
WF:	Mapadri Weupe, taz. *MAfr*

Sehemu Kuu za Kamusi

Kamusi hii ina sehemu kuu mbili. Sehemu ya kwanza ni yenye kubeba vidahizo yaani maneno yaliyoingizwa katika Kamusi ili yapewe maana. Maneno hayo mbalimbali yamewekwa katika makundi kadiri ya alfabeti. Kwa hiyo maneno yote yenye kuanza na herufi **A** yamewekwa chini ya kundi hilo na hivyo kuendelea hadi katika kundi la maneno yenye kuanza na herufi ya **Z.** Sehemu hii ya kwanza ni kubwa zaidi kuliko ile ya pili na ndio sehemu ya msingi ya Kamusi. Hii ni sehemu ambapo msomaji anakutana na maneno mbalimbali na kupata tafsiri za maneno hayo katika matumizi yake anuwai. Baadhi ya maneno yanafuatiwa na maneno mengine kwa alama **...** yaani neno lililofafanuliwa huja kwanza kisha hufuatia neno lililoandikwa kwa wino mweusi na kuwekwa katika italiki na kisha kutolewa maana yake. Kwa mfano neno *Mama* limeanza kwa kupewa tafsiri yake. Kisha chini ya neno hili *Mama*, msomaji atakutana na maneno kama vile **...**Kanisa ndio kusema *Mama-Kanisa*. Hapo msomaji anapatiwa maana ya neno hilo *Mama-Kanisa*. Katika baadhi ya maneno, alama ya nukta tatu (**...**) imefuatia neno lililotiliwa wino mweusi na kuwekewa alama ya italiki, kwa mfano neno *Babilonia*, limepewa tafsiri yake. Kisha chini ya neno hilo kuna maelezo: Uhamisho wa..., hivyo kusomeka Uhamisho wa *Babilonia*, na kisha hufuata maana yake.

Sehemu ya pili inaelimisha kuhusu desturi na alama mbalimbali watumiazo Wakristo. Kama dini yenye kuelezwa kwa njia ya maneno na vitendo; Ukristo unajifahamisha katika desturi na matendo ya imani wayafanyayo waamini. Namna ya kusali ya waamini ndiyo kanuni yao ya kuamini. Kutokana na ukweli huo ni muhimu sana kutambua kwa nini Wakristo wanafanya mambo wanayoyafanya. Ili kuwaelewa Wakristo ni lazima pia kuelewa kile wanachokiishi kimatendo kutokana na msingi wa kibiblia na mapokeo ya muda mrefu. Sehemu ya Pili inakusudia kutoa mwanga katika kufafanua au kutafsiri matendo wayatendayo waamini wa dini ya Kikristo.

Kama sehemu ya kwanza inazingatia neno, kwani Neno wa Mungu amefanyika mwili; sehemu ya pili inazingatia matendo ya mwili ndiyo umwilisho wenyewe. Hivyo katika sehemu ya pili tunaweza kuwaelewa Wakristo kwa nini wanapiga magoti Kanisani au kwa nini wanatakiana Amani kati yao au kwa nini wana mazoea ya kuweka maji Kanisani; wanalala kifudifudi wanapopewa madaraja na kufunga nadhiri, n.k. Haitoshi tu kuelewa wasemacho Wakristo; bali ni muhimu pia kukijua kile wakifanyacho waamini hao.

SEHEMU YA KWANZA

Maneno na Maana Yake

A

Aba *–nom–* 1. Baba 2. neno lililotumiwa na Yesu kumtaja Mungu aliye Baba yake

Abasia*-nom-* 1. monasteri kadhaa za watawa Wabenediktini zilizo chini ya maabate husika 2. monasteri yenye kuongozwa na Abate ...***kuu***: monasteri inayoongozwa na aliye Abate mkuu ...***nuliusi***: eneo lenye hadhi ya Jimbo lakini linaloongozwa na Askofu aliye Abate, taz. *eneo...linalojisimamia*

Abate *–nom–* Padri mwenye kuongoza monasteri ya watawa wanaume iliyo katika hadhi ya Abasia ... ***mkuu:*** Kiongozi wa watawa wabenediktini walio wamisionari wa Shirika la Mtakatifu Ottilia ...***primasi***: mkuu wa wabenediktini wote duniani na msemaji wao mkuu katika Vatikani ...***mstaafu:*** aliyeachia madaraka kwa mujibu wa katiba ya Shirika au kwa sababu nyingine yoyote nzito

abiri*-kit-* kuwemo safirini kwa kutumia chombo cha usafiri, mathalani meli au mashua (*kauli ya kutenda*)

abiria*-nom-* mtu aliye tayari kwa safari au yuko katika safari kwa kutumia chombo cha usafiri

Abrahamu*-nom-* 1. Baba wa watu wengi (*jinsia ya kiume*) 2. Babu wa Imani

abudu *–kitnom–* kumtolea Mungu adhama na heshima

abudiwa*-kit-* fanyiwa adhama na heshima ya hali ya juu (*hali ya kutendewa*)

ACEAC *-knom-* Mkusanyiko wa Mabaraza ya Maaskofu Katoliki kutoka Eneo la Afrika ya Kati walikotawala Wakoloni Wabelgiji; nchi husika ni Rwanda, Burundi, na Jamhuri ya Kidemokrasia ya Kongo

ACERAC-*knom*- Mkusanyiko wa Mabaraza ya Maaskofu Katoliki kutoka Eneo la Afrika ya Kati. Nchi husika ni Afrika ya Kati, Cameroon, Chad, Gabon, Guinea ya Ikweta, na Congo Brazaville

acha-*kit*- sitisha, ahirisha kufanya kitu, jambo au wazo fulani (*hali ya kuamuru/kusihi*)

achana –*kit/kiel*- kutengana, mf. wanandoa kuvunja maagano yao ya ndoa (*hali ya kutendeana*)

Achiesi-*nom*- mkutano wa Kuria mbalimbali za Lejio Maria katika ngazi ya Jimbo

achika-*kit*- achwa na mwenzi wa ndoa (*hali ya kutendeka*)

achisha-*kit*- kuzuia mtu asiendelee kufanya jambo fulani (*hali ya kutendesha*)

ada –*nom*- 1. jambo lililo desturi; lililo kawaida kufanywa 2. malipo yanayotolewa km.v karo ya shule

adabu –*nom*- tabia ya kuwaheshimu na kuwajali watu waliokuzidi umri, cheo na madaraka

Adamu-*nom*- 1. Baba wa wanadamu wote 2. mahluki aliyetwaliwa kutoka udongo ***...wa kwanza/kale***: Baba wa wanadamu wote aliyetenda dhambi katika bustani ya mti wa ujuzi wa mema na mabaya ***...wa pili/mpya***: Bwana wetu Yesu Kristo ambaye alikuwa pia binadamu kama sisi na aliyetukomboa kwa kifo chake katika mti wa msalaba

Adeodata-*nom*- aliye zawadi kutoka kwa Mungu (*wa jinsia ya kike*)

Adeodatusi-*nom*- aliye zawadi kutoka Mungu (*wa jinsia ya kiume*)

adha-*nom*- jambo linalosababisha ukosefu wa utulivu na amani katika jumuiya

adhabu-*nom*- tendo la kuwajibishwa kisheria kutokana na makosa aliyoyafanya mtu ***...ya Kanisa:*** kuwajibishwa kisheria kadiri ya taratibu za Kanisa, taz. *Kodisi ya adhabu* ***...ya milele:*** 1. kutupwa Jehenamu kwenye moto wa milele 2. kutengwa milele mbali na uso wa Mungu na hivi kutopewa fursa ya kufurahia heri ya milele

adhama-*nom*- enzi, heshima na fahari kubwa

adhibu-*kit*- kumrudi mtu kwa kumtesa au kumtaka alipe kama hatua ya kumtendea haki kutokana na makosa yake (*hali ya kutenda*)

adhimisha-*kit*- sherehekea jambo mathalani imani tunayoiungamana (*hali ya kutendesha*)

adhimisho-*nom*- tendo la kusherehekea tukio

adhimu-*nom*- enye kuwa na maana, jambo au neno lenye ustahiki

adhiri-*kit*- umbua mtu, vunjia mtu heshima yake kwa jamii (*hali ya kutenda*)

adhirika-*kit*- kufikwa na jambo la kutia soni au aibu mbele ya watu (*hali ya kutendeka*)

adhuhuri-*nom*- wakati wa mchana kuanzia saa sita mpaka saa tisa

adibu-*kit*- rekebisha mtu ili aachane na mwenendo mbaya na kuishi mwenendo mwema, adhibu mtu ili arekebike

adili-*kit*- 1. tenda yapasayo kutenda yaliyo kweli na yenye haki (*hali ya kutenda*) 2. Jina la mtu

(*wa jinsia ya kiume au ya kike*)

adilifu-*kiv*- enye kutenda yaliyo ya kweli na ya haki, enye tabia ya kumcha Mungu

Adilimina-*knom*- 1. hadi kwenye mipaka, hadi kule ziliko kingo 2. safari za maaskofu wa Kanisa Katoliki wanazofanya huko Vatikani kila baada ya miaka mitano: Mosi kila Askofu hutoa ripoti ya Jimbo lake kwa Papa, pili hutembelea Kongregasio mbalimbali na kisha huzuru makaburi ya mitume Petro na Paulo

adimika-*kit*- uhaba, shida katika upatikanaji wa mahitaji mbalimbali

Admirabilisi-*nom*- mwenye kustaajabia makuu ya Mungu (*wa jinsia wa kike*)

admisio –*nom*- kuwapokea waseminari katika hatua mbalimbali za awali kwa huduma Kanisani km.v *usomaji na usindikizi*

Adonai –*nom*- neno lililotumika na Waisraeli kumtaja Mungu

adorasio-*kit*- uabudu, kitendo cha kuabudu (*hali ya kutendeka*)

Adorati-*nom*- mwenye ibada, aliye na uchaji kwa Mungu (*wa jinsia ya kiume*)

adui:***ma***-*nom*- mwenye hiana nawe, asiyekutakia mema, aliye mgomvi nawe

Adveniati-*nom*- Shirika la kutoa misaada la maaskofu Katoliki nchini Ujerumani lenye kuelekeza misaada yake kwa makanisa na watu walio fukara huko katika bara la Amerika ya Kusini

AECAWA-*knom*- Mkusanyiko wa Mabaraza ya Maaskofu Katoliki wa kutoka Eneo la Afrika ya Magharibi wanakozungumza lugha ya Kiingereza;

kutoka nchi za Nigeria, Ghana, Sierra Leone, Liberia na Gambia

afikiana-*kit*- kufikia makubaliano baina ya watu, kuelewana (*hali ya kutendeana*)

Afrikanusi-*nom*- mtu mwenye kupenda Uafrika, aliye Mwafrika wa kweli (*wa jinsia ya kiume*)

afrikika-*kit*- kufanyika kwa jambo kuwa la Kiafrika (*hali ya kutendeka*)

afrikisha-*kit*-kufanyisha jambo kuwa la Kiafrika (*hali ya kutendesha*)

afrikanaizesheni-*nom*- vuguvugu la mabadiliko ya uongozi wa Kanisa la Afrika kukabidhiwa kwa mapadri wananchi kutoka kwa wamisionari, taz. *Kuafrikisha*

afueni-*nom*- kujisikia nafuu kutoka adha ya ugonjwa au hali mbaya ya kiuchumi

afya-*nom*-hali murua ya uzima wa kimwili pasipo kuwa na maradhi ...***njema***: matashi mema yanayotolewa katika nafasi za sikukuu ya somo au ya kuzaliwa, pengine hata wakati wa kupiga chafya ...***ya kiroho***: kuwa katika hali ya neema ya utakaso ... ***ya mwili***: hali ya nemsi katika maungo, kujisikia mwenye siha tele

aga -*kit*- kutoa taarifa ya kuondoka, kusema "kwaheri" kwa wenyeji wako (*kauli ya kutenda*)

agano:***ma*** –*nom*- mkataba wa hiari wa Mungu kujifunua kwa wanadamu na kujitoa kuwaongoza wanadamu kutoka utumwa wa dhambi ...***la kale:*** uhusiano wa kimkataba kati ya Mungu na Waisraeli kama yalivyobainishwa katika Mlima Sinai (taz. Kut. 20:1-25) ...***jipya***: mahusiano mapya ya kimkataba kati ya Mungu na wanadamu kupitia Mwana wake wa pekee Yesu Kristo

agape -*nom*- 1. mapendo ya daraja la juu, yasiyofikiria faida binafsi bali yanajali pia faida ya wengine 2. mlo wa pamoja kati ya waamini kwa shabaha ya kuishi umoja wao wa imani, na pia kudhihirisha mshikamano wao na maskini

agapetai-*nom*- jina linalotumika kwa wanandoa wanaoishi kwa pamoja pasipo kutumia tendo la ndoa

Agapiti-*nom*- mwenye mapendo ya hali ya juu (*wa jinsia ya kiume*)

aghalabu-*kiel*- mara kwa mara; kwa kawaida (*kielezi cha idadi*)

agionamento –*nom*- jitihada ya Kanisa kwenda sambamba na mabadiliko ya nyakati zetu hizi

agiza-*kit*- kumtaka mtu afanye jambo fulani, toa amri (*hali ya kutenda*)

Agnesi-*nom*- aliye kama mwanakondoo, mtu mpole (*mtu wa jinsia ya kike*), pia *Agnesia*

agua-*kit*- kutabiri mambo yajayo mbele

agizo –*nom*- tamko la mwenye mamlaka katika Kanisa lenye kutaka jambo fulani lifanyike

agnostiki-*nom*- kutopendelea mambo ya dini

Agrikola-*nom*- anayependa kilimo, mwenye maelekeo ya shughuli za shamba (*wa jinsia ya kike*)

ahadi –*nom*- sharti analojiwekea mtu kulitimiza mbele ya Mungu, Kanisa au mtu awaye yeyote yule

AHCE-*knom*- Mkusanyiko wa Hirakia Katoliki katika nchi ya Misri

ahera-*nom*- makao ya roho za watu

aheri-*kih*- afadhali kama, ingalifaa zaidi

ahidi-*kit*- weka ahadi, jipa sharti kutekeleza jambo fulani (*kauli ya kutenda*)

ahirisha-*kit*- ghairisha kutekeleza jambo, sitisha kufanya jambo (*kauli ya kutendesha*)

ahueni-*nom*- kujisikia vizuri zaidi kiafya kwa mtu baada ya kuugua

aibika-*kit*- kumbwa na fedheha, patwa na aibu aghalabu kutokana na jambo la aibu (*kauli ya kutendeka*)

aibu-*nom*- kufikwa na soni kutokana na jambo la fedheha ambalo mtu amelifanya

aidha-*kiu*- na hivi pia, vile-vile, kadhalika

ajabia-*kit*- kupata mhemuko wa mshangao kwa kuona jambo lisilo la kawaida (*kauli ya kutenda*)

ajabifu-*kiv*- jambo au tendo lenye kuajabiwa

ajabu-*nom*- jambo lenye kushangaza au kustaaja-bisha, taz. *maajabu*

ajali-*nom*- tukio lenye kusababisha madhara ya kifo, upotevu wa mali, aghalabu hutokea pasipo kutarajiwa

ajibifu-*kiv*- jambo au tendo lenye kuwajibisha

ajira-*nom*- 1. tangazo la nafasi ya kazi 2. kuajiriwa

ajiri-*kit*- kumpatia mtu nafasi ya kazi kwa makubaliano ya ujira maalumu, mathalani kila mwisho wa mwezi (*hali ya kutenda*)

Akaya-*nom*- mmojawapo wa mikoa katika enzi ya dola ya Warumi. Kwa sasa ni nusu ya nchi ya Ugiriki

Akiaskofu-*nom*- Askofu anayeongoza Jimbo Kuu, au eneo la ukanda wa Kikanisa taz. *Askofu mkuu* hapo chini

akiba-*nom*- kitu kinachowekezwa na kutunzwa kidogo kidogo kwa ajili ya faida ya baadaye

akida-*nom*- mkubwa wa kikosi cha jeshi, jemedari wa Kirumi

Akidiakoni – *nom*- Shemasi mkuu, hutumika hasa katika Kanisa la Anglikana

akili –*nom*- moja ya paji la Roho Mtakatifu, linalohusu uwezo wa kuelewa mambo kwa usahihi

Akiolojia –*nom*- taaluma inayohusu tafiti katika mambo ya kale na gunduzi kuhusu majengo na vitu vingine vya kale vilivyofukiwa ardhini

akivu –*nom*- sehemu maalumu ya kuhifadhia dokumenti na nyaraka muhimu za kale katika Kanisa

akoliti:*wa*- *nom*- 1. mhudumu mwenye kubeba mishumaa wakati wa maandamano 2. Mhudumu mwenye kumsaidia Padri altareni (*msindikizi*)

aksio Katoliki –*knom*- huduma mbalimbali wanazozitekeleza waamini wa Kanisa Katoliki katika kuishi imani yao na hivi kushiriki katika kulijenga Kanisa lao

ala-*nom*- 1. mfuko wa ngozi unaotumika kuhifadhia upanga au kisu kikubwa 2. chombo au kifaa fulani, km.v ala ya muziki yaani kinanda, gitaa n.k

alabasta-*nom*- jiwe laini ambalo lilitumiwa kutengenezea vyombo vya kuhifadhia maji, mafuta, marashi, n.k

alama-*nom*-: ishara ya kutambulisha kitu fulani ...***isiyofutika***: muhuri wa kudumu ambao Mkristo anajaliwa kutokana na kupokea baadhi ya Sakramenti kama vile ya Ubatizo na daraja la Upadri ...***za Kikristo***: ishara na michoro mbalimbali zinazotumika katika sanaa ya Kikristo na katika maisha ya Wakristo ili kueleza imani yao ...***za nyakati***: ishara mbalimbali zinazojitokeza katika matukio ya maisha ya wanadamu ...*zisizo-futika*: muhuri usiofutika tunaojaliwa katika kupokea Sakramenti za Ubatizo, Kipaimara, au Upadri

alba –*nom*- vazi aina ya kanzu nyeupe inayovaliwa na mapadri kwa ajili ya adhimisho la Ekaristi Takatifu

Albinusi-*nom*- mtu aliyejaliwa weupe, mwenye kung'ara kwa matendo adili (*wa jinsia ya kiume*)

aleluya –*nom*- 1. kibwagizo cha shangwe katika Liturujia ya Kanisa 2. kibwagizo kinachotumika katika hadhara za Kikarismatiki, k.m.v. ***Kiongozi***: *Bwana Asifiwe----* ***Wote***: *Aleluya* ...***kuu***: wimbo wa shangwe huimbwa wakati wa Sherehe ya Pasaka

Alexandria-*nom*- mji mkuu wa pili nchini Misri ambao ulianzishwa na Alexander Mkubwa ***shule ya***...: shule ya kiteolojia mjini humo iliyojizolea umaarufu katika karne za awali za Ukristo.

alfa - *nom*- mwanzo; kwanza

alfabeti-*nom*- mpangilio wa herufi kadiri ya utaratibu uliozoeleka kuanzia, a, b, c, *n.k*

alfajiri-*nom*- mapambazuko, asubuhi na mapema

Alfonsianumu-*nom*- Chuo Kikuu cha Kipapa mjini Roma ambacho kimepewa jina hilo kwa heshima ya Mtakatifu Alfons wa Liguori, na hufundisha wanafunzi katika mchepuo wa maadili ya Kikristo

Alhamisi-*nom*- siku ya sita ya juma kuanzia Jumamosi ...***Kuu***: 1. Siku katika Juma Kuu ambapo Wakristo hukumbuka karamu ya mwisho ile Yesu Kristo aliyokula pamoja na wafuasi wake 2. Siku ambapo waamini

Wakatoliki hukumbuka kuwekwa kwa Sakramenti ya Ekaristi Takatifu sambamba na Daraja Takatifu

alika-*kit-* toa mwito, ita watu waje kwenye sherehe au tukio fulani (*kauli ya kutenda*)

alizeti-*nom-* ua kubwa la duara na pana lenye rangi ya manjano na lenye mbegu nyingi nyeusi kutoka mti wa alizeti

aljebra-*nom-* hesabu zile zinazotumia tarakimu na herufi

altare -*nom-* 1. meza ya Bwana (soma 1 Kor. 10:21), sehemu ya kutolea sadaka 2. sehemu maalumu ya kuadhimishia Ekaristi Takatifu ...***kuu***: madhabahu iliyo kuu katika kuadhimisha Liturujia Kanisa ...***ndogo***: madhabahu zilizoko pembeni mwa Kanisa na hutumika na kikundi kidogo cha watu

altareni-*kiel-*mahali pa kutolea sadaka Kanisani (*kielezi cha mahali*)

alto –*nom-* 1. sauti ya pili katika kwaya ya muziki wa Kanisa 2. mwenye sauti laini (*wa jinsia ya kiume*)

Amabilisi-*nom-* mwenye kupendwa (*wa jinsia ya kike*)

Amadea-*nom-* anayependwa na Mungu (*wa jinsia ya kike*)

Amadeusi-*nom-* taz. Amadea (*wa jinsia ya kiume*)

amali-*nom-* tunu mbalimbali alizo nazo mtu kutokana na kazi afanyazo au matendo yake

amana-*nom-* 1. kitu cha thamani anachoaminishwa mtu apate kukitunza na kukiendeleza 2. zawadi iliyo bora tupewayo wanadamu na Mungu

Amandusi-*nom*- mwenye kupenda wenzake (*wa jinsia ya kiume*)

amani-*nom*- 1. utulivu wa moyoni kama zawadi tuipatayo wanadamu kwa njia ya Kristo. 2. maisha pasipo vita wala magomvi kati ya watu na mataifa 3. jina la mtu: m.y mtu mwenye amani (*wa jinsia ya kiume au ya kike*) ...**kwenu** 1. amkizi la kipasaka ambalo Kristo aliwapatia mitume wake 2. amkizi la maaskofu katika Liturujia ya Misa hutamka 'Amani iwe Nanyi'

ambatana-*kit*- fuatana, enda pamoja (*hali ya kutendeana*)

ambatisha-*kit*- bana pamoja, shikisha pamoja, weka pamoja (*kauli ya kutendesha*)

ambisha-*kit*- nyambua kitenzi kwa kuchambua mofimu zake mbalimbali (*kauli ya kutendesha*)

ambizana-*kit*- peana habari, kuzungumzana (*hali ya kutendeana*)

ambo –*nom*- mahali pa kusomea masomo kutoka Biblia wakati wa ibada na Liturujia ya Misa, taz. *marufaa*

ambukiza-*kit*- eneza hitilafu fulani kwa mwingine kama vile magonjwa, damu chafu, n.k (*hali ya kutendeka*)

ambukizana-*kit*- kitendo cha watu kuenezeana hitilafu fulani kati yao (*hali ya kutendeana*)

ambrosiano –*kiv*- riti ya kiliturujia yenye kuhusianishwa na Mtakatifu Ambrosi (*Askofu*)

AMECEA-*nom*- mkusanyiko wa Mabaraza ya Maaskofu Katoliki yaliyo wanachama katika Afrika Mashariki

amethisto-*nom*- jiwe la thamani lenye rangi ya zambarau au yungiyungi amikto *–nom-* kitambaa cheupe cha kitani kinachovaliwa mabegani na makleri kabla ya mavazi mengine katika ibada ya Misa.

amina *–nom-* kiitikio baada ya sala chenye kueleza hali ya ukubali kwamba 'na iwe hivyo'

amini *–kit-* kuweka hakika katika mambo unayoyasikia (*hali ya kutenda*)

aminifu*-kiv-* enye kuaminika, kutosema uwongo

Amosi*-nom-* aliyetwaliwa, aliyechukuliwa (*wa jinsia ya kiume*)

amri *-nom-* agizo la kufuatwa au kutekelezwa ***...ya mapendo:*** amri iliyo kuu kupita zote yaani kumpenda Mungu na jirani zetu ***...za Kanisa:*** taratibu zilizowekwa na Kanisa ambazo waamini wanapaswa kuzifuata ***...za Mungu:*** jumla ya Kanuni kumi kutoka mlimani Sinai, taz. *Dekalogu*

anafora *–nom-* sala anayoisali Padri ili kubariki mkate na divai kuwa Mwili na Damu ya Kristo

anamnesi*-nom-* kumbukumbu katika matendo ya Mungu yenye kumkomboa mwanadamu

anasa*-nom-* kuzama katika starehe na maisha ya gharama kubwa

anathema*-nom-* tamko la mtaguso la kumtenga mtu kutoka ushirika wa Kanisa Katoliki

anawimu*-nom-* watu walio maskini wa kiroho wanaomtegemea Mungu katika kuongoza maisha yao

anga*-nom-* eneo la dunia yanakoonekana mawingu na sayari mbalimbali

angalieni*-kit-* wekeni makini, chukueni tahadhari (*kauli ya kusihi, kuamuru*)

angaza-*kit*- 1. tia nuru, tapakaza mwanga (*kauli ya kutenda*) 2. ushauri nasaha kwa watu walio-athirika kwa ugonjwa wa Ukimwi

Angela-*nom*- mwenye hali kama ya malaika (*wa jinsia ya kike*)

Angelika-*nom*- taz. *Angela*

Angelikumu-*nom*- Chuo Kikuu cha Kipapa mjini Roma chenye kuitwa hivyo kwa heshima ya mteolojia mashuhuri mt. Thomasi wa Akwino

Angelusi – *nom*- 1. sala ya "Malaika wa Bwana" wanayoisali waamini hasa wa Kanisa Katoliki wakati wa Asubuhi, Mchana na Jioni 2. mwenye hali kama ya malaika (*wa jinsia ya kiume*)

Anglikana-*nom*- Komunio ya makanisa yaliyoko chini ya Askofu Mkuu wa Kantebari ambayo malkia/mfalme wa Uingereza ndiye mkuu wake

anguka-*kit*- 1. kwenda chini kwa ghafla 2. kufeli au kushindwa katika jambo (*hali ya kutendeka*)

angukia-*kit*- 1. kutelezea kwa mtu au kitu 2. kuomba radhi 3. kumsujudia mtu (*hali ya kutendea*)

anguko-*kit*- 1. poromoko la maji au kipande cha ardhi 2. kupoteza wadhifa au haiba binafsi na mara nyingi yote mawili kwa pamoja (*hali ya kutendeka*)

angusha-*kit*- 1. achia kitu kianguke chini 2. Kutotimiza matarajio yaliyotegemewa (*hali ya kutendesha*)

Ansila-*nom*- 1. aliye mtumishi (*wa jinsia ya kike*) 2. sifa ya kumtaja Bikira Maria aliye mtumishi wa Bwana

antifona –*nom*- aya ya wimbo unaotangulia

zaburi katika masifu na ibada za Kikristo

Antiokia *-nom-* 1. mji mashuhuri katika Dola ya Kigiriki 2. mahali ambapo kwa mara ya kwanza wafuasi wa Yesu waliitwa 'Wakristo.' (taz. Mdo 11:26) ***Shule ya***...mfumo wa maarifa na elimu ya teolojia mjini hapo ulijijenga zaidi katika Maandiko Matakatifu

Anunsiata*-nom-* mwenye kutangaza habari (*wa jinsia ya kike*)

anuwai*-kiel-* mbalimbali, tofauti tofauti, namna namna (*kielezi cha namna, au jinsi*)

anwani*-nom-* kidokezo cha mahali mtu anapoishi ili kuwezesha barua kumfikia

apa*-kit-* kutamka jina la Mungu ili kutia nguvu nia thabiti ya kuishi au kufanya jambo fulani (*kauli ya kutenda na kusihi*)

apiza*-kit-* kumtamkia mtu laana kutokana na uovu uliokirithi (*kauli ya kutenda*)

apizo*-nom-* tamko la kumlaani mtu kutokana na kukasirishwa kwa hali ya juu kabisa

apokalipa *–nom-* vitabu katika Biblia ambavyo maandishi yake hayahusishwi na kanoni ya Maandiko Matakatifu. Wakatoliki wameviingiza vitabu hivyo katika Biblia yao navyo ni: *Tobiti*, *Yudita*, *Wimbo ulio Bora*, *Wamakabayo*, na *Nabii Danieli*

apokalipsi *–nom-* ufunuo, mtindo wa maandishi katika Biblia unaotokana na maono kuhusu mafumbo ya mbinguni

apokatastasi *–nom-* kufanyika upya kunakohusianishwa na ujio wa kimasiya.

apokastasisi *–nom-* nadharia ya kwamba watu wote wataokoka

apolinarisimo *–kiv-* uzushi katika karne ya nne (B.K) uliofundisha kwamba Yesu Kristo hakuwa na roho ya kibinadamu

apologetiki:*wa*-*nom-* 1. wasomi walioibuka katika karne ya pili (B.K) wakitetea ukweli wa mafundisho ya Kikristo 2. maandishi yaliyoandikwa kwa shabaha ya kutetea ukweli wa mafundisho ya Kikristo

apostasia *–nom-* 1. kufanya dhambi kubwa ya mauti ambayo kwayo Mkristo hujitenga kabisa na Kanisa 2. kukana hadharani imani ya Kikristo

apostolati*-nom-* utume wa mkristo mlei katika Kanisa kwa shabaha ya kujenga ufalme wa Mungu

apostoliki*-nom-* taz. *Apostoliko*

apostoliko*-nom-* enye kuhusika na mitume

arbuni*-nom-* advansi, malipo ya awali ya kitu ili kumzuia mwingine asikinunue kitu hicho

ardhi*-nom-* eneo la dunia lililo kavu, eneo lenye udongo lisilo na maji

Areopago *–nom-* eneo la malumbano na mijadala ya kifalsafa katika baadhi ya miji ya Kigiriki ya zamani wakati wa Mtume Paulo ***...mamboleo***: vyombo vya habari ambavyo ni uwanja mpya wa kueneza mawazo na mawasiliano kati ya watu nyakati zetu hizi

Ariani*-nom-* mafundisho kinyume na kweli ya kiimani kwamba Nafsi ya Pili katika Utatu Mtakatifu anacho kiini kilekile sawa na Baba (*homoousiusi*). Kumbe kadiri ya Waariani aliyefanyika Mwili katika Nafsi ya Pili alikuwa ni Mungu Muumba, na kwamba Yesu Kristo hakuwa na roho ya kibinadamu.

arimatea *–nom-* kikundi cha waamini wanaojitolea kuimba nyimbo za kuwaombea marehemu katika mkesha wa kuamkia maziko na siku ya kuanua matanga

arkana-*nom*- siri, fumbo, jambo lisiloeleweka kwa hali ya kibinadamu

armagedoni-*nom*- mahali ambapo vita vya mwisho vitapiganwa katika siku ya kiyama ya wafu (rej. Uf. 16:16)

artemi-*nom*- mmoja wa miungu wa Kigiriki huko Asia Ndogo aliyedhaniwa kuwa na mamlaka juu ya rutuba na uzazi

asasi-*nom*- vikundi au taasisi mbalimbali za Kanisa zenye kutoa huduma kwa jamii

ashera-*nom*- jina la mungu wa kike wa Wakanaani wa rutuba na uzazi

ashiria-*kit*- kudokeza kwa kutumia alama, eleza kwa ishara katika kudokeza jambo (*hali ya kutenda*)

ashtoreti-*nom*- jina la mungu wa kike huko Ashuru (Siria) ya zamani wa rutuba na vita

asi-*kit*- kufanya kinyume cha kile ulichotakiwa kukifanya au kukifuata (*hali ya kutenda*)

asili-*nom*- mwanzo wa kitu, chimbuko au kiini cha jambo

asilimia-*nom*- ulinganifu kutoka tarakimu ya mia moja

asilisha-*kit*- kufanyisha asili, enye kuzingatia chanzo (*hali ya kutendesha*)

askari:***ma***-*nom*- mtu mwenye jukumu la kulinda nchi, usalama wa raia au kuangalia wafungwa

askesisi-*nom*- mazoezi ya toba katika kujikania ili mhusika aweze kujitawala na hivi kuishi kikamilifu

Askofu –*nom*- 1. Padri mwenye utimilifu wa daraja takatifu 2. mkleri aliyepewa Sakramenti ya

Uaskofu 3. memba wa hirakia na mshiriki wa urika wa mitume: msem. *alipo Askofu lipo Kanisa* ...*mahalia*: mwenye kuongoza Jimbo husika ...***mkuu:*** 1. mwenye madaraka ya kuliongoza Jimbo Kuu la Kanisa 2. mwenye kusimamia Ukanda wa Kikanisa ...*mrithi*: mwenye haki ya kupokea ofisi ya Askofu yule aliye madarakani pindi anapostaafu, taz, *Koadjuto* ...***msaidizi:*** mwenye kumsaidia Askofu wa Jimbo ...***mstaafu:*** aliyeacha madaraka kwa mujibu wa sheria ya Kanisa ...***mteule:*** Padri aliyeteuliwa na Papa kupewa daraja la uaskofu ...***mtoa daraja***: mwenye kutoa daraja la upadri au uaskofu katika nafasi husika ...***titula***: aliyepewa uaskofu kwa Jina la Jimbo ambalo lililowahi kuwepo hapo zamani lakini halipo tena hivi sasa ...***wa Jimbo:*** aliyekabidhiwa eneo la Kanisa ili aliongoze kwa niaba ya Kristo ...***wa Kantebari:*** kiongozi wa kiroho wa Kanisa la Anglikana anayeishi huko Kantebari (Uingereza) ...***wa Roma:*** wadhifa wa Papa kama Askofu akiwa ni mchungaji wa Jimbo Kuu la Roma

aspegili *–nom-* chombo cha kuwanyunyizia waamini maji ya baraka, taz. *Kinyunyizi*

Assisi*-nom-* mji unaojulikana sana nchini Italia kwa sababu ndipo alipozaliwa Mt. Fransisko

astahiliye *–kiel-* mwenye haki ya kutendewa jambo fulani

astarehe *–kiel-* matashi mema kumtakia mtu ili awe katika utulivu ...***kwa amani***: dua ya kumtakia marehemu mapumziko mema

Asteria-*nom*- 1. aliye kama nyota 2. mwenye nyota njema (*wa jinsia ya kike*)

asubuhi-*nom*- mwanzo wa siku; wakati jua lichomozapo

Asumpta-*nom*- aliyepalizwa, mwenye kupalizwa (*wa jinsia kike*)

ateisimo –*kiv*- hali ya ukana Mungu

athari-*nom*- mapato yatokanayo na jambo fulani lililotendwa, matokeo yake

athiri-*kit*- kupatia athari, enye kuleta matokeo fulani

atlasi-*nom*- kitabu chenye kuonyesha ramani ya nchi au mabara mbalimbali

Audasi-*nom*- mwenye kusikiliza kwa makini (*wa jinsia ya kiume*)

aula – *nom*- ukumbi mkubwa unaoweza kupokea watu wengi kwa mihadhara au semina

auni-*nom*- enye kutoa uhisani, enye kutoa msaada

autokefali-*nom*- Kanisa mahalia la Kiorthodoksi lenye mchungaji wake mkuu na lenye kujiendesha lenyewe

awali-*nom*- enye kutangulia mbele; enye kuja kwanza ***kidato cha kwanza***---: darasa la awali katika Seminari ndogo kabla ya Kidato cha Kwanza

awamu-*nom*- kitambo maalumu cha utekelezaji wa jambo, kipindi cha pekee

aya-*nom*- ibara au sura katika mfululizo wa Maandiko katika Biblia

ayala-*nom*- mnyama wa porini anayefanana na paa

azama-*nom*- kipini cha puani (pambo) hasa la akinamama

azimio:***ma***-*nom*- 1. jambo linaloamriwa kufanywa 2. tamko rasmi kwa ajili ya utekelezaji wa jambo fulani

azimu-*kit*- kufanya azimio ili kutenda jambo fulani, kukusudia

azizi-*nom*- kitu cha thamani, tunu bora

azma-*nom*- jambo linalokusudiwa kutekelezwa

B

baa:***ma***-*nom*-msiba, maafa, shida kubwa

baada-*kiel*- kisha hapo, muda unaofuata (*kielezi cha wakati*)

baadaye-*kiel*- hatimaye, halafu, baada ya muda kumalizika (*kielezi cha wakati*)

baadhi-*nom*- wengine, sehemu ya idadi ya watu au vitu

Baali –*nom*- jina linalotumika katika Biblia kumtaja mungu wa Wakanaani

Baalpeori-*nom*- miungu iliyo pepo watupu walio makada wa uongo

baba:***ma*** –*nom*- jina la heshima kwa mwanamume ...***mlezi***: mwenye kumlea mtu kimwili na kiroho ...***mlishi***: mwenye kuchukua mahali pa mzazi katika kumlea mtu....***mtakatifu:*** 1. Jina la Mungu. 2. Papa, Askofu wa Roma ...***Mungu***: Nafsi ya kwanza ya Utatu Mtakatifu ...***mzazi***: mwanamume mwenye mnasaba wa kibaolojia kwa mtoto aliyemzaa ...***Padri***: mkleri mwenye wajibu wa kiroho kwa waamini ...***Paroko***: Padri aliyekabidhiwa kuiongoza Parokia ...***wa imani:*** Babu Abrahamu aliye mfano wa kuigwa katika imani yake ...***wa kambo***: mwenye kumlea mtoto wa kumfikia kutoka mwanamke aliyeolewa naye...***wa Kanisa:*** moja kati ya wateolojia mashuhuri kati ya karne ya kwanza hadi ya nane ...***wa Kapadokia***: walimu mashuhuri wa Kanisa kutoka upande wa Mashariki akiwemo Basili mkubwa na Gregori wa Nanziansi ...***wa Kigi-***

riki: walimu mashuhuri wa Kanisa waliotukuka upande wa Mashariki, mf. mt. Klemensi wa Roma, mt. Athanasio, mt. Basili mkubwa ***...wa Kilatini***: walimu mashuhuri wa Kanisa waliotukuka upande wa Magharibi, mf. mt. Ambrosi, mt. Agustino wa Hippo, mt. Gregori mkubwa, n.k ***...wa Kipaimara***: aliyesimamia Sakramenti ya Kipaimara cha mhusika ***...wa kiroho***: aliye kiongozi katika masuala yenye kugusa yaliyomo rohoni mwa mtu ***...wa Mtaguso:*** Askofu aliyeshiriki katika vikao vya mtaguso husika ***...wa ndoa***: Mkristo wa jinsia ya kiume aliyesimamia ndoa ya wahusika ***...wa Sinodi***: Askofu aliyeshiriki katika vikao vya Sinodi husika ***...wa ubatizo:*** Mkristo wa jinsia ya kiume aliyesimamia ubatizo wa mhusika ***...weupe***: mapadri wa Shirika la Wamisionari wa Afrika

babaika-*kit*- kutokuwa na uamuzi thabiti, kuingiwa na wasiwasi (*hali ya kutenda*)

babaiko-*nom*- wasiwasi; hangaiko la moyo

babaisha-*kit*- 1. fanya mtu ababaike 2. fanya jambo bila kuwa na umilisi wala ustadi wowote (*hali ya kutendesha*)

babaishwa-*kit*- kuchanganyikiwa, kuyumbishwa katika uamuzi (*hali ya kutendwa*)

Babakrismasi-*knom*- mtu wa makamo mwenye kuwagawia watoto zawadi wakati wa Krismasi

Baba Yetu-*knom*- sala kuu ya Wakristo inayomtaja Mungu kama "Baba"

Babeli-*nom*- dola ya hapo kale, taz. *Babilonia* ***...mamboleo***: mikakati ya mataifa makubwa ya kulazimisha lugha zao kutumika duniani kote ***mnara wa:***...jengo refu lililojengwa kwa lengo la kumwasi Mungu (rej. Mw. 7-9)

babia-*kit-* fanya jambo pasipo utaratibu, wala bila kuwa na ujuzi nalo (*hali ya kutenda*)

Babilonia-*nom-* dola mashuhuri ya zamani kusini mwa Mesopotamia katika uwanda wa mito ya Tigrisi na Efratesi ***kifungo cha***:...mtazamo wa Martin Luther kwamba Kanisa la wakati wake lilikuwa limebanwa zaidi na sheria kutoka kwa Papa kuliko kuishi uhuru wake katika Kristo ***uhamisho wa:***...tukio la kupelekwa uhamishoni wana wa Israeli kati ya miaka ya 722-732 K.K

babu:***ma***-*nom-* mwanamume aliyemzaa baba au mama

babua-*kit-* 1. yeyusha au kutoa ngozi ya mnyama au binadamu kwa joto au kwa moto 2. choma na unguza juujuu bila ya kuivisha kabisa (*hali ya kutenda*)

badala-*kiung-* kusimama baada ya mtu fulani; kufanya kitendo kingine tofauti na kile kilichotarajiwa kifanyike

badhirifu-*kiv-* enye kufanya ufisadi kwa kufuja fedha

badili-*kit-* rekebisha, weka mwingine au kitu kingine (*hali ya kutenda*)

badilika-*kit-* kugeuka kitabia, kuwa mwenendo wa hali au afya tofauti na ilivyokuwa kabla (*hali ya kutendeka*)

bagua-*kit-* kutenga au kuwazingatia watu kadiri ya matabaka, rangi, au dini (*hali ya kutenda*)

bahari-*nom-* 1. eneo la maji lililo kubwa kuliko ziwa na mto na aghalabu maji yake ni ya chumvi na lenye kutenganisha makontinenti 2. makao ya mfanyafujo yaani Leviathani

baharia:***ma***-*nom*- mtu anayefanya kazi katika meli au maboti

baharini-*kiel*- ndani ya eneo la bahari; katika bahari (*kielezi cha mahali*)

bahasha-*nom*- 1. karatasi iliyokunjwa na kufungwa ili kuhifadhi barua 2. mzigo mdogo, kifurushi

bahati-*nom*- jaha anayoipata mtu kwa nasibu, nyota njema

bahatinasibu-*knom*- neema inayomfikia mtu bila kutarajiwa

bahili-*nom*- mwenye mkono wa birika, asiyetoa fedha hata kwa wafanyakazi wake kwa urahisi, mwenye uchoyo

baina-*kiung*- kati ya vitu au watu wawili, miongoni mwa vitu au watu

baini-*kit*- pata utambuzi wa jambo lililokuwa limefumbika (*hali ya kutenda*)

bainika-*kit*- jambo kuwa dhahiri na kueleweka wazi (*hali ya kutendeka*)

bainisha-*kit*- toa vielelezo ili kudhihirisha, weka dhahiri (*hali ya kutendesha*)

bajeti-*nom*- makadirio ya mapato na matumizi ya fedha katika kipindi fulani

bakora –*nom*- fimbo kubwa ...***ya Kiaskofu***: fimbo ya kichungaji ya Askofu

bakuli:***ma***-*nom*- chombo kama sahani chenye shimo kitumikacho kutilia chakula

balaa-*nom*- maafa makubwa, dhiki kuu, tukio lenye kuleta maangamizi

Balaamu – *nom*- mganga wa kienyeji aliyeagizwa na Balaki mfalme wa Wamoabu kuwaapiza na kuwalaani Waisraeli (rej. Hes. 22:1-7).

balagha-*nom*- ulumbi katika maneno, ustadi wa kuteua maneno ili kushawishi au kufurahisha hadhira ya wasikilizaji

balehe-*kit*- hali ya mtu kupevuka kimaungo yaani kufikia umri wa kuweza kuzaa (*hali ya kutendeka*)

Balozi:***ma*** –*nom*- mtu anayemwakilisha mkuu wa nchi husika katika nchi nyingine ...***wa Kristo***: jina la kila Mkristo aliyebatizwa anapotekeleza wajibu wake katika kutambua utumishi aliokabidhiwa na Kristo ...***wa mataifa***: jina la kumtaja Mtakatifu Paulo kutokana na kazi yake ya umisionari aliyoifanya katika Ugiriki na Dola ya Kirumi nje ya Palestina ...***wa Papa***: Askofu Mkuu anayemwakilisha Askofu wa Roma katika Kanisa la nchi husika ...***wa Vatikani***: Askofu Mkuu mwenye kuiwakilisha Serikali ya Vatikani katika Serikali ya nchi husika alikotumwa

bamba-*kit-nom*- 1. kamata mtu kwa nguvu (*hali ya kutenda*) 2. bati, kitu chembamba chenye ubapa

bambikiza-*kit*- tia mtu katika hatia kwa kumsingizia na kumwonea (*hali ya kutenda*)

bamiza-*kit*- kumsukuma mtu au kitu kwa nguvu kwa kugonganisha na kitu kigumu k.m v. ukuta (*hali ya kutendesha*)

bana-*kit*- kusonga mtu au kitu, kufinya, kugandamiza kutoka pande zote (*hali ya kutenda*)

banana-*kit*- kukaribiana sana, kusongamana (*hali ya kutendeana*)

banda:***ma***-*nom*- jengo ambalo aghalabu ni la mpito lisilo na mashiko ya kudumu na hutumika katika kuhifadhia mavuno au wanyama

bandari-*nom*- mahali katika Bahari ambapo meli au mashua hutua na kupakia abiria na mizigo

bandia-*kiv*- isiyo halali, isiyo na uhalisia

bandika-*kit*- kushikamanisha kitu kwa kutumia gundi, pini au kitu kingine (*hali ya kutenda*)

bandiko-*nom*- kitu kilichobandikwa

bandu-*nom*- kipande kilichopasuliwa kutoka kwenye gome au shina la mti

bandua-*kit*- kuondoa kitu kilichobandikwa mahali

bangili-*nom*- pambo la mviringo linalovaliwa na wanawake mikononi

bango:***ma***-*nom*- karatasi au kipande kikubwa cha nguo chenye matangazo au ujumbe na kubandikwa mitaani wakati mwingine hubebwa pale watu wanapoandamana

banika-*kit*- weka samaki au nyama iliyo katika mibano karibu na moto ili kuichoma (*hali ya kutenda*)

barafu-*nom*- maji yaliyoganda kutokana na baridi kali

baragumu-*nom*- pembe kubwa iliyotobolewa tundu karibu na ncha yake, inayopigwa katika ngoma ili kutumbuiza au kutoa taarifa fulani

baraka:***mi*** –*nom*- tendo la kumsemea mema au kumbariki mtu ... ***kuu***: hutolewa katika nafasi ya sherehe kubwa ...***kwa ajili ya Jiji la Roma na Dunia***: baraka ya pekee inayotolewa na Papa wakati wa Sherehe ya Noeli, mwaka mpya, na Pasaka ...***ya Haruni***: baraka iliyo kuu hasa ile itokayo kwa maaskofu ... ***ya kikuhani***: baraka waitoayo makleri tofauti na baraka za kawaida kwa mfano wazitoazo wazazi kwa watoto ...*ya shingo*: baraka kwa maombezi ya Mtakatifu Blasiusi dhidi ya maradhi ya shingo

baraza:*ma-nom-* mkusanyiko wa watu wenye majukumu maalumu katika kujadili mambo yanayohusu Kanisa. ...***la kichungaji***: jopo la mapadri wakiwemo maparoko, madekani, na makapitulari linalokutana ili kumshauri Askofu katika masuala yanayohusu Uchungaji, taz. Seneti ya Mapadri. ...***la maaskofu***: mkutano wa pamoja wa maaskofu wa nchi au ukanda husika wa Kanisa ...***la makanisa***: taasisi inayounganisha uhusiano kati ya makanisa ya Kikristo hususani yale ya Kiprotestanti ...***la makardinali***: mkutano wa makardinali katika Koleji yao takatifu, taz. *Konsistori* ...***la waamini:*** mkutano unaowahusu makleri, watawa na waamini walei katika ngazi ya Jimbo au Parokia wanapojadili mambo ya kichungaji yanayolihusu Kanisa mahalia

barazani-*kiel-* mahali pa kufanyia mikutano au mazungumzo (*kielezi cha mahali*)

baridi-*nom-* hali ya kutokuwa motomoto, hali ya kupoa

bariki-*kit-* kutoa baraka, kutamkia heri

barikiwa-*kiel-* hali ya kujaliwa mema, kuwa na bahati, kujaliwa ustawi (*kielezi cha namna/jinsi*)

Barnaba-*nom-* asiyekatishwa tamaa (*wa jinsia ya kiume*)

Barnasha-*nom-* Mwana wa Mungu

Baroku-*nom-* kipindi maalumu katika historia ya sanaa ya Kikristo kati ya miaka 1600-1750, chenye kukazia uzuri wa mbingu na kuenziwa Bikira Maria, malaika na watakatifu huko mbinguni

barua-*nom*- maandishi yanayopelekwa kwa mtu au taasisi katika mfumo maalumu ***... pepe***: ujumbe unaotumwa kwa njia ya elektroniki kupitia kompyuta au simu ya mkononi ***...ya kichungaji***: waraka mahsusi wa maaskofu kwa waamini wao kwa ajili kufafanua mafundisho ya imani na kuwapatia mausia ya kichungaji ***...ya kitume***: waraka unaotoka kwa Papa

bashasha-*nom*- uchangamfu, furaha au ucheshi

bashiri-*kit*- toa utabiri, eleza mambo yatakavyotokea (*kauli ya kutenda*)

Basileia –*nom*- Ufalme wa Mungu

Basilika:***ma*** –*nom*- jengo la Kanisa lenye historia ya pekee katika Dayosisi na kutokana na umaarufu wake hupewa hadhi ya kuitwa hivyo na Vatikani

batili-*kit*- kutangua, kuvunja makubaliano (*hali ya kutenda*)

batilisha-*kit*- kutangua maafikiano au mkataba uliokuwepo (*hali ya kutendesha*)

batiza-*kit*- kumwingiza Mkristo katika Kanisa kwa kumtilia maji kichwani, kumtamkia fomula iliyo rasmi kwa sakramenti hiyo na kumpaka mafuta ya Krisma (*hali ya kutenda*)

bawabu:***ma***-*nom*- mlinzi katika lango kuu

bazi-*nom*- sauti ya nne katika kwaya, sauti nzito kuliko nyinginezo kati ya wanakwaya

Beata-*nom*- aliye na heri, mwenye bahati (*wa jinsia ya kike*)

Beatusi-*nom*- aliye na heri, mwenye bahati (*wa kiume*)

beberu:*ma*-mbuzi dume

bebesha-*kit*- kutwisha mtu mzigo (*kauli ya kutendesha*)

behewa:*ma*-*nom*- mahali pa wazi katika nyumba pasipofunikwa na dari au palipo wazi pembeni mwake

Belzebuli –*nom*- jina linalotumika katika Biblia kumtaja mkuu wa pepo wabaya

benchi:*ma*-*nom*- fomu ya kukalia

bendera-*nom*- kitambaa chenye rangi na michoro ambayo huwa na alama ya tukio la sherehe ya taifa au Serikali fulani

Benedikta-*nom*- mwenye kuwatakia wenzake baraka (*wa jinsia ya kike*)

Benedikti-*nom*- mwenye kuwatakia wenzake baraka (*wa jinsia ya kiume*) ...***mtakatifu***: mwanzilishi wa watawa wa kiume na wa kike wanaofuata karama yake kwa maisha ya jumuiya katika kusali na kufanya kazi kwa pamoja

benediktionale –*nom*- kitabu chenye mkusanyiko wa sala za baraka mbalimbali ambazo Padri anazitoa katika nafasi mbalimbali

Benediktini: ***wa***-*nom*: watawa wanaofuata kanuni ya Mtakatifu Benedikto ...***wamisionari***: watawa ambao licha ya kuishi maisha ya kitawa wanajihusisha pia na shughuli za uenezaji wa Enjili ...***wa ndani***: watawa wale wanaofuata kanuni ya Benedikto kwa maisha ya kimonaki katika monasteri husika

Benediktusi –*nom*- wimbo wa Zakaria unaosaliwa katika masifu ya asubuhi (taz. Lk 1: 68-79)

Bernadeta-*nom*- aliyejaliwa neema (*wa jinsia ya kike*)

Bethlehemu-*nom*- 1. mahali penye kusheheni mikate

2. mji alimozaliwa Bwana wetu Yesu Kristo

beula-*nom*- aliyeachwa ukiwa, makazi yasiyo na mtu yeyote

bibi:***ma***-*nom*- jina la lakabu ya heshima kwa mwanamke ... ***arusi***: 1. mwanamke mwenye kufunga ndoa 2. Kanisa lililo mchumba wa Kristo ...***kikongwe***: mwanamke mwenye umri mkubwa sana, ajuza

Biblia –*nom*- mkusanyo wa vitabu vinavyoitwa pia Maandiko Matakatifu ambavyo Wakristo huchota humo mwongozo kwa maisha ya kiimani, kimaadili na kiroho ...***kwa wote***: jitihada ya wataalamu wa Biblia wa Kitanzania katika kufikisha elimu ya Biblia kwa watu wote ...***ni jibu***: kikundi cha waamini wakristo chenye kutetea kweli za Kibiblia ...***ya Gideoni***: toleo la Biblia kutoka moja ya makanisa ya Kiprotestanti zinazosambazwa katika mahoteli, hospitali na shule...***ya Kiafrika***: toleo la Biblia lililochapishwa na matbaa ya mabinti wa Mt. Paulo (Nairobi Kenya) kwa ajili ya Kanisa Katoliki la Afrika... ***ya Kiamerika***: toleo la Biblia la maaskofu Katoliki nchini Amerika... ***ya Thomas Nelson***:toleo kwa ajili ya baadhi ya makundi ya Kanisa ya Kiprotestanti...***ya Yerusalemu***: toleo la Biblia kwa Kanisa Katoliki lililotafsiriwa moja kwa moja kutoka lugha ya Kigiriki na Kilatini

bibliografia-*nom*- orodha ya vitabu vya kurejea, taz. *tarejea*

bidhaa-*nom*- vitu vilivyowekwa katika ghala, masoko na katika maduka ili kuuzwa kwa wateja mbalimbali

bikira *–kiv-* 1. sifa ya kumtaja Mama wa Mungu, Bikira Maria aliyekingiwa dhambi ya asili 2. hadhi ya mtawa katika Shirika la kidini kutokana na nadhiri ya usafi wa mwenendo 3. mwanamwali asiyeolewa bado na ambaye hajawa bado na uhusiano wa kindoa na mwanamume yeyote

Bilawaa-*nom-* asiye na doa wala dhambi, ni moja ya sifa ya kumtaja Bikira Maria

binadamu *–nom-* kiumbe mwenye mwili na roho aliyekirimiwa akili na utashi

binasio *–nom-* ruhusa ya Padri kuadhimisha Misa mbili kwa siku moja

binti:***ma***-*nom* 1. mwana ambaye ni wa jinsia ya kike 2. mtoto wa kike ***...Sioni:*** Waisraeli katika ujumla wao ambao Mungu (Yahweh) amewateua na kuwafanya wana wake katika Yerusalemu ***...wa Maria***: 1. moja kati ya mashirika ya kitawa katika Tanzania 2. jina la jumla la kuwataja watawa wote wa kike ***...wa Paulo***: masista wamisionari wanaoeneza utume wao kwa njia ya kuchapisha vitabu na kuenjilisha kwa njia ya upashanaji wa habari wanaofuata karama ya Mtume Paulo ya kutangaza Enjili kwa Mataifa yote kwa njia ya uchapishaji vitabu, magazeti n.k

Bireta *–nom-* kofia ndogo yenye fundo juu lenye kuunganishwa katika mikunjo mitatu wanazozivaa makardinali, maaskofu, makapitulari na baadhi ya mapadri katika matukio maalumu ***... ya rangi nyekundu***: huvaliwa na makardinali ***...ya rangi ya waridi***: huvaliwa na maaskofu na makapitulari ...*ya rangi nyeusi*: huvaliwa na mapadri

Bizantini *–nom-* marekebisho ya kisanaa na kiutamaduni yaliyoanzia Mashariki kuanzia karne ya 15 ***dola ya...***: ilishamiri katika upande wa Mashariki wa Bahari ya Mediterениani baada ya kuanguka kwa Dola ya Kirumi upande wa Magharibi ***Kanisa la..***: Kanisa la Mashariki lililotambuliwa rasmi na dola ya Bizantini ***maandishi ya...***maandishi yanayoelezea mchango ambao utamaduni wa Kibinzantini umeutoa kwa ustaarabu mamboleo ***liturujia ya...***inayolihusu Kanisa la Mashariki lililo katika mfungamano na Roma ***nyimbo za...*** zinazoimbwa kadiri ya riti ya Kibinzantini kati ya Wakristo wa Mashariki ***sanaa ya ki...***iliyosheheni michoro kuhusu maisha ya watakatifu ***teolojia ya...*** tafakari ya kisayansi kuhusu Mungu na Kanisa kutoka kwa wateolojia wa Mashariki

bobea-*kit-* kuzamia katika jambo fulani (*hali ya kutenda*)

bodi *–nom-* jopo la watu wenye kuhusika na kazi maalumu wanayoifanya kwa mujibu wa ofisi yao au kwa kuteuliwa na wakubwa wa Kanisa ili waifanye kazi kwa niaba yao ...***ya Seminari***: huundwa na maaskofu na wakuu wa mashirika wanaosimamia seminari husika ...***ya washauri***: jopo la watu wanaoamika kwa hekima na elimu yao kutoa ushauri katika mambo muhimu yanayohusu uongozi wa Jimbo, Shirika, n.k

bohari-*nom-* chumba au ukumbi mkubwa unaotumika kuhifadhia zana au vifaaa mbalimbali

boharia:***ma***-*nom*- anayefanya kazi ya kutunza vifaa au bidhaa katika ghala au bohari

boma:***ma***-*nom*-jengo la duara lisilokuwa na paa, ngome iliyozungushiwa kuta

Bona-*nom*- aliye mwema (*wa jinsia ya kike*)

Bonaventura-*nom*- mwenye kuleta chema fulani (*wa jinsia ya kiume au ya kike*)

Bonifasia-*nom*- mwenye kutenda mema (*wa jinsia ya kike*)

Bonifasi-*nom*- *taz.* Bonifasia (*wa jinsia ya kiume*)

Bonita-*nom*- mwenye kupendelea kutenda yaliyo mema (*wa jinsia ya kike*)

Bonusi-*nom*- aliye mwema, mwenye kitu chema (*wa jinsia ya kiume*)

Breviari –*nom*- kitabu cha sala za vipindi kinachohusu masifu ya asubuhi, mchana na jioni, taz. *Sala ya Kanisa*

Bruda:***ma*** – *nom*- jina linalotumika kumwita mtawa wa kiume katika baadhi ya mashirika ya kitawa

bubujika-*kit*- maji au machozi yenye kutoka kwa nguvu kutoka kwenye chemchemi au machoni

Bulla-*nom*- barua mahsusi ya Papa

Bunge:***ma***-*nom*- 1. mkutano wa wawakilishi wa majimbo ya uchaguzi wanaowawakilisha wananchi katika kuitaka serikali iliyoko madarakani iwatumikie ipasavyo 2. Jumba au jengo linalotumika na wabunge...***la dini mbalimbali***: kongamano la wawakilishi wa dini mbalimbali duniani lenye chanzo chake katika Jiji la Chicago Marekani, ambalo hujadili masuala mbalimbali kuhusu amani na maelewano kati ya waamini wa dini mashuhuri duniani

busara-*kiv*- kutenda jambo baada ya kufikiri faida na hasara, kutofanya papara katika uamuzi, kuchukua uamuzi unaofaa

busu-*nom*- 1. tendo la kueleza upendo baina ya marafiki, wachumba na wanandoa 2. alama ya heshima kwa walioshika madaraka Kanisani kwa kubusu pete zao

Bursa –*nom*- mkoba maalumu wenye kuhifadhi kitambaa cha Korporali na chombo kidogo cha kubeba hostia kwa wagonjwa.

bustani-*nom*- eneo lenye miti na maua linalotunzwa kwa ustadi ili kuwapatia watu mapumziko na utulivu ***...ya Edeni***: mahali ambapo Mungu aliwaweka Adamu na Eva pamoja na wanyama na viumbe wengine palipokuwa na kila aina ya ustawi ***...ya Gethsemani***: mahali ambapo Yesu alisalitiwa na Yuda Iskariote na kukamatwa

Bwana:***ma***-*nom*- lakabu au jina la kumtaja mwanamume ***... arusi***: mwanamume mwenye kufunga ndoa ***...Mungu***: jina la kumtaja aliye Mwenyeezi, ndiye Mwumba na Mtawala wa vyote ***...wetu***: jina linalomtaja Yesu Kristo

Bwana asifiwe- *knom*- amkizi la Kikristo hasa miongoni mwa waamini wa makanisa ya Kiprotestanti

C

Cafodi-*nom*- shirika la misaada la Kanisa Katoliki nchini Uingereza kwa ajili ya kusaidia miradi mbalimbali katika nchi zinazoendelea

Caritas -*nom*- 1. mapendo ya kweli kwa jirani 2. idara katika Kanisa Katoliki inayoshughulika na kuwahudumia watu wenye shida mbalimbali zikiwemo zile za dharura

CCT-*nom*- Baraza la Makanisa ya Kikristo la Tanzania

Celebreti-*nom*- barua ya utambulisho apewayo Padri na Askofu wake wakati Padri husika anaposafiri nje ya Jimbo yenye kumruhusu kuadhimisha Misa Takatifu akiwa ugenini, taz. *kibali-adhimishi*

CERAO-*knom*- Mkusanyiko wa Mabaraza ya Maaskofu Katoliki kutoka Eneo la Afrika Magharibi wanakozungumza lugha ya Kifaransa, nchi husika ni Burkina Faso, Niger, Senegal, Mauritania, Guinea Bissau, Benin, Mali, Togo, Ivory Coast, na Guinea

CERNA-*knom*- Mkusanyiko wa Mabaraza ya Maaskofu Katoliki kutoka Afrika ya Kaskazini, nchi husika ni Algeria, Tunisia, Morocco na Libya

chachu-*kiv*- hali ya kuchachisha na hivi kuongeza ukali katika chakula

chachuka-*kit*- kuwa katika hali ya uchachu; kuchacha (*hali ya kutendeka*)

chafu-*kiv*- isiyo safi; yenye takataka

chafua-*kit*- fanya kuwa chafu, tia doa (*hali ya kutenda*)

chaguo-*nom*- kitu ambacho mtu anakipenda na kutaka kuwa nacho

chakula***:vya*** *–nom*- kitu chochote kinacholiwa

kwa shabaha ya kuupatia mwili nguvu: msem. *mtu huwa kile anachokula* ...***cha Bwana***: 1. Hostia Takatifu, Ekaristi Takatifu 2. mkate uliobarikiwa na Mchungaji kwa ajili ya waamini wakati wa ibada ...***cha kiroho***: neno au chakula chenye kuleta ustawi wa kiroho ...***cha mbingu***: Hostia Takatifu ... ***cha uzima***: kile chenye kumletea mtu uzima wa kimungu ndani yake (rej. Yn 6: 1-58)

chama***:vya*** –*nom*-kikundi cha watu walioungana kwa shabaha maalumu ...***cha kitume***: kikundi cha waamini walei chenye utume fulani katika Kanisa

chambua-*kit*- soma maandishi kwa makini, changanua mambo kwa undani (*hali ya kutenda*)

chamchela-*nom*- kisulisuli, pepo zinazozungukazu-nguka

chana-*kit*- pasua kitu kama vile nguo, mf. kupasuka kwa pazia la hekalu la Yerusalemu (*kauli ya kutenda/kutendeka*)

chanda:***vya***-*nom*- kidole kinachovishwa pete

changamka-*kit*- kuwa katika furaha, kujawa na bashasha, mihemuko (*hali ya kutendeka*)

changanyikiwa-*kit*- kufanya mambo bila mantiki, kubabaika (*kauli ya kutendwa*)

changamoto-*nom*- 1. jambo linaloacha maswali ya kujiuliza na ya kufanyia kazi 2. utatizi unaohitaji uondolewe ili kuleta tija fulani katika jamii

chanua-*kit*- kufunuka kwa maua, kupendeza kwa mmea (*kauli ya kutenda*)

chekechea-*nom*- shule au kituo wanaposomesha na kulelewa watoto wadogo wenye umri wa miaka 3 hadi 6

chemchemi-*nom*- penye asili, mahali penye kuanzisha kitu au jambo; penye kububujisha maji

cheo-*nom*- nafasi aliyo nayo mtu katika utumishi wake mahali pa kazi

chetezo-*nom*- chombo kinachotumika kufukizia matakatifu kwa kupakaza moshi wa ubani

chiboriumu –*nom*- chombo kilichonakisiwa kwa dhahabu au shaba kinachotumika kwa ajili ya kuwekea na kugawia komunyo, taz. *Siborio*

Chiliasmo-*nom*- matumaini kwamba baada ya miaka elfu moja, tena hata kabla ya mwisho wa dunia, Kristo atatawala pamoja na wale wenye haki ambao watafufuliwa kutoka mauti.

chimbuko-*nom*- chanzo, asili ya kitu

chingulumu –*nom*- 1. ukanda wa kiunoni unaovaliwa na makleri na watawa ili kusetiri kanzu 2. mshipi unaotumiwa na makleri katika kujifunga kiunoni ili kusetiri alba

chipukizi:***ma***-*nom*- 1. mmea mchanga unaoanza kutokea juu 2. mtoto mwenye kupevukia ujana aliyeingiwa na jambo fulani kwa dhati ***...la shina la Yese***: sifa za kumtaja Yesu kuwa wa asili ya ukoo wa Mfalme Daudi

chiriku-*nom*- ndege mdogo mwenye kuimba kwa sauti nyororo

chombo:***vyo***-*nom*- kitu chochote cha kufanyia kazi na kuwezesha jambo kufanyika

chota-*kit*- chukua kitu kilicho majimaji, vumbivumbi au mchanga kwa kutumia kikombe, glasi au mikono (*hali ya kutenda*)

chovya-*kit*- kitendo cha kutia kitu katika maji au katika mvinyo (*kauli ya kutenda*) choyo *–nom-* tabia ya mtu kupenda kuwa na vitu, hali ya kutamani kuwa na mali peke yako

chozi:***ma****-nom-* tone la maji linalotoka machoni wakati mtu anapolia

Christina*-nom-* aliye mali ya Kristo (*wa jinsia ya kike*)

Christiani*-nom-* aliye mali ya Kristo (*wa jinsia ya kiume*)

chuki*-nom-* 1. kuona kijicho katika shughuli wazifanyazo watu wengine 2. moja kati ya mizizi ya dhambi

chukia*-kit-* kukasirika, kutopendezwa na jambo lililotendwa (*hali ya kutenda*)

chukizo*-nom-* jambo lenye kusababisha kuchukia au kukasirisha ***...la uharibifu***: uasi wa Wayahudi dhidi ya Mungu wa kweli kwa kuwaabudu miungu wa Kanaani kama vile Baali

chumbia*-kit-*1. hatua ya kuingia urafiki kati ya mwanamke na mwanamume kwa ajili ya kujiandaa kwa maisha ya ndoa hapo baadaye (*hali ya kutenda*) 2. tendo la kuchangiana chumba kimoja

chunga*-kit-* kuangalia mifugo na kuhakikisha kuwa inapata malisho ya kutosha

chungu*-kiv-* isiyo na utamu

chunguza*-kit-* kufanya utafiti, kupembua mambo (*hali ya kutenda*)

chuo:***vyu*** *–nom-* taasisi ya elimu ***...cha sala***: kitabu chenye mkusanyiko wa sala na nyimbo mbalimbali wanazozitumia waamini wakati wa ibada

chumba***:vyu****-nom-*sehemu katika nyumba au ofisi ***...cha shauri***: chumba kinachotumika kwa ajili ya kufanya mashauri ya kichungaji baina ya wachungaji wa kiroho na waamini wao

Claudia-*nom*- mwenye ufunguo (*jinsia ya kike*)

Claudius-*nom*- mwenye kushika ufunguo (*jinsia ya kiume*), pengine huitwa *Claude* au *Claudi*

Clausura-*nom*- 1. mahali penye ufunguo 2. mahali wanaporuhusiwa kupita walio watawa tu

Consolata-*nom*- mfariji, mwenye kuwafariji walio katika dhiki (*wa jinsia ya kike*), taz. *Konsolata*

D

dada:***wa***-*nom*- 1. ndugu wa kike, aliye umbu wako 2. jina wanalotumia watawa wa kike kuitana miongoni mwao ...***wadogo***: Shirika la masista wanaofuata kanuni ya Mtakatifu Fransisko katika Jimbo Kuu la Dar-es-Salaam (Tanzania)

dafina-*nom*- kitu chenye thamani kilichozikwa ardhini

dafrau-*nom*- mgongano wa ghafla baina ya vitu viwili

daftari:***ma***-*nom*- aina ya kabrasha ndogo inayotumika na wanafunzi katika kuandika maarifa yanayotolewa na walimu darasani

dahari –*nom*- nyakati zote

dai-***ma***-*nom*- kuhitaji ulipwe au upewe kitu kilicho chako

daima-*kiel*- kila wakati na pasipo kukoma (*kielezi cha wakati*)

Dalmatika –*nom*- vazi mfano wa kasula ndogo analovaa mkleri aliye Shemasi wakati wa sherehe

damnesheni-*nom*- utambuzi potovu kwamba kutokana na dhambi ya Adamu na Eva mwanadamu anakabiliwa na adhabu ya kutengwa na Mungu milele yote

dampo:***ma***-*nom*- eneo ambapo hutupwa takataka kutoka sehemu mbalimbali wanakoishi watu

damu-*nom*- maji mekundu ambayo huzungushwa kwa kusukumwa na moyo mwilini mwa binadamu na wanyama ...***takatifu***: Damu ya Yesu katika Mwili wake wa Kibinadamu ...***ya Kristo:*** Divai iliyokwisha kuwekwa Wakfu baada ya Konsekrasio: msem. *damu ya mashahidi ni mbegu ya Ukristo*

danganya-*kit*- kutosema ukweli au kutenda jambo lisilo la kweli huku ukiwahadaa watu kwamba ni la kweli (*kauli ya kutenda*)

danganyifu-*kiv*- enye kutumia hila, isiyo na ukweli

daraja:***ma***-*nom*- kitu kinachowezesha watu kuvuka mathalani mto au kijito, kiunganishi cha pande mbili ...***Kuu***: moja kati ya majina ya Askofu wa Roma ...***takatifu***: inayohusu Sakramenti ya Upadri mf. *Ushemasi, Upadri, Uaskofu* n.k

darizi-*nom*- tia urembo katika nguo

darkoni-*nom*- aina ya sarafu katika ulimwengu wa Biblia

Dosheti-*nom*- wazo kwamba ubinadamu wa Kristo ni mwonekano wa tu siyo uhalisia

dawa:***ma***-*nom*- kitu chenye kuwezesha kutibu ugonjwa husika

dawamu-*nom*- milele yote, bila kukoma

dawati:***ma***-*nom*- meza ya kuandikia hutumika hasa shuleni

dayalojia –*nom*- mazungumzo ya pande mbili yanayoheshimu maoni tofauti kwa lengo la kujifunza kutoka upande wa pili na kufikia maelewano ...***kati ya dini mbalimbali***: mazungumzo ya waamini wa dini mbalimbali ...***ya kiekumene***: mazungumzo kati ya makanisa mbalimbali ya Kikristo kuhusu umoja wao

Dayosisi – *nom*- eneo la Kanisa alilokabidhiwa Askofu kuliongoza, hutumika hasa katika makanisa ya Walutheri na Waanglikana, taz. *Jimbo*

debe:***ma***-*nom*- chombo cha bati kinachotumika kuhifadhia mafuta ya taa, au maji

dege:***ma***-*nom*- 1. eropleni, ndege iliyo kubwa kama vile Jumbo Jeti na lenye kubeba watu wengi 2. ndege aliye mkubwa kama vile tai, mbuni n.k

degedege-*nom*- aina ya ugonjwa unaowashambulia watoto wadogo

dekalogu –*nom*- Amri Kumi za Mungu zilizotolewa katika Mlima wa Sinai

dekanati –*nom*- 1. Parokia kadhaa katika eneo la ujirani zilizo chini ya Dekani 2. Kitivo katika Chuo Kikuu chenye kuratibu Idara kadhaa za kitaaluma zilizo katika uwanja mmoja wa kitaaluma

dekania-*nom*- taz. *dekanati* hapo juu

Dekani:***ma***- *nom*- 1. Paroko mwenye kusimamia Dekanati 2. mkuu wa kitivo cha kitaaluma katika Chuo kikuu ...***wa Kathedrali***: Kapitulari aliye kiongozi wa makapitulari wenzake

dekeza-*kit*- kumwacha mtoto afanye apendavyo au kumpatia mtoto kila kitu anachokitaka (*hali ya kutenda*)

deki-*kit*- safisha sakafu aghalabu ile iliyotiwa sementi kwa kuisugua kwa maji

dekreto – *nom*- maamuziya mtaguso au Papa yanayohusu nidhamu ya Kanisa delta-*nom*- mahali mto unapomwaga maji baharini na kujigawa sehemu mbili au zaidi

demokrasia- *nom*- mfumo wa kuendesha mambo kwa kuzingatia na kuheshimu kura na maoni ya walio wengi

deni:***ma***-*nom*- 1. kitu mtu anachodaiwa baada ya kukopa au kuahidi kutekeleza jambo 2. dhambi ambazo tunatenda ambazo kwazo tunatakiwa kufanya malipizi

Denzinga –*nom*- kitabu chenye mkusanyiko wa dokumenti zenye mafundisho Nguzo Imani ya Kanisa Katoliki

Deodata-*nom*- Mungu ametoa, zawadi toka kwa Mungu (*wa jinsia ya kike*)

Deodatusi-*nom*- taz. Deodata (*wa jinsia ya kiume*)

Deograsia –*nom*- 1. tumshukuru Mungu, Asante Mungu 2. mwenye shukrani kwa Mungu (*wa jinsia ya kike*)

Deogratiasi-*nom*- shukrani kwa Mungu (*wa jinsia ya kiume*)

deraya-*nom*- 1. mavazi au magari yasiyopenyeza risasi 2. sweta la chuma linalosetiri kifua ambalo mpiganaji hulivaa akiwa vitani

desturi-*nom*- kawaida na taratibu wanazozifuata watu wa jamii husika ...***faridi***: taratibu zenye kuongoza maisha ya watu wa mahali fulani husika ...***tandawazi***:taratibu zenye kutumika mahali popote ...***zoelefu***: taratibu zilizodumu katika jamii kwa muda mrefu sana

Devota-*nom*- mwenye Ibada, aliye mchaji (*wa jinsia ya kike*)

dhabihu –*nom*- zawadi na matoleo yatolewayo kwa Mungu kutoka kwa waamini

dhahabu-*nom*- madini ya thamani yenye rangi ya manjano mbivu ambayo huyeyushwa na kufulia vitu kwa ajili ya sanaa na mapambo

dhahania-*kiv*- iliyo katika ruiya na kufikirika tu, isiyoweza kushikwa na milango ya fahamu

dhahiri-*kiel*- iliyo wazi kabisa, bila kufichika

dhaifu-*kiv*- iliyo duni, iliyodhoofika na kushikwa na unyonge

dhalimu-*kiv*- aliye mwonevu, anayedhulumu wengine, asiyejali haki za watu wengine

dhamana-*nom*- jambo au wadhifa ulilokabidhiwa ili uutunze na kuufanyia kazi kwa uangalifu

dhambi -*nom*- 1. kufanya kinyume na atakavyo Mungu au linavyofundisha Kanisa 2. uamuzi wa kufanya jambo nje ya mstari tofauti na mtu anavyopaswa kuishi 3. kukosa upendo na kutotenda haki kwa Mungu, wanadamu na mazingira ...***kubwa*** (ya mauti): kuvunja mahusiano na Mungu katika kosa kubwa kunakomwondolea Mkristo neema ya utakaso ...***ndogo*** (nyepesi): kuvunja uhusiano na Mungu katika kosa ndogo ...***ya asili***: doa ambalo wanadamu wamerithi kwa kuzaliwa kutoka Adamu na Eva waliomkosea Mungu kwa kula tunda la mti wa mema na mabaya ...***ya kijamii***: mahusiano yasio sawa yanayofanywa kutokana na jinsi jamii husika ilivyo hususan utamaduni wake na tunu zake ...***ya kimfumo***: makosa yanayofanywa kutokana na muundo wa kiutendaji katika jamii husika ...***ya Sodoma***: tendo la kujamiana kinyume cha maumbile

...***ya mauti***: kosa kubwa ambalo huondoa uzima wa Kimungu rohoni, taz. *dhambi kubwa*

dhamini-*kit*- wekea ahadi kusudi kwamba uaminishwe jambo (*hali ya kutenda*)

dhaminishwa-*kit*- kabidhiwa kitu, au madaraka ili ukitunze kama mapato ya kuaminiwa (*hali ya kutendeshwa*)

dhamira-*nom*- wazo, mada, kichwa cha habari

dhamiri-*nom*- sauti ya Mungu moyoni mwa mwanadamu

dhamiria-*kit*- kukusudia kufanya jambo kadiri unavyosukumwa na msimamo wa ndani mwaka (*hali ya kutendea*)

dhana-*nom*- fikra inayelekeza jambo au wazo fulani juu ya jambo maalum

dharau-*kit*- kutokutilia maanani jambo, kutothamini mtu, kutojali jambo

dharura-*nom*- shughuli au jambo la haraka linalotakiwa kufanywa nje ya mpango uliokwisha kuwekwa

dhati-*nom*- nia thabiti ya kutenda jambo; moyo usiositasita

dhehebu:***ma*** –*nom*- 1. makanisa mbalimbali ya Kikristo kama vile dhehebu la Monrovian, au dhehebu la Kilutheri n.k 2. mwendo wa Ibada ya Liturujia

dhifa-*nom*- mlo mahsusi wenye kuhusisha waalikwa maalumu

dhihaka-*nom*- maneno au matendo ya kufanya bezo, kutomtilia mtu maana

dhihirika-*kit*- enye kuwa wazi kwa kila mtu (*kauli ya kutendeka*)

dhihirisho-*nom*- kielelezo cha kudhihirika kuwa wazi

dhiki-*nom*- hali ya kutokuwa na raha, kuwa katika taabu na adha

dhima-*nom*- wajibu alio nao mtu

dhiraa-*nom*- kipimo kutoka kiko cha mkono hadi ncha ya kidole kirefu

dhoruba-*nom*- hali ya maji ya bahari au ziwa kusukumwa kwa nguvu kubwa yenye kusababishwa na upepo

dhuluma-*nom*- kumtendea mtu vibaya asivyostahili kutendewa, kuonea mtu

dhurika-*kit*- pata dhara fulani, kuathirika kwa kufikiwa na jambo lisilopendeza (*hali ya kutendeka*)

dhuru-*kit*- haribu siha ya mwili, letesha madhara kwa mwili (*hali ya kutenda*)

diabolisi-*nom*- mleta vurugu, mtibua mambo, mfarakanishi

diakonia – *nom*- huduma kwa watu inayotolewa na mashemasi na hata wakristo wote kwa jumla

Diakoni – *nom*- aliye Shemasi katika Kanisa

Diaspora – *nom*- eneo lililo nje ya Uyahudi, mahali pa ugenini

Diateke –*nom*- agano, mkataba kati ya pande mbili

Didake –*nom*- mafundisho ya mitume yaliyogunduliwa huko Asyria katika karne ya tatu baada ya Kristo

Didaskalia –*nom*- mfuasi anayeshika kwa dhati mafundisho ya mwalimu

digrii-*nom*- 1. kipimo cha vitu katika mizani ya hisabati, Jiometria, au thamani 2. shahada inayotolewa katika ngazi mbalimbali za uhitimu katika Chuo Kikuu

dikrii-*nom*- hati katika mtaguso iliyo ya daraja la pili baada ya Konstitusheni

dinari-*nom*- sarafu ya Kirumi iliyotumika wakati wa Yesu

dini-*nom*- mfumo wa kitaasisi wenye kuwezesha uhusiano wa kudumu kati ya binadamu na Mungu ...***ya asili*** (ya K*iafrika*): huzingatia amali kutoka tamaduni za Kibantu, mf. *kutoa heshima kwa mahoka* ...***ya kibudha***: ilianzishwa na Buddha na sasa imeenea katika maeneo mengi huko Asia hasa katika Japan na China ...***ya Kihindi***: iliyoshamiri sana huko India yenye kushikilia kwamba binadamu akifa huanza maisha katika mzunguko mpya ...***ya Kiislamu***: ilianzishwa na Mtume Muhammad na ambayo waamini wake humwabudu Mungu Mmoja, *Allah*

dira-*nom*- enye kutoa mwelekeo, enye kudokeza shabaha ya mbele

Direktoriumu –*nom*- kitabu cha mwongozo chenye majina na anwani za maparokia na taasisi katika Jimbo au katika Shirika la Kitawa

dirisha:***ma***-*nom*- nafasi katika ukuta wa nyumba yenye kuweza kufungwa na kufunguliwa ...***la Papa***: nafasi katika ukuta wa nyumba ya Papa ambayo hutumiwa naye kuwasalimia mahujaji, kutoa mafundisho, kusali na kuwabariki waamini

dishendo –*nom*- kushuka kwa mapigo ya wimbo katika stafu ya nota

doa:***ma***-*nom*- kasoro, hitilafu katika jambo

dodosa-*kit*- enye kutoa dokezo (*kauli ya kutenda*)

Dogma –*nom*- tamko rasmi la majisterio ya Papa kutoka katika kiti chake au akiwa pamoja na maaskofu katika mtaguso lenye kufundisha Imani

Dogmatiki –*nom*- tawi la taaluma ya teolojia linalohusu mafundisho msingi ya Kanisa

dokezo-*kit*- toa ufafanuzi wa jambo, eleza kwa ufupi (*hali ya kutenda*)

Doksolojia –*nom*- sala ya sifa kuu katika kuhitimisha Sala Kuu ya Ekaristi anayoisali Padri kabla ya Sala ya Baba Yetu; ' *Kwa Njia yake Pamoja Naye na Ndani Yake...*'

dola-*nom*- 1. utawala chini ya kiongozi aliye mfalme, kama vile Babilonia ya kale 2. chombo chenye mamlaka ya kuendesha serikali

Dolorosa-*nom*- mwenye mateso, aliye na uchungu (*wa jinsia ya kike*)

Doloresi-*nom*- taz. *Dolorosa*

Domina-*nom*- aliye wa Bwana (*wa jinsia ya kike*)

Dominika- *nom*- siku ya Bwana, taz. *Jumapili* ***...ya matawi***: siku ambayo Wakristo hukumbuka kuingia na kupokewa kwa shangwe katika Mji wa Yerusalemu ili kuanza mateso yake ***...ya mchungaji mwema***: Dominika ya nne ya Pasaka ***...ya misioni***: siku ambapo waamini hukumbuka shughuli za uenezaji wa Enjili na kuchangia kwa ajili kusaidia shughuli za uenezaji wa Enjili ***...ya msamaria mwema***: siku ambapo waamini huhimizwa kutoa michango kwa ajili ya shughuli za Caritasi ***...upashanaji wa habari***: siku ambapo Kanisa huviombea vyombo vya habari duniani na wanahabari kwa jumla ili wafanye kazi kwa kuzingatia haki na maadili

Dominikani:***wa***-*nom*: Shirika la watawa mapadri, mabradha na masista ambao hufuata karama ya Mtakatifu Dominiko ndiyo ya kumtafakari Kristo na kumhubiri

Domisiana-*nom*- anayejisikia nyumbani (*wa jinsia ya kike*)

Domitila-*nom*- mwenye kutulia nyumbani kwake (*wa jinsia ya kike*)

Donata-*nom*- aliye zawadi (*wa jinsia ya kike*)

Donatusi-*nom*- aliye zawadi (*wa jinsia ya kiume*)

Donatisimu –*kiv*- aina ya uzushi ulioanzishwa na Askofu Donatus wa Karthago wakati wa madhulumu ya Wakristo

donda:***ma***-*nom*- jeraha kubwa katika mwili wa binadamu au mnyama ..***matano ya Yesu***: majeraha makubwa matano aliyoyapata Bwana Wetu Yesu Kristo kutokana na tobo za misumari na kuchomwa mkuki, taz. *Stigma*

dondoo:***ma***-*nom*- dokezo ya ajenda za mkutano

doria-*nom*- kuweka zamu ya kulinda

dorora-*kit*- kuelekea katika udhaifu, kutoleta mapato ya kutosha (*hali ya kutendeka*)

dosari-*nom*- kuingia kasoro, kutokuwa kamilifu

drakma-*nom*- sarafu ya Kiyunani

dulia-*nom*- kaida ya heshima wapewayo watakatifu walioko mbinguni

dumu-*nom*- endelea kubaki katika jambo lile lile au mahali pale pale

dunia-*nom*- sayari tunamoishi na kujimudu

dunisha-*kit*- fanya kuwa duni, punguza thamani ya kitu (*kauli ya kutendesha*)

duru-*nom*- ngwe, zamu ya, kipindi

E

Ebedi Yahwe *–knom-* mtumishi wa Mungu

Edeni*-nom-* mahali walipowekwa Adamu na Eva pamoja na viumbe wengine kabla ya kumwasi Mungu

edita:***ma****-nom-* anayefanya kazi ya kuhariri gazeti

Edmund*-nom-* mwenye kutoa uhifadhi

Ee! *–kihis-* 1. kihisishi kinachotangulia antifona kabla ya kusali sala ya Magnifikati katika Masifu ya Jioni wakati wa Majilio kuanzia tarehe 17 Desemba wakati wa masifu ya Jioni km.v. "Ee!! Ufunguo wa Daudi," "Ee!! Shina la Yese," n.k 2. mwito wa kufungua masifu ya mchana, Jioni na Usiku: "Ee Mungu uje kutusaidia"

efeta – *nom-* fumbuka, funguka

Efremu*-nom-* Mungu ameniwezesha kuzaa matunda katika taabu ya ugenini (*wa jinsia ya kiume*)

egemea*-kit-* kulalia katika kitu fulani ili kupata nguvu ya kusimama

Ekaristi *–nom-* 1. tendo la Shukrani 2. Hostia iliyowekwa wakfu ***adhimisho la***...: ibada ya Misa Takatifu ***ibada ya***...: hadhira ya waamini mbele ya Ekaristi Takatifu katika kufanya fikara, kutolea sala na kuabudu ***kongamano la***...: mkutano mkubwa wa waamini unaofanyika rasmi kwa ajili ya kutafakari upendo wa Mungu katika Ekaristi Takatifu ***maandamano ya***...: msafara wa waamini wakiongozwa na Padri mwenye kubeba Hostia Takatifu kwa ajili ya kubariki nyumba, mitaa na mashamba ya waamini ***Sakramenti ya***---: Mwili na Damu ya Kristo katika umbo la mkate na divai ***Sikukuu ya***---: sherehe ya Mwili na Damu ya Yesu Kristo, ambayo hufanyika kila mwaka baada ya Sherehe ya Moyo Mtakatifu wa Yesu ***...takatifu***: ibada ya Misa takatifu; Hostia iliyowekwa wakfu

Eklesiolojia *–nom-* elimu ya teolojia kuhusu Kanisa, moja ya tawi la Dogmatiki lenye kuitalii Elimu Kanisa

Eklesioloji *–nom-* taz. *Eklesiolojia*

Ekolojia *–nom-* elimu kuhusu viumbe hai na mazingira

Eksigesi *–nom-* 1. maarifa katika ufafanuzi wa aya na fasuli za Biblia 2. moja ya tawi la elimu ya Biblia katika kitivo cha teolojia

ekstasi *–nom-* kupatwa na hali isiyo ya kawaida katika miondoko ya ogani za mwili kwa kuingiwa na nguvu iliyo nje ya mtu mwenyewe

Ekumene- *nom-* jitihada ya makanisa ya Kikristo katika kurejea umoja wao kama alivyokusudia mwanzilishi wa Ukristo yaani Yesu Kristo

elekea-*kit-* tazama upande fulani, kuwa katika maelekeo fulani (*hali ya kutenda*)

elekeza-*kit-* kutoa maelekezo, kuonyesha njia (*hali ya kutenda*)

elekezi-*kiv-* enye kuelekeza na kutoa mwongozo

Eleuteria-*nom-* mwenye kupenda ukweli (*wa jinsia ya kike*)

elewana-*kit-* jenga uhusiano mzuri, sikilizana vyema (*hali ya kutendeana*)

eleweka-*kit*-kufahamika vizuri (*hali ya kutendeka*)

Elieza-*nom-* Mungu anasaidia (*jinsia ya kiume*)

elimika-*kit*- kuwa na elimu, kupata utambuzi katika jambo (*hali ya kutendeka*)

elimisha-*kit*- kufundisha, patia mtu elimu na maarifa (*hali ya kutendesha*)

elimu-*nom*- 1. ujuzi katika mambo 2. moja kati ya mapaji ya Roho Mtakatifu ...***dunia***: jumla ya maarifa yote yanayohusiana na malimwengu ...***ya Skolastika***: mfumo wa elimu katika karne za kati; uliojengwa katika falsafa ya Aristotle na mbinu za kufundisha za Kitomisti

Elohimu –*nom*- jina la Mungu lililotumiwa zaidi katika kitabu cha Yobu

Elohisti –*nom*- mwandishi katika Biblia mwenye kumzingatia Mungu kama Elohimu, taz. *Elohimu*

emanesheni –*nom*- fikra ya kifalsafa na kiteolojia yenye kushikilia kwamba Mungu ndiye mwanzilishi wa kanuni ya kuishi

embolisimu-*nom*- sala inayofuata mara baada ya *Sala ya Baba Yetu* katika adhimisho la Misa yaani, "Ee Bwana utuopoe katika maovu yote..."

Emmanuela-*nom*- Mungu pamoja nasi (*wa jinsia ya kike*)

Emmanueli-*nom*- taz. Emmanuela (*wa jinsia ya kiume*)

episteme-*nom*- uwezo wa kubaini iwapo maarifa yaliyopo yako sahihi katika wakati wowote

epistemolojia-*nom*- udadisi kwa shabaha ya kutambua kile kinachotofautisha nadharia thabiti na maoni ya mtu binafsi

eneo:***ma***-*nom*- sehemu iliyo wazi na isiyomilikiwa, mahali palipo patupu pasipo na mmiliki .... ***linalojisimamia***: ardhi ya Abasia pamoja na mali yake yote chini ya uongozi wa Abate ...***milikiwa***: sehemu ya ardhi yenye mmiliki anayetambuliwa kisheria

Enjili–*nom*- 1. Habari njema iletayo wokovu kwa watu wote 2. vitabu vinne vya mwanzo katika Agano Jipya vyenye kueleza maisha, mafundisho na matendo ya Yesu ...***Pacha***: zinazofanana katika kusimulia maisha na mafundisho ya Yesu yaani Enjili ya Marko, Matayo na Luka taz. *Sinoptiki* ...***ya mafanikio:*** mafundisho kwamba kipimo cha baraka ya Mkristo ni kuwa na mali tele, afya njema na furaha daima ...***ya uhai***: jina la Ensiklika mashuhuri ya Papa Yohane Paulo II (1992) yenye kutetea uhai wa mwanadamu tangu kutungwa kwa mimba ***alama za*** ---: ishara au picha zinazowakilisha Enjili: *Binadamu*----huwakilisha Enjili ya Matayo *Nyati/Fahali*-huwakilisha Enjili ya Luka, *Simba*----huwakikilisha Enjili ya Marko, *Tai*-------huwakilisha Enjili ya Yohane

Enjili-awali-*knom*- Habari Njema kwamba Mungu atawezesha uzao wa mwanamke kumkanyaga Shetani mwovu (taz. Mw. 3:15)

Enjilina-*nom*- mwenye kutangaza Habari Njema (*wa jinsia ya kike*)

Ensiklika-*nom*- waraka wa mzunguko wa Papa wenye hulka ya kichungaji

Ensiklopedia-*nom*- kamusi lenye kufafanua kwa kina na kwa undani istilahi na dhana mbalimbali, taz. *Kamusi- Bohari*

enzi-*nom*- uwezo katika kutamalaki

epifania –*nom*- tukio la Bwana ***Sherehe ya***---: Mungu kujifunua kwa mataifa kwa njia ya mamajusi

epigrafu-*nom*- maandishi yaliyoandikwa au kuhifadhiwa katika jiwe

epikeia –*nom*- kufanya uamuzi unaotakiwa kadiri ya hitaji la kimazingira

Epiklesi –*nom*- sala ya kumwomba Roho Mtakatifu ili kuweka wakfu vipaji vilivyotolewa altareni

Epikuriani:***wa***-*nom*-wafuasi wa mwanafalsafa mashuhuri wa Kigiriki aliyeitwa Epikuriusi

Episkopabili -*nom*- Padri mwenye haiba na maweza ya kuwa Askofu

eremiti-*nom*- hali ya kutangatanga au kuhama hama

Erika-*nom*- aliye mtawala (*wa jinsia ya kike*)

Eriki-*nom*- taz. Erika (*wa jinsia ya kiume*)

erosi –*nom*- mvuto wa tamaa za kimwili; kushikwa na ashiki, mihemuko ya kimwili

Esau-*nom*- mwenye nywele nyingi (*wa jinsia ya kiume*)

Esene: ***wa***-*nom*- kikundi cha kidini cha Wayahudi katika karne ya kwanza B.K waliojikania mali na mahusiano ya kindoa

Eskatolojia –*nom*- 1. elimu ya kiteolojia kuhusu mambo ya mwisho wa nyakati hususani hukumu ya wazima na wafu 2. matarajio ya nyakati zijazo

eskatoni-*nom*- kuusoma wakati kadiri ya matukio ya nyakati zijazo

etiketi -*nom*- mwenendo mwema, matendo mema ayafanyayo mwanadamu

eutanasia – *nom*- kuharakisha kifo cha mgonjwa kwa shabaha ya 'kumwondolea' mateso

Eva-*nom*- mama wa wanadamu wote ...***wa kale***: mke wa Adamu katika bustani ya Edeni ...***mpya***: Bikira Maria, Mama wa Mungu na wa Kanisa

Evalina-*nom*- mwenye kuhusiana na Eva (*wa jinsia ya kike*)

F

Fabiola-*nom*- mwenye kipaji cha kutamba hadithi (*wa jinsia ya kike*)

fadhaiko-*nom*- jambo linaloleta mahangaiko na kumkosesha mtu utulivu

fadhila-*nom*- hulka ya wema, hali ya kupenda kushukuru katika kupokea mema ***...ya imani***: fadhila ya Kimungu: hulka ya kuwa na imani thabiti ***...ya mapendo***: fadhila ya Kimungu, hulka ya kumpenda Mungu na binadamu ***...ya matumaini***: fadhila ya Kimungu; hulka ya udumifu katika kumtumainia Mungu

fadhili-*nom*- jumla ya mema tunayojaliwa katika maisha yetu

fadhiliwa –*kit*- kutendewa mema, hali ya kupokea mema (*hali ya kutendewa*)

fafanua-*kit*- eleza waziwazi (*hali ya kutenda*)

fahali***: ma***-*nom*- ng'ombe dume, kama vile maksai

fahamu- *nom*- uwezo wa kuhisi, kuelewa, kujua na kutambua mambo ***...ya waamini***: welewa wa imani ambao waamini huguswa nao kwa pamoja

faharasa-*nom*- orodha ya maneno yaliyomo kitabuni na yaliyoelezwa maana yake katika kurasa za mwisho za kitabu

fahari-*nom*- 1. enzi, hali ya kutukuka 2. kujivunia jambo unaloamini kuwa ni jambo jema

faida-*nom*- enye kuwa na manufaa

faidika-*kit*- pata manufaa, ongezewa kipato (*hali ya kutendeka*)

faili: ***ma***-*nom*- 1. jalada la kuwekea kumbukumbu au taarifa mbalimbali 2. panga nyaraka, kumbukumbu, na taarifa ndani ya Jalada

faini-*nom*- tozwa fedha kulipia jambo fulani mtu alilotenda kwa kukosa

fakiri:*ma*-*nom*- mtu aliye fukara kupindukia

faksi-*nom*- njia ya kisasa ya kutuma maandishi ya barua au taarifa kielektoniki

falsafa-*nom*- mfumo wa mawazo wenye kuzingatia mantiki katika fikra: msem. *falsafa ni mtumishi wa teolojia*

familia-*nom*- 1. jumuiya ya nyumbani inayoundwa na baba, mama na watoto 2. jumuiya ya watu waliofungamana kiroho kama vile Jumuiya wa Watawa ...***takatifu***: jumuiya inayoundwa na Yesu, Maria na Yosefu ...***ya Mungu***: 1. Kanisa la Mungu jinsi linavyojitafsiri lenyewe katika Bara la Afrika 2. jumuiya nzima ya wanadamu wanaomkiri Mungu kuwa Baba yao: **msem.** *familia inayosali pamoja, inadumu katika umoja*

fana-*kit*- kutia fora kwa tukio, Kusherekewa vyema kwa tukio (*hali ya kutendeka*)

fanaka-*nom*- ustawi, heri, baraka

fanana-*kit*- kuwa na sura au umbo lenye kushabihiana (*hali ya kutendeka*)

fanani-*nom*- msanii wa kazi za fasihi

fananisha-*kit*- onesha kufanana kwa mtu au kitu kimoja na kingine (*hali ya kutendesha*)

fani-*nom*- tawi mojawapo la maarifa k.m.v *Fizikia, Hisabati, Lugha*, n.k

fanikiwa-*kit*- faulu katika jambo fulani, fikia tarajio lililokusudiwa (*hali ya kutendeka*)

fanyika-*kit*- kutendeka kwa jambo

fanaka-*kiv*- hali ya kufanikiwa katika jambo

fanatiki-*nom*- 1. anayefuata dini kwa kuzingatia herufi za Biblia na siyo Ujumbe uliomo 2. mwenye kufuata hisia tu katika kuishi imani yake

fantasia-*nom*- upeo mkubwa wa ubunifu, uwezo wa kuumba mawazo na kuamsha fikara mpya

faradhi-*nom*- mahangaiko katika moyo wa mtu

faragha-*nom*- mahali penye kusetiri, pasipo na watu, penye usiri

faraja-*nom*- kupata ridhiko moyoni baada ya jambo fulani kutendeka

Farao:***ma***-*nom*- cheo katika Biblia cha kumtaja mkuu wa utawala huko Misri

farasi:***ma***-*nom*- mnyama wa kufungwa wa jamii ya punda na aliye mkubwa zaidi

fariki-*kitnom*- roho ya mwanadamu kufarakana na mwili, kuaga dunia (*kauli ya kutendeka*)

fasaha-*nom*- usahihi na usafi wa kuandika au kutamka maneno

fasihi-*nom*- 1. utanzu wa Sanaa wenye kujihusisha na usanifu wa Lugha 2. enye kutumia lugha safi na nzuri

fasili-*kitnom*- kutoa fafanuzi ya fasuli za Biblia, taz. *Eksigesi*

fasuli –*nom*- sentensi nzima katika Biblia yenye kupewa namba, pengine hutamkwa kuwa ni mstari, au aya

Fatima-*nom*- mahali pa hija nchini Ureno ambapo Bikira Maria aliwatokea watoto Fransiskusi, Lusia na Yasinta mwaka 1917

faulu-*kit*- fikia shabaha fulani, wezesha jambo kufanikiwa (*hali ya kutenda*)

Febroniani-*nom*-vuguvugu katika Karne ya Kumi na Nane huko Ujerumani ambalo lilikusudia Kanisa

Katoliki la Ujerumani kujitenga na Vatikani

fedheha-*nom*- kupatwa na aibu, kufikwa na soni

feli-*kit*- kushindwa kufikia shabaha, kutofaulu katika mtihani (*hali ya kutendeka*)

Feliksi-*nom*- mwenye furaha, aliye mchangamfu (*wa jinsia ya kiume*)

Felisitasi-*nom*- taz. Feliksi (*wa jinsia ya kike*)

Feministiki-*nom*-elimu na vuguvugu lenye kutia mkazo ukombozi wa mwanamke

Fidea-*nom*- mwenye imani (*wa jinsia ya kike*)

Fidelisi-*nom*- mwenye imani (*wa jinsia ya kiume*)

fidesimu-*nom*- kuweka mkazo katika imani pasipo kushirikisha akili

fidia-*nom*- malipo yanayotolewa ili kufidia jambo fulani lililoharibiwa

fifia-*kit*- kutokomea, kuwa katika hali dhaifu (*hali ya kutenda*)

fika-*kit*- kuwasili mahali (*hali ya kutenda*)

fikara-*nom*- mawazo, tafakari, enye kufikirisha: msem. *wafikishie wenzako tafakari zako*

fikisha-*kit*- kuwezesha kitu au mtu kuwasili mahali palipokusudiwa (*hali ya kutendesha*)

fikishwa-*kit*- kuletwa kwa mtu au kitu katika mahali palipokusudiwa (*hali ya kutendwa*)

Filiokwe-*nom*- mtafaruku uliojitokeza kati ya Kanisa la Magharibi na lile la Mashariki katika Karne ya Kumi na Moja, kwa kutokuafikiana katika fundisho kumhusu Roho Mtakatifu: "atokaye kwa Baba na Mwana" kama ilivyo katika Kanuni ya Imani ya Nicea. Kanisa la Mashariki halikuridhia fundisho hili

filisi-*kit*- 1. fuja mali kwa ubadhirifu au anasa (*hali ya kutenda*) 2.

nyang'anywa mali uliyokuwa nayo ili kufidia madeni uliyosababisha (*hali ya kutendwa*)

filisika-*kit*- kutokuwa tena na uwezo wa mali au mawazo ambayo mtu aliyokuwa nayo kabla (*hali ya kutendeka*)

Filosofia-*nom*- utanzu wenye kushughulika na hekima na kweli za maisha, taz. *Falsafa*

Filotea-*nom*- yote kwa ajili ya Mungu (*wa jinsia ya kike*)

Flora-*nom*- 1. anayependeza kama ua (*wa jinsia ya kike*) 2. anayependa mimea na kutunza maumbile ya dunia

Floriana-*nom*- taz. *Flora*

Floriani-*nom*- taz. *Flora* (*wa jinsia ya kiume*)

Fokasi-*nom*- mwenye kuweka dira, mwenye kutazama mbele (*wa jinsia ya kiume*)

Fokolare:***wa***-*nom*-: vuguvugu lililoanzishwa mwaka 1943 na Chiara Lubich huko Italia ili kuimarisha maisha ya kina ya kiroho kati ya walei

Foramu-*nom*- maamuzi kuhusu makosa yaliyotendwa na mtu ***...ya ndani***: maamuzi yawa uongozi wa Kanisa kuhusu mtu yasiyowekwa hadharani ***...ya nje***: maamuzi ya uongozi wa Kanisa kuhusu mtu yanayotekelezwa hadharani mf. *Mkristo mkosefu kutakiwa kukiri imani ya Kanisa hadharani*

fomula – *nom*- maneno rasmi yanayotamkwa aghalabu yakiambatana na tendo mahsusi ili kufanya Sakramenti itolewe

fotisimo-*nom*- imba kwa sauti kubwa

Fortunata-*nom*- aliye na bahati njema (*wa jinsia ya kike*)

Fortunatusi-*nom*- aliye na bahati njema (*wa jinsia ya kiume*)

Fransiskani:***wa***-*nom*: watawa wanaofuata mwongozo wa maisha ya Mtakatifu Fransis wa Azizi

Frateri –*nom*- 1. ndugu aliye mwanajumuiya katika jamii ya watawa wa kiume 2. mwanafunzi wa upadri katika Seminari Kuu, mseminari mkubwa

Fredriki-*nom*- aliye wa amani, asiyetaka magomvi (*jinsia ya kiume*)

Frenki-*nom*- aliye muwazi, anayesema waziwazi (*jinsia ya kiume*), pengine huitwa *Franki*

Frida-*nom*- aliye wa amani, asiyetaka magomvi (*jinsia ya kike*)

fuasa-*kit*- fuata, tekeleza (*hali ya kutenda*)

fuata-*kit*- kufuata kwa nyuma, kufuata nyayo (*hali ya kutenda*)

fufua-*kit*- rudishia uhai kiumbe kilichokufa (*hali ya kutenda*)

fufuka-*kit*- kupata uhai tena baada ya kufa (*hali ya kutendeka*)

fuja-kit- kutumia mali, chakula, hata nguo vibaya, kutapanya mali (*hali ya kutenda*)

fujo-*nom*- hali ya kukosa utulivu na maelewano, ghasia tupu

fukara-*nom*- aliyefukarika kwa kukosa mtaji, asiye na hali njema kiuchumi

fukiza-*kit*- tapakaza moshi wa ubani wenye harufu nzuri (*hali ya kutenda*)

fukuza-*kit*- 1. fuatia mdudu, mnyama, binadamu au hata kitu kwa kupiga mbio 2. ondoa mtu kutoka kazi fulani au mahali anapoishi (*hali ya kutenda*)

fumbo –*nom*- siri ya mpango wa Mungu katika yale mambo muhimu wanayoamini Wakristo

...***la imani***: muhtasari wa tukio la ujio wa Yesu Kristo ambaye alikufa, alifufuka na atakuja tena ...***la umwilisho***: tendo la Mungu kujifanya mwanadamu ...***la waridi***: moja ya sifa za Bikira Maria katika Litania

fumo-*nom*- mkuki mkubwa

fundisho:***ma***-*nom*- jambo linalofundishwa

funga-*kitnom*- kitendo cha kutoruhusu jambo kufanyika, kuweka kizuizi

fungamano-*nom*- ambatano, umoja wa makubaliano

fungua-*kit*- kuruhusu jambo kufanyika, kuondoa kizuizi

fungulia-*kiel*- kuruhusiwa kwa jambo kufanyika

Funziimani-*knom*- majisterio ya Kanisa, uwalimu wa maaskofu

furaha-*nom*- mlipuko wa kicheko au kitulizo cha ghafla anachokipata mtu nafsini mwake

furahi-*kiel*- 1. mwito wa kuwataka watu wawe wachangamfu (*kielezi cha namna/jinsi*) 2. –*kit*- kuwa katika hali ya kufurahia (*hali ya kutenda*)

fursa-*nom*- nafasi ya kufanya jambo

futa-*kit*- ondoa madoa katika kitu au mtu (*hali ya kutenda*)

fuvu la kichwa -*knom*- mahali aliposulibiwa Yesu, taz. *Desturi za Wakristo*

G

Galikanisimo *-nom-* vugu-vugu la chuki dhidi ya makleri huko Ufaransa katika Karne ya Kumi lililopelekea kupinga mamlaka ya Papa na kupora mali za Kanisa

Galilaya*-nom-* moja kati ya mikoa mitatu katika nchi takatifu wakati wa Yesu Kristo

Gambera:***ma****-nom-* Padri anayeongoza na kusimamia Seminari kwa niaba ya Askofu wake, taz. *Gombera*

gandamiza*-kit-* kubamiza kitu au kukishindilia kwa nguvu (*hali ya kutenda*)

gandika*-kit-* shikisha ukutani (*hali ya kutenda*)

gandisha*-kit-* 1. fanya kiowevu cha maji, maziwa au damu kuwa ngumu 2. fanya mtu asubiri mtu mwingine kwa muda mrefu (*hali ya kutendesha*)

ganga*-kit-* patia matibabu mtu mwenye kuugua (*hali ya kutenda*)

ganzi*-nom-* kutohisi maumivu kutokana na dawa au ugonjwa

garagara*-kit-*hangaika kutokana na mateso au kupatwa na jambo la furaha kwa kugeuka geuka huku mtu ukiwa ardhini (*kauli ya kutenda*)

gaudete- *kit-* 1. furahini! 2. Dominika ya tatu ya Majilio katika Kanisa Katoliki

Gaudiosa*-nom-* mwenye kuleta furaha (*jinsia ya kike*)

Gaudensia*-nom-* aliyejawa furaha (*jinsia ya kike*)

Gaudense*-nom-* aliyejawa furaha (*jinsia ya kiume*), pengine huitwa *Gaudensi*

gavana:***ma****-nom-* 1. mwakilishi wa dola katika koloni lililo chini ya mfalme anayetawala dola 2. mkuu wa mkoa

gawa-*kit*- 1. kutoa kitu kwa wengine (*kauli ya kutenda*) 2. kutakiwa kuwashirikisha wengine kitu kilichopo (*hali ya kuamriwa*)

gawana-*kit*- kupeana, kushirikishana (*hali ya kutendeana*)

gawanya-*kit*- kutenganisha na kuweka sehemu sehemu, kuharibu umoja (*hali ya kutenda*)

gazeti:***ma***- *nom*- jarida kutoka mezani kwa mhariri lenye kutoa habari za matukio mbalimbali

gema:***ma***-*nom*- mtelemko mkali, korongo

Geneva-*nom*- mji mashuhuri wa kimataifa nchini Uswisi na ndipo yalipo makao makuu ya Baraza la makanisa ya Kikristo duniani

gereji:***ma***-*nom*- mahali pa kutengeneza vyombo vya usafiri, Karakana

gereza:***ma***-*nom*- mahali wanamozuiwa wafungwa katika seli maalumu

ghadhabu-*nom*- hasira ambayo inakwenda pamoja na hamaki ya kupatiliza kitu

ghairi-*kit*- kubadili nia fulani

gharama-*nom*- 1. thamani ya kitu 2. kuwa na bei kubwa

gharika-*nom*- mafuriko ya maji yenye kusababisha madhara makubwa kwa viumbe hai na vitu mbalimbali ...***kuu***: mafuriko makubwa yaliyodumu kwa siku arobaini mchana na usiku kama adhabu ya Mungu wakati wa Nuhu

ghasia-*nom*- kuwepo fujo na ukosefu wa maelewano

ghofiri-*kit*- enye kusamehe, enye kurehemu (*hali ya kutendesha*)

ghuba-*nom*- sehemu kubwa ya bahari iliyoingia ndani ya eneo la pwani

ghushi-*kit*- hila au ujanja wa kuiga sahihi au maandishi ya mtu mwingine ili kujipatia kitu

gidamu-*nom*- kamba zinazotumika katika kufungia viatu ili viweze kukaa vizuri katika miguu

Gilgameshi –*nom*- mmoja kati ya mashujaa katika masimulizi ya kale huko Babilonia ***ngano ya*-----** shairi ndefu kutoka Babilonia linaloeleza kuhusu uhodari wa Gilgameshi

gitaa:***ma***-*nom*- ala ya muziki yenye nyuzi na kupigwa kwa kutumia vidole

giza-*nom*- ukosefu wa mwanga au nuru ***...la dhambi***: hali ya mtu kugubikwa na tabia ya uvunjifu wa amri za Mungu ***...la kiroho***: kuwa katika hali ya kujisikia ukavu katika mwelekeo wa uhusiano wetu na Mungu ***...la mauti***: mazoea endelevu ya kutenda dhambi kubwa

globu-*nom*- tufe la plastiki lenye kuonyesha ramani ya dunia

glosalia –*nom*- uongeaji wa lugha ngeni isiyoeleweka kama karama ya kiroho

gofu:***ma***-*nom*- mabaki ya jengo au nyumba baada ya kuharibiwa au kubomoka

goigoi-*kiv*- aliye dhaifu, asiye na nguvu ya kutosha

Golgotha -*nom*- mlima aliosulibiwa Bwana wetu Yesu Kristo

gombera-*nom*- Mkuu wa Seminari, taz. *Rekta*

goti: ***ma***–*nom*- kiungo cha mguu kinachounganisha paja na muundi ***piga ma***--- fanya tendo la heshima ya juu kwa Mungu

Gotiki –*nom*- mtindo wa ujenzi wa makanisa kwa kuta nene zikiambatana na nguzo mbalimbali uliojitokeza katika sehemu ya mwisho ya karne za kati huko

Ufaransa na kuenea pote katika Ulaya

gnostiki *–nom-* welewa kwamba wokovu unaweza kupatikana kutokana na maarifa ambayo kikundi cha watu wachache kimejaliwa nayo kuliko wengine wajuavyo, taz. *ujuzilio*

gnostisimo *–nom-* mfumo wa kitaaluma uliotafsiri mada kuwa ni uovu na kufundisha elimu ya siri waliyokuwa nayo wachache

Graduale *–nom-* 1.wimbo katika Misa unaoimbwa kati ya Somo na Enjili ukifuatiwa mara na Aleluya ili kukaribisha kusomwa kwa Enjili 2. kitabu cha nyimbo za Misa

Grasiana*-nom-* aliyejaliwa neema (*wa jinsia ya kike*), taz. *Gresi*

gredi*-nom-* kiwango au daraja ya kitu, mfano katika ufaulu wa mtihani

Gregoriana *–nom-* 1. nyimbo za Misa zenye kufuata mahadhi ya Papa Gregori mkubwa 2. moja kati ya vyuo vikuu vya kipapa mjini Roma kilichopewa jina hilo kwa heshima ya Papa Gregori mkubwa

Gregoriani *–nom-* marekebisho yaliyofanywa na Papa Gregori mkubwa katika Liturujia na muziki wa Kanisa

gremiale *–nom-* kitambaa aina ya aproni anachojifunga Askofu katika ibada ya kubariki mafuta, ili kuzuia mavazi ya Misa aliyovaa yasilowane mafuta matakatifu

Gresi*-nom-* mwenye neema (*wa jinsia ya kike*)

Grotto *–nom-* pango ambalo aghalabu huwekwa sanamu ya Bikira Maria

Guadalupe*-nom-* eneo la hija nchini Mexico ambapo inaaminiwa kwamba Bikira Maria aliwahi kuwatokea wachungaji

gumegume-*nom*- kaza uso mbele, piga moyo konde

gumzo-*nom*- mazungumzo ya hapa na pale, kuhusu hiki na kile pasipo mpangilio maalumu

guru –*nom*- mwalimu mashuhuri wa dini ya Kihindi na mwenye hekima kubwa

gwiji:***ma***-*nom*- aliye stadi sana na mahiri katika fani yake

H

haba-*kiv*- kutotosheleza, kuwa katika uchache, upungufu

habari-*nom*- enye kutoa taarifa kuhusu jambo au tukio ...***Njema***: taarifa ya furaha kuu katika Agano Jipya

habiti -*nom*- vazi la nje la mtawa lenye kufanana na kanzu

hadaa-*nom*- hila, udanganyifu

hadaiwa-*kit*- achwa njia panda, kutapeliwa, kudanganywa (*hali ya kutendwa*)

hadhara-*nom*- kadamnasi ya watu katika eneo la wazi

hadhi-*nom*- wadhifa, cheo, heshima

hadhira-*nom*- jumla ya wasikilizaji walio katika hadhara mbele ya mhubiri au mtoa mada

hadidu-*nom*- dondoo, marejeo mbalimbali

hafla-*nom*- mkusanyiko wa watu kwa ajili ya tukio maalumu

Hagada –*nom*- mwongozo katika mapokeo ya Kiyahudi kuhusu maadili na homilia

Hagiografia –*nom*- mkusanyiko wa maandishi kuhusu maisha ya watakatifu

haiba –*kv*- utu wa mtu, namna mtu anavyoonekana kutoka wasifu wake wa ndani na wa nje

haki-*nom*- iliyo sawa, iliyo sahihi, isiyopendelea, kutendea mtu kadiri ya sheria ...***ya kikatiba***: ridhio la kisheria kwa raia kufanya jambo analokusudia kwa mujibu wa nguvu ya vifungu vya Katiba iliyoko ...***ya kuishi***: kanuni ya kuheshimu na kujali uhalali wa kila binadamu kuthaminiwa maisha yake tangu angali tumboni mwa mama ... ***za binadamu***: 1. Azimio la Umoja wa Mataifa la mwaka 1948 kuhusu haki alizo nazo mwanadamu 2. uwezo wa mtu kupata mahitaji muhimu kwa maisha na kutendewa kwa kuzingatia misingi ya utu wa mwanadamu

haki na amani-*knom*- moja ya misingi ya mafundisho ya kijamii ya Kanisa Katoliki kwamba amani haipatikani pasipo kuzingatia haki ***tume ya***... kamati katika Jimbo au Baraza la Maaskofu yenye kushughulika na masuala ya haki na amani

hakika-*kiel*- bila ya wasiwasi, pasipo mashaka (*kielezi cha jinsi au namna*)

hakimiliki-*knom*- uhalali wa mtu kumiliki kitu fulani kama vile kitabu, ardhi au eneo

hakimu:*ma-nom*- 1. mwenye kutoa hukumu 2. watu maalumu ambao Mungu aliwainua kuwaongoza Waisraeli katika kipindi cha migogoro 3. moja kati ya sifa za Bwana Yesu Kristo ambaye katika wakati wa mwisho wa nyakati atakuja kuwahukumu wazima na wafu: msem. *hakuna aliye hakimu kwa kosa lake mwenyewe*

halaka – *nom*- mwongozo wa kujengesha maadili mema katika mapokeo ya Kiyahudi

halleli-*nom*- Bwana Asifiwe

halifa-*nom*- enye kuwa na rika sawa, enye kushika nafasi ilele ...***wa mitume***: kila aliye Askofu anashika nafasi ile ya mitume ...***wa Petro***: Askofu wa Roma anashika nafasi ile ile ya Mtume Petro

halisi-*kiel*- Kwelikweli, lingana na gharama iliyotolewa

halmashauri –*nom*- kikundi cha watu wenye wajibu maalumu katika jumuiya ya Kanisa ...***ya jimbo***: mapadri wenye kumshauri Askofu kuhusu uchungaji wa Jimbo lake, pengine huitwa *Seneti ya Mapadri* ...***ya nyumba***: orodha ndogo ya watawa waliochaguliwa na wenzao katika kumshauri Mama mkubwa wa nyumba au konventi kwenye masuala yanayohusu maisha yao.

hamasa-*kiel*- msisimko na msukumo wa kufanya jambo (*kielezi cha namna*)

hamasisha-*kit*- kuwatia watu moyo na msukumo wa kufanya jambo

hamu-*kih*- hisi ya moyo ya kutamani na kutarajia jambo fulani

hangaika-*kit*- kutotulia, kwenda huko na huko, kuwa katika fikara za jambo linalokukera (*hali ya kutendeka*)

hangaiko-*nom*- jambo lenye kumhangaisha mtu

hapana-*kiel*- neno la kukataa (*kielezi cha namna*)

haradali-*nom*- mbegu zilizo ndogo ndogo zenye rangi ya manjano ambazo zikipondwa huwa kali sana

hari-*nom*- wakati wa joto kali, nyakati za mchana

hariri-*nom*- kitambaa chenye thamani sana,

nyuzi zake zitokanazo na viwavi vya nondo

hasidimu:*wa-nom-* kundi la Wayahudi walioshika ibada kwa dhati

hasimu:*ma-nom-* adui, mtu aliye mgomvi nawe

hasira-*kiv-* hali ya kuwa na ghadhabu, ni moja kati ya mizizi ya dhambi

hasmoneani-*nom-* nasaba iliyotokana na jamaa ya Wamakabayo

hatamu-*nom-* 1. kushika uongozi, kuongoza ofisi au idara fulani 2. nyuzi ya ngozi ya kuongozea farasi

hati-*nom-* dokumenti yoyote yenye kuthibitisha jambo maalumu ...***miliki***: cheti chenye kudhihirisha umiliki halali wa kitu

hatia-*nom-* kuwa na kosa linalostahili adhabu

hatima-*nom-* mwisho wa jambo, hitimisho

haya-*kiel-* 1. kutojisikia vizuri kutokana na kutendewa au kutenda jambo lisilo na heshima, soni 2. ukubali, kuafiki jambo

hayawani:*ma-nom-* 1. mnyama wa mwituni 2. mtu asiye na matendo ya utu na mwenye ukatili wa kutisha

hazina-*nom-* ofisi inayoshughulika na taratibu za utunzaji wa fedha, mali, au tunu ya jamii

hedimasta:*ma-nom-* mwalimu mkuu wa kiume wa shule ya sekondari

hedimistresi:*ma-nom-* mwalimu mkuu wa kike wa shule ya sekondari

hefsiba-*nom-* mtalikiwa aliyeachwa pweke na mwenzi wa ndoa

hekalu:*ma-nom-* jengo kubwa ambamo makuhani wa Kiyahudi walitolea sala na sadaka ...***la Salomoni***: lilijengwa na mfalme Solomoni mwaka 950 K.K na kubomolewa wakati wa uvamizi wa Wababiloni mwaka 586 K.K ...***la Yerusalemu***:

lilijengwa na Herode mkubwa mwaka 19 K.K na kubomolewa mwaka wa 70 B.K na Dola ya Kirumi

hekaya-*nom*- hadithi ya kubuniwa, mf. *Hekaya ya Abunuwasi*

hekima-*kiv*- 1. uwezo wa kutenda jambo lile linalopaswa kutenda na kutoa kauli ya kufaa katika mazingira mbalimbali 2. moja kati ya mapaji ya Roho Mtakatifu ...***ya Kikristo***: welewa sahihi wa mafundisho ya Kanisa

Helena-*nom*- aliye tochi, nyota inayomulika (*wa jinsia ya kike*)

hema-*nom*- kibanda au banda lenye kukidhi mahitaji ya dharura ...***ya makutano***: mahali Waisraeli walipoweza kutambua uwepo wa Mungu kati yao katika safari ya jangwani

heri-*nom*- hali ya furaha ya kina itokanayo na Baraka ya Kimungu ...***nane***: mambo manane yaliyotajwa na Yesu yanayoweza kumletea mwanadamu furaha ya kina kadiri ya hotuba ya mlimani (taz. Mt. 5:1-12)

herme-*nom*- jina la Mungu wa Kigiriki ambaye alikuwa mtumishi wa miungu mingine

Herode:***ma***-*nom*- jina la cheo cha mtawala wa moja ya mikoa mitatu katika Uyahudi wakati wa Yesu wa Nazareti

Herodia-*nom*- jina la cheo cha aliyekuwa mke wa Herode

hesabu-*nom*- 1. fani ya taaluma inayohusu Elimu ya Hisabati 2. malipo kutokana na mema na mabaya aliyofanya mtu katika maisha

heshima -*nom*- 1. enye staha, enye kuwa na turuhani 2. kupatiwa tunu ya staha kutokana na kufanya matendo ya kutukuka ...***kwa mahoka/ mababu***: staha asilia katika makabila ya Kiafrika ya kuwaenzi wanaukoo wazee waliofariki ...***kwa watakatifu***: desturi ya Kanisa ya kuwaenzi na kuwakumbuka watakatifu

hija-*nom*- safari ya kiroho ambapo mtu mmoja mmoja au kikundi cha watu huenda katika mahali maalumu ili kujipatia neema na rehema ... ***ya Kitume***: 1. ziara inayofanywa 2. Safari maalumu wanazozifanya maaskofu kwenda Vatikani kila baada ya miaka mitano

hiksosi-*nom*- nasaba ya Kimisri (kati ya 1850-1500 K.K) ambayo chanzo chake ni kati ya wasemitiki

Hilaria-*nom*- mwenye kufurahi (*wa jinsia ya kike*)

Hilari-*nom*- mwenye furaha (*wa jinsia ya kiume*)

Hilariusi-*nom*- mwenye kufurahi (*wa jinsia ya kiume*)

himaya-*nom*- eneo la dola fulani katika upana wake wote

himidi-*kit*- kumsifu na kumshukuru Mungu (*hali ya kutenda*)

hipadulia-*nom*- kaida ya heshima ya juu anayopewa Bikira Maria aliye Mama wa Mungu

hipostasisi-*nom*- fundisho kwamba Yesu Kristo ana nafsi moja katika hulka mbili ya kimungu na ya kibinadamu

hirakia –*nom*- 1. ngazi au daraja kati ya makleri: yaani mashemasi, mapadri na maaskofu 2. memba wote katika koleji ya maaskofu ...***ya ukweli***: kweli za msingi zilizo kipaumbele katika yale wanayoyaamini Wakristo, mf. imani kuhusu *Utatu Mtakatifu*, au *Ufufuko wa Yesu* ni kweli za msingi.

Hazina uzito ule ule kama vile Mkristo kuamini kwamba Bikira Maria alitokea katika pango huko Lurdi kwa msichana Bernadetha

hirimu-*nom*- wa rika moja nawe, aliye na umri unaolingana nawe

hirizi-*nom*- kitu kinachovaliwa mwilini kilichofungiwa uganga na kufanyiwa mizungu kuwa kinga dhidi ya madhara

Hironima-*nom*- aliye na mdomo wa dhahabu (*wa jinsia ya kike*)

Hironimusi-*nom*- taz. Hironima (*wa jinsia ya kiume*)

hisani-*nom*, *kiv*- moyo wa kutenda mema, fadhili

hisopo-*nom*- mmea ambao matawi yake hutumiwa kwa kutakasa vitu

historia-*nom*- mchepuo wa taaluma unaojihusisha na matukio kama yalivyojitokeza katika jamii husika ***...ya Kanisa***: elimu kuhusu Kanisa jinsi lilivyoanza na kuenea katika nyakati mbalimbali ***...ya wokovu***: masimulizi ya kibiblia kuhusu mpango wa Mungu wa kuwakomboa wanadamu

hitimisho:***ma***-*nom*- jambo linalosemwa au kuandikwa mwisho; tamati, kaditama

hodari –*kiv*- 1. hali ya kujasiri na kujaribu kudumu katika kukabiliana na jambo ovu hata kulishinda ovu hilo 2. moja kati ya mapaji ya Roho Mtakatifu 3. umahiri katika jambo fulani

hofu-*kiel*- kuingiwa na woga, kujisikia kutokuwa salama (*kielezi cha hali*)

hojaji-*nom*- kifungu cha maswali; mkusanyiko wa maswali yaliyoandaliwa

holi:***ma***-*nom*- 1. aina ya kijimtumbwi au chombo kilichotengenezwa kutoka mti ili kulishia wanyama 2. ukumbi mkubwa holini-*kiel*- 1. katika kijimtumbwi, ndani ya chombo kama hicho 2. ukumbini

homilia-*nom*- mafundisho yanayotolewa kanisani na mapadri au wachungaji yanayofafanua masomo yaliyosomwa

homosiosi –*nom*- kuwa sawa katika idadi, uwepo na katika uhalisi. Mwana ni sawa na Baba, hivyo Roho Mtakatifu ni sawa na Baba na Mwana

honoraria-*nom*- fedha anayoipata mtu kutokana watu kuheshimu mchango wake katika jamii, uzoefu wake na utaalamu alio nao

Honorata-*nom*- mwenye heshima (*wa jinsia ya kike*)

Honoriusi-*nom*- taz. Honorata (*wa jinsia ya kiume*)

Horebu-*nom*- Mlima Sinai

Hosana –*nom*- 1. tamko la shangwe ambalo watu wa Yerusalemu wakishika matawi wali mtamkia Yesu Mnazareti 2. kibwagizo katika Wimbo wa "Mtakatifu, Mtakatifu" wakati wa Misa 3. jina la mtu (*wa jinsia ya kike*)

hostia –*nom*- vipande vya mkate vilivyotengenezwa maalumu kwa ajili ya kuwekwa wakfu katika adhimisho la Misa ...***Takatifu***: vipande vya mkate vilivyokwisha kuwekwa wakfu, taz. *Ekaristi Takatifu*

hotuba-*nom*- maelezo maalumu yanayotolewa mbele ya hadhara

hua-*nom*- njiwa, ndege mdogo aliye kinda bado

huduma-*nom*- shughuli ambayo Mkristo huifanya kwa mujibu wa ubatizo alioupokea katika Kanisa kwa ajili ya kujenga ufalme wa Mungu

huisha-*kit-elez*- kutia uhai, enye kutia uzima (*hali ya kutenda*)

hujaji:***ma***-*nom*- mtu aliyeko katika safari ya kuhiji

hukumu-*nom*- uamuzi unaotolewa na mahakama ya Kanisa au na mkubwa wa Kanisa mahalia kutokana na kosa lililofanywa na mmoja kati ya waamini...***ya mwisho***: uamuzi wa Bwana wetu Yesu Kristo kuhusu hatima ya walio wazima na wafu wakati wa Ujio wake wa Pili

hulka –*kiv*- tabia ya asili ya mtu, maelekeo aliyo nayo mtu

humerali –*nom*- vazi analovishwa Padri au Shemasi mabegani wakati wa kuwabariki watu kwa kutumia Ekaristi Takatifu

huruma-*nom*- kuwa na upendo kwa mtu mkosefu, kumsikitikia makosa yake na kuwa tayari kumsamehe

hurumia-*kit*- onea imani, fanyia huruma (*hali ya kutenda*)

husopo-*nom*- mmea mdogo ambao majani yake hutumiwa kunyunyizia au kurashia vitu majimaji katika ibada

husuda-*nom*- kumtazama mtu kwa ubaya, kutomtakia mtu mema, kumwonea mtu wivu

huzuni-*nom*- hali ya kuwa na masikitiko au na majonzi kama yale aliyokuwa nayo Bwana Yesu katika bustani ya Getsemane

I

iba-*kit*- chukua kitu cha mtu bila idhini yake, dokoa kitu kwa siri pasipo ruhusa ya mwenye chake

ibada –nom- tendo la kiliturujia la Kanisa kwa shabaha ya kuadhimisha tukio fulani au kuabudu

ibara-*nom*- sura katika Maandiko Matakatifu, taz. *aya*

ibilisi-*nom*- Shetani, mshawishi, mtu mwovu, taz. *Shetani*

idara-*nom*- kitengo maalumu katika Kanisa, ofisi yenye kushughulikia utume fulani

idhini-*nom*- ruhusa, kibali, ridhaa

idhinisha-*kit*- toa ruhusa, kubalia jambo lifanyike (*hali ya kutendesha*)

idolati-*nom*- kufanya ibada na kutolea heshima kwa sanamu au miungu mbalimbali

Ijumaa-*nom*- siku katika wiki inayofuata baada ya Alhamisi ...***Kuu***: siku katika Juma kuu: wakristo hukumbuka kusulibiwa na kufa msalabani kwa Yesu Kristo

ikona-*nom*- sanamu ya Kikristo

ikonografia-*nom*- 1. elimu kuhusu sanaa ya Kikristo 2. ujuzi na welewa katika sanamu na michoro ya picha mbalimbali kuhusu maisha ya watakatifu

Illuminata-*nom*- mwenye kung'ara (*wa jinsia ya kike*)

Imakulata-*nom*- 1. aliyekingiwa dhambi ya asili, asiye na doa wala waa lolote 2. Jina la mtu (*wa jinsia ya kike*)

imani-*nom*- kuwa na hakika ya jambo, kuwa thabiti katika kile mtu anachokijua kuwa ni kweli ...***ya kweli***: ile inayofundishwa na Kanisa na inayofahamishwa kwa watu kadiri Kanisa Linavyofundisha ...***pekee***: msimamo wa Martin Luther kwamba Mkristo anaokolewa kwa imani yake na siyo kwa kutegemea matendo yake ...***potofu***: kuegemea katika shughuli au fikra za kishirikina: msem: *imani bila matendo imekufa* (taz. Yak. 2:26) imara-*kiv*- hali ya kuwa thabiti katika jambo bila kuyumbishwa

IMBISA-*nom*- Mkusanyiko wa Mabaraza ya Maaskofu Katoliki kutoka nchi za Kusini mwa Afrika, zikiwemo Angola, Sao Tome, Lesotho, Msumbiji Afrika ya Kusini, Swaziland, na Zimbabwe

Injili –*nom*- Habari Njema, taz. *Enjili*

inkadinasio –*nom*- kuingizwa kwa Padri katika Jimbo au Shirika fulani la kitawa

Inosenti-*nom*- asiye na kosa, mtu mnyofu (*wa jinsia ya kiume*)

INRI-*knom*- anwani ya mashtaka aliyoyaandika Pontio Pilato msalabani kwa lugha ya Kilatini, kumaanisha "Yesu Mnazareti Mfalme wa Wayahudi" (rej. Yn 19:19)

inuka-*kit*- kunyanyuka kutoka chini (*kauli ya kuamuru*)

inuliwa-*kit*- kunyanyuliwa, kuwekwa mahali pa juu kutoka mahali pa chini (*kauli ya kutendewa*)

Inviolata-*nom*- asiyeharibiwa ubikira wake (*wa jinsia ya kike*)

Irene-*nom*- aliye mpole na mtaratibu (*wa jinsia ya kike*)

Ireneusi-*nom*- taz. Irene (*wa jinsia ya kiume*)

Isaka-*nom*- mwana wa Abrahamu na aliye mmoja wa mababu wa imani

Isaya wa Pili-*knom*- mwandishi wa kitabu cha nabii Isaya kuanzia sura ya 40 hadi ya 55

ishara-*nom*- kielelezo cha jambo, kidokeza neno fulani ***...ya nyakati***, taz. *Alama za Nyakati* ***...ya msalaba***: kujigusa kichwani, kifuani, na mabegani ili kuanza sala au ibada katika Utatu Mtakatifu

Israeli:*wa-nom*: 1. taifa la Mungu 2. wana wa Yakobo 3. mtu wa Mungu ...***mpya***: 1. Kanisa 2. wanakanisa yaani waamini wote waliobatizwa katika Kristo

istilahi-*nom*- maneno yanayotumika katika mchepuo fulani wa kitaaluma

itifaki-*nom*- kuzingatia mantiki inayofuata nyadhifa walizo nazo wahusika

itika-*kit*- kupokea mwito utolewao (*hali ya kutendeka*)

itikia-*kit*- kukubali mwito fulani (*hali ya kutendea*)

J

jabali-*nom*- mwamba mgumu, mwamba thabiti

Jalali-*nom*- jina la kumtaja Mungu; mwenye kugawa majaliwa

jalimu –*nom*- 1. mwenye elimu au maarifa ya hali ya juu, aliye mjuzi mahiri katika uwanja wake wa taaluma 2. mwalimu anayefundisha katika seminari kuu au katika chuo kikuu, taz. *mhadhiri*

janga –*nom*- tendo lenye kuleta maafa

jangwa-*nom*- mahali pa utupu, pasipo na matumaini ya uhai

jangwani-*kiel*- 1. mahali pa majaribu 2. penye upweke, unyamavu na hivi kuwezesha tafakari za kina

Jansenismo-*nom*- vuguvugu la kutaka kukazia mafundisho ya Mt. Agustino wa Hippo kuhusu dhambi ya asili ya mwanadamu

jamaa-*nom*- ndugu, mtu wa ujirani katika ukoo

jaribio-*nom*- 1. kuthubutu kufanya jambo au kitu fulani ...***la kufunga ndoa***: mkleri aliye mseja au mtawa aliyejiweka wakfu kuthubutu kuweka mkataba wa kindoa na mwanamke au mwanamume ...***la kutoa mimba***: kitendo cha makusudi chenye kulenga katika kuharibu mimba iliyokwishatunga ...***la kuua***: kitendo cha makusudi kinachofanywa kwa shabaha ya kutoa uhai wa mtu

jarife-*nom*- aina ya wavu mkubwa wa kuvulia samaki katika maji ya kina

jazba-*nom*- hasira isiyotawalika; ghadhabu yenye kufumuka kama sabuni ya foma

jehenamu –*nom*- mahali pa adhabu kwenye mateso ya milele

jema-*kiv*- tendo lililo na wema, lenye kukubalika kimaadili

jemedari-*nom*- askari wa cheo cha juu katika jeshi la Dola ya Kirumi

jeneza-*nom*- chombo kilicho mfano wa kitanda kinachotumiwa katika kubebea sanduku la maiti

Jerome-*nom*- mwenye mdomo wa dhahabu, taz. Hironimusi (*wa jinsia ya kiume*)

jeshi-*nom*- kundi la wapiganaji; kikundi cha askari ...***la malaika***: kundi la malaika ...***la mbinguni***: kundi la malaika wakuu na wadogo

Jezebeli-*nom*- 1. mke wa mfalme Ahazi aliyewaleta miungu wa kipagani katika Israeli na kumshawishi mfalme huyo kumny'anganya Nabodi shamba lake la Mizabibu 2. Jina la kumtaja mwanamke aliye kiruka njia, asiyetulia au hata aliye kahaba

Jezuiti:***ma**-nom-* Shirika katika Kanisa Katoliki linawajumuisha mapadri, mabradha na watawa wa kike ambao hufuata karama za Mtakatifu Ignasio wa Loyola

jeuri-*kiv-* hali ya werevu, hali ya kuwa na ujanja au hata kiburi

jimbi:***ma**-nom-* jogoo mkubwa

Jimbo:***ma**-nom-* eneo la Kanisa mahalia alilokabidhiwa Askofu kulionngoza; Dayosisi ...***faridi***: eneo Kanisa lenye kuwahudumia watu wa jamii maalumu kama vile wahamiaji au watu wengine wenye kuzungumza lugha moja ...***kuu***: eneo la Kanisa mahalia linaloongozwa na Askofu Mkuu ...***lililokufa***: dayosisi iliyokuwepo katika kipindi fulani cha historia ya Kanisa lakini baadaye kutokana na sababu mbalimbali haikudumu bali imetoweka ...***ndugu***: dayosisi iliyo rafiki, taz. *Patnashipu*

jimboni-*kiel-* mahali pote ndani ya eneo la Jimbo husika (*kielezi cha mahali*)

jina-***ma**-nom-* neno lenye kumtambulisha mtu ...***la familia***: linalotokana na ukoo wa mhusika hutumika pamoja na jina la ubatizo katika hati mbalimbali ...***la kupanga***: analopewa mtu kufuatana na haiba yake inavyojitokeza kwa wanadarasa wenzake, majiranina hata wajuani wake ...***la ubatizo***: analopewa mtu na wazazi au walezi katika ubatizo wake ...***la utawa***: analochagua mtu kuitwa katika kuingia ngazi ya unovisi katika maisha ya utawa...***la wadhifa***: analopewa au kulichagua mtu pale anaposhika wadhifa mpya kama vile pale Kardinali anapochaguliwa kuwa Papa

jinamizi-*nom*- hali ya kuwa na ndoto ya kutisha

jirani:***ma***-*nom*- 1. mwenye makazi yake karibu nawe 2. uliye na uhusiano wa karibu naye 3. yeyote mwenye kuhitaji msaada wako

johari-*nom*- kitu cha thamani, kitu cha kutunzwa kwa makini

joho:***ma***-nom- vazi pana linalofanana na koti refu

joka:***ma***-*nom*- 1. nyoka mkubwa 2. mkuu wa mashetani 3. adui wa Mungu

jopo:***ma***-*nom*- kikundi cha wataalam kilichoteuliwa na maaskofu au mamlaka husika kushughulikia suala fulani

Josefini-*nom*- sera za kiutawala za mfalme Joseph II ambazo zilitetea Kanisa na kuwapa makleri nguvu kubwa katika dola ya Hasburg huko Austria (1780-1790)

jubilei –*nom*- sherehe maalumu ya kuadhimisha tukio fulani katika maisha ya wanakanisa ...***kuu***: tukio la kikanisa linaloadhimishwa baada ya miaka mia moja au zaidi ....***ya almasi***: tukio linaloadhimishwa baada ya miaka sabini na mitano ...***ya dhahabu***: tukio linaloadhimishwa baada ya miaka hamsini ...***ya fedha***: tukio linaloadhimishwa baada ya miaka ishirini na mitano

juma –*nom*- jumla ya siku saba katika wiki, wiki moja ...***kuu***: kati ya Dominika ya Matawi hadi Dominika ya Pasaka

jumanne-*nom*- siku ya nne ya juma

jumapili –*nom*- siku ya pili ya Juma, siku ya mapumziko kwa Wakristo, taz. *Dominika*

jumatano-*nom*- siku ya tano ya juma kuanzia Jumamosi ***....ya majivu***: siku ya kuanza mfungo wa Kwaresma

jumatatu-*nom*- siku ya tatu ya juma kuanzia Jumamosi

Jumuiya-*nom*- kikundi cha waaminiwenye kujitambua katika shabaha na nia yao moja ***...Kanisa***: wanakanisa katika mahali walipo ***...ndogondogo***: mkusanyiko wa watu katika ujirani wanapofanya tafakari ya Neno la Mungu na kubadilishana mawazo ***...ya Dombesi***: wateolojia 20 kutoka Kanisa Katoliki na wengine 20 kutoka makanisa ya Kiprotestanti wenye kujadili jitihada za kiekumeni

Juniorati-*nom*- baraza la watawa vijana katika konventi au monasteri

Justina-*nom*- mwenye kupenda na kutetea haki (*wa jinsia ya kike*)

Justini-*nom*- taz. Justina (*wa jinsia ya kiume*)

juya-*nom*- nyavu ya samaki iliyotengenezwa kwa nyuzi za asili ambazo siyo za viwandani

juzuu:***ma***-*nom*- makala ndefu iliyojaladiwa kwa matumizi lakini siyo katika mfumo wa kitabu

K

kakaa-*nom*- karatasi maalumu ambamo huwekwa taarifa muhimu kuhusu maisha ya Mkristo

kabidhi-*kit*- kumpatia mtu kitu fulani, kumwaminisha majukumu, mali au hata madaraka (*hali ya kutendea*)

kabidhiwa-*kit*- kitendo cha kugawiwa kitu au majukumu (*hali ya kutendwa/kutendewa*) kabila:*ma*-*nom*- jamii ya watu wanaohusishwa kwa kuzungumza lugha mmoja na kuwa na mila na desturi kutoka utamaduni mmoja ...***kumi na mawili ya Israeli***: jamii ya watu katika ulimwengu wa Biblia kutoka miongoni mwa watoto kumi na wawili wa Yakobo

kabili-*kit*- kutana na mtu au jambo kwa ujasiri bila kusita

kabrasha:*ma*-*nom*- furushi la matini za mikutano

kaburi:*ma*-*nom*- shimo ambalo analazwa marehemu, mahali alipozikwa marehemu

kafara-*nom*- kiumbe chenye uhai kinachotolewa uhai kwa ajili ya kuombea ridhaa ya Mwenyeezi Mungu

Kafeteria-*nom*- mgahawa wenye kuhudumia wateja chakula na vinywaji hususan katika mahali pa kazi au masomo

kafiri:*ma*-*nom*- 1. aliye katili kwa binadamu wenzake 2. hutumika na Waislamu kumwita mtu asiye wa dini hiyo na hata yule asiye na dini yoyote

kafuri-*nom*- 1. dawa yenye kutoa harufu kali kwa ajili ya kuzuia nguo kutafunwa na mende 2. dawa inayotumika kutayarisha maiti kabla ya kuzikwa ili kuzuia harufu mbaya

kago-*nom*- shehena ya mizigo inayosafirishwa kwa ndege au kwa meli

kagua-*kit*- fanya uchunguzi ili kupata uhakika jinsi kitu kilivyo au mambo yanavyokwenda (*hali ya kutenda*)

kahaba:*ma*-*nom*- aliye na tabia ya kuuza mwili wake kwa kufanya ngono ya malipo

kahawia-*kiv*- rangi ya maji kunde, inayofanana na kahawa

kaidi-*kit*- kitendo cha kuwa na kichwa kigumu,

kutoshika maagizo ya wakubwa, kutoambilika

kaimu-*nom*- shikilia cheo au wadhifa fulani kwa muda

kairosi-*nom*- wakati wa neema, wakati ulio mwafaka kwa wokovu

Kaisari:***ma***- jina la cheo la aliyekuwa mtawala wa Dola ya Kirumi

kaka-*nom*- ndugu wa kiume anayetokana au na uzawa wa damu katika familia au uzawa wa kiroho kwa njia ya ubatizo

kale-*nom*- zamani zaidi, enzi zilizopita, hapo zamani za mababu

kalenda-*nom*- orodha katika mwaka kuhusu miezi, majuma, siku na tarehe kama inayoonyeshwa katika daftari au karatasi ...***ya Kanisa***: inaweka bayana kumbukumbu, sikukuu na sherehe zote zinazoadhimishwa katika Kanisa ...***ya liturujia***: inatoa mwongozo kwa ajili ya maadhimisho ya ibada mbalimbali katika mwaka mzima wa Kanisa

Kalisi-*nom*- kikombe maalumu kilichonakishiwa kwa shaba au dhahabu ambacho hutumika katika kuweka divai inayogeuzwa kuwa damu ya Yesu katika adhimisho la Misa

Kalkata-*nom*- mji mashuhuri nchini India yalipo makao makuu ya Shirika la masista wa Upendo na alikozikwa mwenye heri Mama Teresa

Kalvari –*nom*- mahali aliposulibiwa Bwana wetu Yesu Kristo, taz. *Golgota*

Kalvini-*nom*- mapokeo ya teolojia ya Kiprotestanti yaliyojikita katika vuguvugu la kipindi cha Marekebisho yenye kutofautiana na mapokeo ya Kilutheri

Kalvinisimo-*nom*- mfumo wa kiteolojia uliofuata mawazo ya John Calvini huko Ufaransa

Kamanda:***ma***-*nom*- mtu mwenye kuongoza kikundi cha askari

kamata-*kit*- shika kwa nguvu kama vile walivyofanya askari walipomshika Yesu katika bustani ya Getsemani

kamati-*nom*- kikundi cha watu waliochaguliwa na kukabidhiwa kuifanya kazi fulani

kambi:***ma***-*nom*- 1. wanazuoni wenye maoni yanayolingana na ambayo hutofautiana na wenzao wa kambi nyingine 2. makao ya muda ya wafanyakazi wa barabara au reli, wahamiaji, wasafiri

kambo-*nom*- ndugu katika familia ambaye siyo wa kutoka uzao wa damu moja

Kamelengo-*nom*- Kardinali mwenye wadhifa wa kusimamia na kuendesha nyumba ya Papa katika Vatikani

Kameliti:***wa***-*nom*- Shirika la watawa wa ndani wanaomheshimu Mama Bikira Maria wa Mlima Karmeli

kamili-*kiv*- iliyo timilifu, isiyopungua hata kidogo

kamilifu-*kiv*- iliyotimilika kabisa

kamilika-*kit*- kuwa katika hali isiyo na upungufu tena (*hali ya kutendeka*)

kamilisha-*kit*- kuwezesha kitu kuwa kamili kabisa, kufikisha kitu kwenye hitimisho (*hali ya kutendesha*)

Kamishna:***ma***-*nom*- 1. mjumbe katika tume iliyoundwa na kuagizwa kufanikisha majukumu fulani 2. Afisa wa juu wa Jeshi la Polisi au Magereza

kamisheni-*nom*- fedha inayotolewa kwa mtu kutokana na kazi aliyoifanya na kwa kuheshimu taaluma au uzoefu wake

2. Tume maalumu iliyoagizwa kutekeleza jambo fulani

kampeni-*nom*- harakati maalumu katika uwanja wa siasa

kampuni:***ma***-*nom*- kikundi maalumu cha kuendesha biashara na kuzalisha mali

Kamusi-Bohari-*knom*- Kitabu chenye orodha ya dhana na istilahi mbalimbali zilizofafanuliwa kwa mapana na marefu ili kukidhi hitaji la wasomi, taz. *Ensiklopedia*

Kamusi-Rejea-*knom*- Kitabu chenye orodha ya Istilahi na dhana mbalimbali kadiri zinavyotumika katika uwanja husika wa taaluma kama vile *Fizikia*, *Teolojia*, *Kemia*, n.k

kanda-*nom*- eneo kubwa maalumu la Kijiografia

kando-*nom*- weka pembeni, kutotilia maanani

Kanisa:-***ma***-*nom*: jumuia ya watu walioitwa na Mungu ambao wamekubali kubatizwa na kutumwa ...***dada***: ambalo liko katika mfungamano mmoja na Kanisa lingine ***jengo la***...nyumba ya ibada ambamo waamini hufanya ibada ya kumwabudu Mungu ...***kutoka ndani***: jumuiya Kanisa inavyotafsiriwa kutoka katika hulka yake kama fumbo na pia kutazama maisha ya wanakanisa yalivyo ...***kutoka nje***: jumuiya Kanisa katika utume wake kwa mataifa yote ...***la Adventisti***: moja ya madhehebu ya Kikristo lenye kuweka mkazo katika ujio wa pili wa Kristo ...***la hija***: jengo la Kanisa lenye historia maalumu liliteuliwa na mamlaka husika ya Kanisa kwa ajili ya shughuli za hija ...***la Kienjili***: dhehebu la Kikristo lililoanzishwa na na Martin Luther, taz. *Walutheri* ...***la Kikoptiki***:

dhehebu katika Kanisa la Orthodoksi lililoshamiri zaidi huko Ethiopia na Misri ...***la Kilokole***: moja kati ya sekti za Kikristo ambapo waamini wake hukazia kwamba wameokoka kwa imani ...***la Mitume***: dhehebu la Kikristo ambalo waamini hutoa kipaumbele katika kuwaongoa watu kutoka madhehebu na dini nyingine ...***la Monroviani***: moja ya madhehebu ya Kikristo ...***la Roma***: Kanisa lile lililo chini ya Papa ...***la ufufuko***: moja ya madhehebu ya Kristo na ambalo hutilia mkazo Ufufuko ...***la Wasabato***: dhehebu la Wakristo wenye kufanya ibada zao siku za Jumamosi ...***mahalia***: lililo katika mahali chini ya mchungaji wake maalumu kama vile Dayosisi, Parokia au Usharika ...***mahsusi***: Kanisa lililoko katika eneo lake la kijiografia na lenye kuzingatia utamaduni wa watu wake, taz. *Kanisa Mahalia*

Kanisa-mama-*knom*- 1. Kanisa Kuu la kiaskofu, taz. *Kathedrali* 2. Kanisa lililoanzishwa kwanza na kuwa chimbuko kwa makanisa yaliyojengwa baadaye katika Dayosisi

Kanisani-*kiel*- 1. ndani ya jengo la Kanisa 2. katika Jumuiya ya wanakanisa (*kielezi cha mahali*): msem. *Kanisani hakuna aliye mtalii*

Kanoni: ***ma***- 1. msaidizi wa Askofu mwenye kusimamia eneo fulani la Dayosisi 2. mwenye kuongoza Idara katika ofisi ya Dayosisi hutumika zaidi katika Kanisa la Anglikana 3. kifungu cha Sheria ya Kanisa 4. vigezo vya kikanisa katika kupokea jambo au kitu fulani kuwa na urasmi

Kanonizesheni-*nom*- tendo la kumtangaza Mkristo aliyefariki dunia kuwa mtakatifu

Kantebari-*nom*- mahali lilipo Kanisa Kuu na Ofisi ya Askofu Mkuu wa Kantebari katika Kanisa la Anglikana

Kantini-*nom*- mahali panapouzwa chakula na vinywaji, kwenye kambi au shule

Kanuni-*nom*- 1. mwongozo au utaratibu unaotumika katika jumuiya fulani, mf. watawa 2. mukhtasari maalum ambamo Wakristo hukiri yale yaliyo muhimu katika kuyasadiki na kuyaishi ---***ya Atanasius***: tamko la imani kuhusu Utatu Mtakatifu na katika Nafsi na kazi ya Kristo katika lugha ya Kilatini lililotungwa na Mtakatifu Atanasius wa Alexandria katika Karne ya Tano. "Yeyote anayetaka kuokoka..." ---***ya imani***: jumla ya mambo makuu wanayoyaamini Wakristo

kanusha-*kit*- kusema hapana, kutokubali jambo, kupinga (*hali ya kutenda*)

kanzu:***ma***-*nom*- vazi ndefu wavaalo mapadri, mashemasi na waseminari hasa wakati wa ibada

Kapitulari:***ma***-*nom*- 1. Padri mwenye kuongoza moja ya Idara katika Kuria ya Jimbo 2. mkutano wa makapitulari

Kaplani:***ma***-*nom*-Padri aliye msaidizi wa Paroko katika kuongoza Parokia husika

Kapuchini:***wa***- Shirika la watawa wa kiume wanaofuata kanuni ya Mtakatifu Francis wa Asisi

karabati-*kit*- marekebisho, kutengeneza upya kitu kilichochakaa au kuharibika (*hali ya kutenda*)

karama-*nom*- kipaji alicho nacho mtu kama

zawadi kutoka kwa Roho Mtakatifu

karamu-*nom*- dhifa, mlo wa kisherehe; chakula rasmi ...***takatifu***: ushiriki wa waamini katika Komunyo takatifu ...***ya milele***: mkusanyiko wa watakatifu pamoja na Mungu na malaika katika maisha ya huko mbinguni ...***ya mwisho***: mlo rasmi ambao Bwana wetu Yesu Kristo aliowaandalia wafuasi wake siku ya Alhamisi jioni kabla ya mateso yake

Karantini-*nom*- uzuiaji wa watu, mifugo au mimea isisafirishwe kwa njia ya anga, ardhi au maji kutoka eneo moja kwenda eneo lingine ili kuzuia kusambaa kwa magonjwa ya kuambukiza

Kardinali:***ma***-*nom*- Askofu aliye memba wa koleji takatifu mwenye wajibu wa kumshauri Papa na kushiriki katika uchaguzi wa Papa ...***asiyetajwa***: ambaye jina lake linabaki moyoni mwa Papa kutokana na sababu maalumu ...***mpigakura***: ambaye yuko chini ya umri wa miaka 80 kwa hiyo kuwa na haki ya kushiriki katika Konklevu ya kumchagua Papa

Kardinali-Askofu-*knom*- mwenye kupewa jina la moja ya makanisa yaliyo ndani ya Jiji la Roma, aghalabu huwa ni maprifekti wa Kuria ya Roma

Kardinali-Dekani-*knom*- kiongozi wa makardinali wenzake ambaye huchaguliwa na makardinali walio katika ngazi ya makardinali-maaskofu na kuthibitishwa na Papa

Kardinali-Padri-*knom*- mwenye kuongoza Jimbo Kuu nje ya Jiji la Roma au mahali penginepo duniani

Kardinali-Shemasi-*knom*- humsaidia Papa katika kufanya kazi fulani anayomkabidhi

karisma- *nom*- 1. kipaji cha kiroho katika utendaji 2. mvuto kwa watu alio nao kiongozi wao

Karismatiki-*nom*- vuguvugu la waamini walei lenye kutilia maanani utendaji wa Roho Mtakatifu kwa njia ya sala, mkesha, maombezi na huduma za uponyaji ...***Katoliki***: chama cha kitume chenye kukazia utendaji wa karama za kiroho chini na pamoja na uongozi wa Kanisa ...***ya kipentekoste***: msukumo wa kutoka chini kati ya waamini-wenye kutenda kadiri wanavyofikiri kuongozwa na Roho Mtakatifu

Karmeliti:***wa***-*nom*- Shirika la watawa waliojiweka chini ya Mama Bikira Maria wa Mlima Karmeli

karne-*nom*- kitambo cha miaka mia moja

karoli-*nom*- nyimbo wa furaha hasa wakati wa Krismasi

Karolingiani-*nom*- kipindi cha vuguvugu la mageuzi ya sanaa na utamaduni katika Ulaya wakati wa karne ya Nane

Kartusiani:***wa***-*nom*- Shirika la watawa wafuatao maisha ya kina ya fikara lilianzishwa na Mtakatifu Bruno

kasirani-*nom*- hali ya kuweka chuki kwa ajili ya kulipa kisasi

kasirika-*kit*- kupandwa na hasira au ghadhabu (*hali ya kutendeka*)

kasirisha-*kit*- kutia mtu hasira kutoka na matendo au maneno yasiyofaa (*hali ya kutendesha*)

Kasisi: ***ma***-:-*nom*- Padri katika utume wake wa kutolea sadaka altareni, taz. *Kuhani* au *Padri*

kasma-*nom*- fedha zilizotengwa kwenye idara fulani kwa ajili ya shughuli maalumu

Kasteli-Gandorfo-*knom*- nyumba ya mapumziko ya Papa katika wakati wa Kiangazi

Kasula:***ma***-*nom*- vazi kuu la Padri au Askofu wakati wa ibada ya Misa kwa kawaida huwa na rangi inayodokeza wakati wa mwaka wa Kanisa au wazo la Liturujia inayoadhimishwa

Katakombu:***ma***-*nom*: aina ya mahandaki yaliyotumiwa na Wakristo wa mwanzo katika kujificha dhidi ya madhulumu waliyoyakabili

katalogi-*nom*- kitabu chenye orodha ya vitu na ambamo hutolewa maelezo ya kila kimoja

katazo-*ktnom*- zuio ili kutofanya kitu au jambo fulani

kategoria-*nom*- mpangilio wa vitu vinavyofanana au vya aina moja ambavyo kisha kuchambuliwa huwekwa pamoja kwa sifa zinazofanana

Katekesi-*nom*- namna ya kufundisha mafundisho ya Kikristo kwa mtindo wa maswali mafupi na majibu yake

Katekisimu-*nom*- kitabu chenye muhktasari wa mafundisho ya Kanisa ---***ya Westminster***: Muhktasari wa mafundisho wenye kuonesha ukomavu wa teolojia ya Kiprotestanti baada ya Marekebisho na yenye kuthibitisha kwamba Maandiko Matakatifu ndiyo yaliyo pekee chemchemi ya imani

Katekista:***ma***-*nom*- mwalimu wa mafundisho ya imani ya kikatoliki, taz. *mkatekista* ...***mkolezaji***: ambaye huratibu shughuli za makatekista wenzake wanaofanya kazi katika Parokia husika

...*wa Jimbo*: anayetambuliwa Kijimbo na ambaye hutumwa kufanya utume wake maparokiani kutoka uongozi wa Kijimbo ...*wa Kigango*: anayehudumia Kigangoni ...*wa Parokia*: anayefanya kazi kwa kutumwa na kuhudumiwa na Parokia husika

Katekumenati-*nom*- 1. maandalizi yote yanayotolewa kwa Wakatekumeni kabla ya kubatizwa 2. eneo ambalo wakatekumeni wanakaa na kupewa Katekesi

Katoliki-*nom*- 1. kwa ajili ya wote, kwa mataifa yote 2. Kanisa la Kristo lililo chini ya uongozi wa Baba Mtakatifu

Kathedrali-*nom*- 1. penye kiti cha Askofu 2. Kanisa Kuu la Kiaskofu, aghalabu huwa ndipo penye kiti cha Askofu

Katiba-*nom*: jumla ya kanuni zinazotoa mwongozo wa maisha ya jamii fulani ...*ya Shirika*: mwongozo unaoongoza shirika fulani la kitawa ...*ya Kitume*: taz. *Konstitusheni ya Kitume*

Katibu:*ma*-*nom*- 1. mwenye kuratibu shughuli za utawala na uongozi katika ofisi 2. anayeandika kumbukumbu katika mikutano mbalimbali ...*mahsusi*: Katibu binafsi wa Papa, Askofu mahalia au hata Mkuu wa Shirika ...*mkuu*: mwenye kusimamia shughuli zote za kiutawala katika ofisi ya maaskofu ambaye huteuliwa na maaskofu wenyewe au Sinodi ya maaskofu ambaye huteuliwa na Papa mwenyewe ...*mukhtasi*: mwenye kuchapa nyaraka katika ofisi ya kiongozi wa Kanisa, karani wa ofisi, pengine huitwa *katibu myeka*

kauli-*nom*- tamko, msimamo uliowekwa

bayana na mtu au kikundi ...***shadidi***: yenye kuzingatia ukweli ulio bayana ...***tunu***: yenye kuzingatia thamani na roho ya ujumbe uliomo

kaulimbiu-*knnom*- maneno yaliyoteuliwa kwa makini ili kuwa dira katika utendaji wa mtu binafsi, kikundi cha watu, na hata taasisi

Kaunta-*nom*- mahali pa kupata mapokezi na taarifa kuhusu shughuli mbalimbali ndani ya ofisi, hospitali, shule au mahali pengine pa biashara, taz. *mapokezi*

Kayafa-*nom*- Kuhani mkuu aliyetabiri kifo cha Yesu kwa kuwaambia Wayahudi wenzake kwamba yafaa mtu mmoja afe ili Waisraeli wapate kuokoka (rej. Yn 11:50)

kayamba –*nom*- chombo cha muziki ambacho kimetengenezwa kwa matete na ndani yake hutiwa punje kavu au changarawe na kutikiswa kwa mapigo maalumu ya kimuziki

kazi-*nom*- shughuli yoyote yenye kumpatia mtu kipato halali ...***ya mikono***: 1. yenye kutendwa kwa kutumia mikono miwili aliyo nayo mwanadamu 2. riziki ipatikanayo kutoka mikono yetu ...***ya Mungu***: yenye kutendwa kutokana na nguvu na uwezo wake Mwenyezi

KCCB-*nom*- Baraza la Maaskofu Katoliki la Kenya

Kefa-*nom*- jiwe, mwamba

Kefasi-*nom*- 1. aliye thabiti, aliye mwamba 2. jina la mtu (*wa jinsia ya kiume*)

kengele:***ma***-*nom*: 1. kifaa kikubwa kilichotengenezwa kwa madini ambacho hupachikwa kwenye mnara wa Kanisa hutumika kutoa taarifa ya mwaliko kwa waamini na mara nyingine kufahamisha tukio la furaha kubwa au huzuni kubwa 2. kifaa kidogo ambacho hutumiwa mashuleni na katika konventi kujulisha ratiba fulani

kenosisi *–nom-* Nafsi ya pili ya Mungu kujishusha kutoka hali yake ya utukufu wa Kimungu na kukubali kufanyika mwanadamu, kuteswa na kuuawa katika kumtii Mungu Baba

kerigma*-nom-* tangaza habari njema

kerubimu:***ma****-nom-* kundi la malaika wenye kubeba kiti cha enzi cha Mungu

kesha: ***ma****-nom-* hali ya kujiweka tayari, tendo la kukaa macho katika kusali ili kujiandaa kwa tukio fulani au kumlilia marehemu; taz. pia *vijilia* ***...la Noeli***: Misa ya usiku wa Noeli ***...la Pasaka***: Misa ya Jumamosi kuu usiku

kesheni*-kit-* wito wa kuwasihi watu kukaa macho na kuwa katika hali ya kujiandaa kwa tukio fulani (*hali ya kusihi, kuamuru*)

ketishwa*-kit-* wekwa katika kiti (*hali ya kutendwa*)

Ketubimu *–nom-* maandiko Matakatifu yaliyo sehemu ya Biblia ya Kiyahudi ya Agano la Kale

kiama*-nom-* siku ya mwisho wa dunia, siku ya hukumu ya wanadamu

Kiapo:***vi****-nom-* tamko la dhati lenye uzito wa hali ya juu analolitoa mtu ***...cha useja***: tamko linalotolewa na mseminari kabla ya kupewa daraja la Ushemasi na Mnovisi kabla ya kufunga nadhiri ya kwanza ***...cha utii***: tamko la dhati linalotolewa na mseminari aliye mteule kwa daraja la Ushemasi, na Shemasi aliye mteule kwa daraja la Upadri kwamba atashirikiana na Askofu wake mahalia na watakaokuwa waandamizi wake kwa kumpatia heshima na utii, tena hutakiwa pia kwa Padri aliyeteuliwa kupata daraja la Uaskofu kwamba atashirikiana na Kiti cha Kitume na kuwa mtii kwa Papa aliye halifa wa Petro

Kiaramaiki-*nom*- lugha ya Kisemitiki aliyoitumia Yesu Kristo

kibaba-*kiv*- tabia, matendo na maelekeo yanayomhusu Baba

kibali-adhimishi –*knom*- hati au barua ya kumruhusu Padri kuadhimisha Misa takatifu awapo nje ya Jimbo, taz. *celebreti*

Kibeho-*nom*- mahali pa hija nchini Rwanda ambapo panaaminika kwamba Bikira Maria hutokea

kibinadamu-*kiv*- 1. iliyo kawaida kwa mwanadamu 2. kufanya jambo au kufikiri kama mwanadamu

Kibudu:***vi***-*nom*- mwili wa mnyama aliyekufa, mzoga ***kufa***----- tendo la mwanadamu kuaga dunia pasipo kupokea huduma za kiroho kutoka kwa mchungaji ***kuzikwa***---- kufanyiwa maziko pasipo ibada ya Misa Takatifu wala ibada ya maziko kaburini

kiburi-kiv- hali au tabia ya kutotaka kusikia maoni ya wengine

kibwagizo:***vi***-*nom*-maneno yaliyoko katika mstari wa mwisho wa ubeti wa shairi na ambayo hurudiwarudiwa katika kila mwisho wa ubeti wa shairi

kibweta cha ubani-*knom*- chombo cha kuwekea ubani

kichanga:***vi***-*kiv*- kitoto kidogo kabisa, mtoto mchanga

kichokoo:***vi***-*nom*- 1. kitoa ujumbe kwa njia ya michoro 2. kitu cha kudharaulika, kitu cha kufanyiwa masihara au kilicho mzaha mtupu

kichwa-*nom*- sehemu ya juu ya mwili wa mnyama au binadamu iliyoshikamana na shingo ambayo ina ubongo, mdomo, pua, macho, masikio na nywele ...***cha Kanisa***: Yesu Kristo mwenyewe aliye mkuu wa Kanisa

kidole:***vi***-*nom*- kiungo kilicho katika ncha ya mikono na miguu kinachomwezesha mwanadamu kutenda kazi ...***cha Mungu***: 1. matendo makuu ya Mungu 2. Roho Mtakatifu aliye nafsi tendaji ya Mungu

kielelezi:***vi***-*nom*- mfano wa kitu, kitu kinachoeleza jambo fulani; taz. *Modeli*

kifo:***vi***-*nom*: kitendo cha mtu kupoteza uhai, taz. *Kufa au kufariki*: msem. *kifo hakina neno la mwisho*

kifodini-*knom*- kitendo cha muamini kuuawa kutokana na kutetea imani yake

kifudifudi-*kiel*- kulala huku uso na tumbo vikiwa chini wakati mgongo ukiwa juu (*kielezi cha namna*)

kifungo:***vi***-*nom* kitu au jambo linachomfanya mtu kutokuwa huru katika maisha yake ya Kikristo ...***cha asili***: kizuio cha kutoishi kindoa kati ya ndugu wa damu ...***cha dhambi***: hali ya mtu kukaa katika dhambi pasipo kutubu ...***cha kisakramenti***: kizuio kitokanacho na mtu kupokea sakramenti fulani ...***cha ndoa***: kizuio kitokanacho na mkataba wa hiari kati ya wanandoa

kifungu:***ma***-*nom*- sehemu ya kitu, ibara ...***cha Sheria ya Kanisa***: ibara ya kisheria katika Kodisi ...***cha adhabu***: sehemu katika Kodisi inayoainisha adhabu kwa makosa mbalimbali wayatendayo wanakanisa

Kigango:*vi-nom* eneo dogo katika Parokia ambalo hupata huduma za kichungaji kutoka Parokia husika

kigezo:*vi-nom* msingi wa hoja, nguzo katika kusimamia hoja

kihimizo-*nom-* mawaidha ya kutilia mkazo wazo fulani la kichungaji ...***cha Kitume***: Barua ya Kichungaji kutoka kwa Papa baada ya mkutano wa Sinodi ya Maaskofu wa eneo fulani

kihoro:*vi-nom-* kuwa na hofu kubwa; kupatwa na huzuni ya kutisha

kijakazi:*vi*-nom- mtumwa mwanamke

kijana:*vi-nom*-mtu wa makamo mwenye umri kati ya miaka 18 hadi 35

kijani-*nom-* rangi ya mavazi ya Misa wakati wa Mwaka

Kijikanisa-*kiv*-1. jengo dogo la Kanisa ambamo kikundi kidogo cha watu huweza kufanya ibada ya Misa na hata tafakari mbalimbal ...***cha hija***: kinachotumika kwa shughuli za hija ...***cha Sistine***: kinachotumika kwa ajili ya mikutano ya Konsistori na uchaguzi wa Papa ...***cha uabudu***: kinachotumika kwa ajili ya kuabudu na fikara 2. *vi-nom--, taz. Kikanisa cha wazi:* kijikanisa kinachoweza kutumika na waamini wa makundi mbalimbali kwa shughuli za ibada na sala tofauti na makanisa ya Parokia, vigango, au Seminari kwa mfano, ambayo hutumiwa na waamini wanaotambuliwa kisheria.

Kikanisa:*vi-nom-* 1 jengo ndogo litumikalc kwa shughuli za ibada na sala, kijikanisa 2. kufanya vile linavyotaka Kanisa, au kwa namna ile linavyoeleleza Kanisa.

kikombe:*vi-nom-* chombo kinachotumiwa kwa ajili ya kunywea maji, divai n.k ...***cha divai***:kijikombe kidogo kinachotumika kuwekea divai kwa ajili ya Misa ...***cha maji***: kijikombe kinachotumika kuwekea maji kwa ajili ya kuchanganywa na divai wakati wa Misa ...***cha mateso***: jumla ya mateso na changamoto zote Mkristo anazokabiliwa nazo katika wito wake ..... ***cha wokovu***: kalisi inamowekwa damu ya Yesu Kristo

kikondoo-*kiv-* kondoo mchanga

Kikristo-*nom-* hali na maisha yenye kuongozwa na Yesu Kristo

kimama-*kiv-* 1. tabia, matendo na hali inayomhusu aliye mama 2. dhana ya kudunisha, kueleza udogo wa mwanamke anayekusudiwa

kimbilio-*nom-* 1. mahali ambapo mtu huenda kwa shabaha ya kujihifadhi ili kuepukana na hatari 2. mahali au mtu mwenye kutoa msaada kwa wengine

kinabii-*kiel-* namna au hali ya kusema na kutenda kama nabii

kinanda-*nom-* chombo cha muziki kinatoa sauti kwa kupulizwa au kuguswa noti zake

kinara:*vi-nom-* 1. chombo cha kuwekea mishumaa na hivi kuzuia nta isichafue saka 2. mtu anayewaongoza wenzake

kinda:***ma***-*nom-* kitoto cha ndege, ndege aliye mchanga

kindugu-*kiel-* kutendeana kama ndugu, kuchukuliana katika upendo

kinubi-*nom-* zeze lipigwalo kwa vidole bila uta, lenye

uzi zaidi ya mmoja na husimamishwa wakati wa kupigwa

kinyunyizi-*nom*- chombo cha kuwanyunyizia waamini maji ya baraka, taz. *aspegili*

kiongozi:***vi***-*nom*: 1. mwenye wajibu katika kuwatumikia wengine ili kuimarisha umoja wa waamini 2. mwenye dhamana ya kuboresha na kutunza kilicho chema katika jumuiya, mwenye kuonesha dira kwa jumuiya yake anayoiongoza ... ***wa Kanisa***: mwenye wadhifa fulani katika Kanisa kama vile Askofu, Paroko, *n.k* ...***wa ibada***: 1. Padri anayeendesha ibada 2. mlei au mkleri anayesimamia utaratibu wa ibada ...***wa dini***: mwenye madaraka makubwa katika dini fulani ...***wa kiroho***: Padri aliye mshauri wa kiroho wa mtu binafsi, au taasisi ya Kanisa taz. pia *mwungamishi*

Kipaimara-*nom*- Sakramenti katika Kanisa ambayo kwayo Mkristo huimarishwa kwa mapaji saba ya Roho Mtakatifu

kipaumbele –*nom*- enye kutiliwa maanani zaidi, iliyo katika nafasi ya kwanza ... ***kwa fukara:***msimamo wa kijamii wa Kanisa Katoliki katika kuwazingatia wanyonge na fukara

kipau-mtaguso-*knom*- maoni yaliyozuka katika karne za kati kwamba mtaguso wa kiekumene ulikuwa na mamlaka kubwa zaidi kuliko yale ya Papa, na hivi hata kuwa na uwezo wa kumwondoa Papa katika madaraka yake

kipi-*kiw*- kitu gani kati ya hiki au kati ya vilivyopo?

kipindi:***vi***-*nom*- muda maalumu katika Liturujia ya Kanisa ...***cha***

kwaresma: siku arobaini za mfungo katika kujiandaa kwa Pasaka ...***cha majilio***: majuma manne ya kujiandaa kwa sherehe ya Noeli ...***cha mwaka***: Dominika za kawaida katika mwendo wa Liturujia ya Kanisa

kiri-*nom*- kukubali, kuafiki

kiriba:***vi***-*nom*- chombo kidogo cha kuhifadhia maji ya baraka

kirimiwa-kit- jaliwa, pewa kitu au jambo (*hali ya kutendewa*), taz. *kukirimiwa*

kisasi:***vi***-*nom*- kulipiza kutokana na kosa lililotendwa: msem. *kulipa kisasi tumwachie Mungu*

Kisakramenti: ***vi***-*nom*- kitu ambacho kimebarikiwa kama vile maji ya baraka, rozari *n.k* ili kumsaidia Mkristo rohoni na mwilini na kumkinga na mashetani

Kisemiti-*nom*- jina la jumla kwa lugha zenye asili yake katika Mashariki ya Kati

kishawishi:***vi***-*nom*- kitu au jambo lenye kumtia mtu katika majaribu ya kutenda dhambi

kisima:***vi***-*nom*: mahali palipochimbwa yanapohifadhiwa maji ...***cha ubatizo***: mahali katika jengo la Kanisa panapotumika katika kuwabatiza waamini

kisirani:***vi***-*nom*- hali ya kuweka ghadhabu moyoni ili kulipiza kisasi

kisulisuli-*nom*- upepo wenye mbisho wenye kuzungukazunguka, kimbunga

Kitabu:*vi*-*nom*- maandishi yaliyochapishwa na kuhifadhiwa katika sura mbalimbali na kutiwa jalada maalumu...***cha sala kwa wote***: sala zinazotumika mara kwa mara na kwa vipindi vyote vya mwaka wa Kanisa na waamini wa Kanisa la Anglikana duniani pote---***cha Uzima***: mahali yalimoandikwa majina ya wote waliopokelewa na watakaopokelewa huko Mbinguni

kitalu:*vi-nom-* 1. eneo la kukuzia miche, bustani ya miche 2. seminari, kituo cha malezi

kitani-*nom-* nyuzi zinazotokana na gome la mti hutumika kutengenezea mazulia, kamba, n.k

Kitendea kazi-*knom-* kitu au maandishi yaliyoandaliwa ili kutumika na kutoa mwelekeo katika kufikia shabaha fulani ...***cha Sinodi***: makala yenye kubeba dondoo kwa ajili ya kufanyiwa kazi katika maandalizi ya Sinodi ya maaskofu

kiti:*vi-nom*: 1. kifaa kilichotengenezwa kwa nia ya kukalia 2. makao maalumu ...***cha kiaskofu***: kiti maalumu katika Kanisa Kuu ambacho hutumiwa na Askofu ...***cha kitubio***: mahali maalumu palipotengwa ndani ya jengo la Kanisa kwa ajili ya Sakramenti ya Upatanisho ...***cha kitume***: makao makuu ya Baba Mtakatifu; Vatikani ...***cha Petro***: mamlaka ya kufundisha ya Papa ...***cha rehema***: mahali katika hema takatifu palipotengwa kwa shughuli ya upatanisho na Mungu .... ***kitakatifu***: taz. *Kiti cha Kitume* ...***wazi***: ofisi ya uongozi katika Kanisa Katoliki inapoachwa wazi kutokana na Papa au Askofu aliyeko madarakani kujiuzulu, kustaafu au kufariki dunia

kitoto:*vi-kiv-* 1. binadamu aliye kichanga, mtoto aliye mdogo sana 2. kufanya kitendo kisichoakisi hali ya utu uzima (*dhana ya kudunisha*)

kituo:*vi-nom*: mahali pa kuweka pumziko, sehemu ya kupata utulivu ... ***bahari***: kibwagizo katika beti za shairi chenye kujirudia rudia toka ubeti wa kwanza hadi wa mwisho ...***cha hija***: sehemu au eneo maalum la kufanyia hija ...***cha kiroho***: eneo maalumu kwa ajili ya kufanyia mafungo, na semina za kiroho ...***cha malezi***: sehemu ya kuwaandaa waamini kwa maisha ya wito katika Kanisa ...***cha njia ya msalaba***: michoro au sanamu zilizowekwa Kanisani au mahali pa hija kila baada ya hatua kadhaa ili kutoa fursa kwa waamini kutafakari mateso ya Bwana Wetu Yesu Kristo

kiumbe:***vi***-*nom*- chochote kilichoumbwa na Mwenyezi Mungu na kujaliwa uhai ...***kipya***: Mkristo yeyote aliyebatizwa

Kiungamishio-*nom*- kiti cha kitubio, mahali pa kuungama dhambi katika Kanisa Katoliki

kiyama-*nom*: enye kutisha; enye kusababisha yowe kubwa ... ***ya wafu***: siku ya hukumu ya mwisho: siku ya ghadhabu ya Mungu

kizuizi:***vi***-*nom*: chenye kumzuia Mkristo kupata huduma za kiroho au kutopokea daraja takatifu, *n.k* ...***batilishi***: chenye kubatilisha daraja mtu alilopokea, au huduma ambayo Mkristo ameipokea katika Kanisa ...***cha hadhara***: kile kilicho wazi kabisa kwa kadamnasi ya waaminiau kinachomzuia mhusika kutoa huduma hadharani ...***cha kificho***: kile ambacho ingawa kinambana mhusika lakini hakijulikani hadharani ...***cha kitambo***: kile ambacho kinambana mtu kwa muda mfupi ...***cha kudumu***: kile ambacho kinambana mhusika kwa maisha yake yote ...***cha papo kwa papo***: kile ambacho mkosaji anakipata mara tu baada ya kosa ***hakuna***---: tamko la mkubwa wa Kanisa mahalia kuthibitisha kwamba maandishi hayana kasoro mintaarafu mafundisho sahihi ya Kanisa Katoliki ...***kamili***: Kile ambacho kina nguvu kamili dhidi ya mhusika

Klarista:***wa***-*nom*- Shirika la masista wanaofuata karama ya Mtakatifu Klara, aghalabu huishi maisha ya ndani ya kuta

klasiki-*nom*- sanaa ya muziki na maandishi yaliyojitokeza katika karne za kati huko Ulaya

Klausura -*nom* - mlango mkuu wa monasteri wanaoruhusiwa kuingia ndani yake walio watawa tu

Klemensi-*nom*- mwenye moyo wa huruma na mpenda kusamehe wenzake (*wa jinsia ya kiume*)

Klementina-*nom*- mwenye moyo wa kusamehe wenzake (*wa jinsia ya kike*)

klerikalisimo-*nom*- mazoea au utamaduni wa kuwaachia makleri kuanzisha na kufanya karibu kila kitu, taz. *mfumokleri*

Koadjuto-*nom*- Askofu msaidizi mwenye haki ya kumrithi aliyeko madarakani, taz, *Askofu mrithi*

Kodisi-*nom*- Kitabu chenye mkusanyiko wa Sheria zinazoongoza jamii fulani...***ya adhabu***: kifungu katika Sheria za Kanisa chenye kuanisha adhabu zinazotolewa kwa makosa mbalimbali yanayofanywa na wanakanisa ...***ya Hamurabi***: mfumo wa sheria zilizotungwa na mfalme Hamurabi wa Dola ya Babiloni yaani kulipa kisasi kwa kosa mtu alilolitenda "jino kwa jino." ...***ya Sheria za Kanisa***: kitabu cha Sheria za Kanisa katika Kanisa la Roma

Koheleti *–nom-* kitabu cha Mhubiri katika Biblia

Koinonia *–nom-* komunio, ushirika wa kiroho walio nao waamini

Kola ya Kirumi-*knom-* utepe mweupe unaowekwa katika duara ya shingo katika shati ambao ni kitambulisho cha makleri na wachungaji

Koleji *-nom-* 1. mfungamano thabiti wa urika wa mitume 2. nyumba ambayo hutumiwa na wanafunzi wanaosoma katika Chuo Kikuu ambao ni mapadri au watawa 3. Chuo chenye kutoa taaluma ...***takatifu***: mfungamano wa makardinali ...***ya maaskofu***: mfungamano wa wote wenye daraja la uaskofu katika Kanisa Katoliki

Kolekta *–nom-* sala anayosali Padri baada ya wimbo wa "Utukufu kwa Mungu Juu"

Koloseumu-*nom-* uwanja walimohifadhiwa wanyama wakali katika dola ya Warumi kwa ajili ya kuwadhulumu Wakristo

Komboni:***wa***-*nom-* Shirika la kipapa la mapadri na mabruda wamisionari wenye kutoa heshima ya pekee kwa Moyo Mtakatifu wa Yesu

Kompendiumu-*nom-* tafsiri makini na iliyo kama muhtasari mahsusi

Kompleto *–nom-* sala za masifu ya usiku

Komunio *–nom-* umoja wa kiimani walio nao Wakristo

Komunyo *–nom-* Hostia takatifu, Ekaristi takatifu, Mwili wa Bwana ...***Pamba***: Hostia takatifu ambayo Mkristo anaipokea katika hatari ya kufa ...***ya Kwanza***: anayoipokea Mkristo kwa mara kwanza katika maisha ...***ya Tamaa***: kutamani kupokea Ekaristi Takatifu

Kongamano ***ma****-nom-* mkusanyiko wa wanazuoni na waamini katika kutafakari jambo linalohusu maisha ya kiimani ...***la Ekaristi***: mkusanyiko maalumu kwa shabaha ya kutafakari Ekaristi Takatifu ...***la Lamberti***: mkusanyiko wa maaskofu wa Kanisa la Anglikani kutoka majimbo na kanda zote za komunio hiyo duniani ...***la vijana***: mkusanyiko wa vijana Wakatoliki kutoka dunia nzima wakiwa pamoja na Papa na wachungaji wao

Kongregasio*-nom-* taz. *Kongregesheni* hapa chini

Kongregesheni*-nom-* Wizara mbalimbali katika Vatikani zinazomsaidia Papa katika uongozi wa Kanisa Katoliki ...***ya Elimu Katoliki***: inasimamia urithishaji wa elimu na maarifa sahihi katika shule na vyuo vikuu vya Kanisa Katoliki ...***ya Ibada takatifu***: inashughulika na shughuli zote zinazohusu Liturujia na Ibada katika Kanisa Katoliki ...***ya maaskofu***: inasimamia seminari kuu zote duniani na pia husika na uteuzi wa maaskofu wa makanisa mahalia ya kutoka Amerika Kaskazini, Kanada, Ulaya Magharibi, Australia na New Zealand ... ***ya mafundisho ya imani***: inasimamia na kulinda mafundisho ya imani ya Kanisa ili yasipotoshwe ...***ya maisha ya wakfu***: inayoshughulikia maisha ya watawa wanaume kwa wanawake kutoka mashirika ya kijimbo na yale ya kipapa ...***ya makleri***: inayoshughulikia maisha ya mapadri na mashemasi katika Kanisa Katoliki ...***ya kutangaza watakatifu***: inashughulika na mchakato mzima kuhusu marehemu waliokufa katika fadhila za Kikristo kama wanastahili kutangazwa watumishi wa Mungu, wenye heri au hata watakatifu ... ***ya Uenezaji wa Enjili***: inaratibu shughuli ya kimisionari na uteuzi wa maaskofu kutoka nchi zile ambazo kimapokeo huitwa "nchi za misioni" zilizo katika mabara ya Afrika, Asia, Latini Amerika na Pasifiki

Konklevu-*nom*- 1. pamoja na ufunguo 2. mkutano maalumu wa makardinali wapiga kura unaoitishwa baada ya kifo au kujiuzulu kwa Papa ili kumchagua Papa mpya: msem. *anayeingia katika Konklevu kama Papa hutoka humo kama Kardinali*

Konkordati-*nom*- mkataba unaofanywa kati ya Kanisa na Serikali

Konopeo-*nom*- kifuniko cha Siborio

Konopeumu-*nom*- mapazia yaliyo ndani ya Tabenakulo

Konsekrasio –*nom*- wakati wa kugeuzwa maumbo ya mkate na divai kuwa Mwili na Damu ya Yesu Kristo katika ibada ya Misa takatifu

Konsekresheni-*nom*- kitendo cha kuweka wakfu (*hali ya kutenda*)

Konselebranti:***wa***- *nom*- Padri anayeshiriki katika adhimisho la Misa inayoongozwa na Padri mwingine, au taz. *mkonselebranti*

Konselebrasio-*kit*- Misa ya kushirikiana mapadri wengi kwa pamoja

Konsolata:***wa***-*nom*- 1. moja ya sifa za Roho Mtakatifu aliye Mfariji; 2. Shirika la watawa wamisionari wanaoishi karama hiyo kwa kuwa karibu na kuwafariji watu walio katika shida mbalimbali 3. Mfariji (*jina kwa mtu wa jinsia ya kike*)

Konsistori*-nom-* mkutano maalumu wa makardinali unaoitishwa na Papa kujadili masuala muhimu yanayoligusa Kanisa Katoliki au kuwaingiza makardinali wapya katika Koleji takatifu

Konstantinopoli*-nom-* mji mkuu katika dola ya Bizantini huko mashariki ulianzishwa na Kaisari Konstantini

Konstitusheni*-nom-* Dokumenti za daraja la juu katika hati za mtaguso wa Vatikani II (1962-65) ...***nguzoimani***: dokumenti ya mtaguso yenye kubeba mafundisho ya imani...***ya kichungaji***: dokumenti ya mtaguso kuhusu masuala ya kichungaji, mf. ile ya *Furaha na Matumaini* katika Vatikani II ...***ya kitume:*** hati au maelekezo maalumu kutoka kwa Papa yenye nguvu ya kisheria, taz. *Katiba ya Kitume*

Konsubstansia *–nom-* fundisho kwamba Mwana anao umungu kamili tena ulio sawa na Baba

kontraseptivu*-nom-* kutumia madawa na njia nyingine za sayansi mamboleo ili kuzuia kutungwa kwa mimba

Konventi*-nom-* nyumba ya watawa hasa wa kike utawani

Konventuali*-nom-* Misa inayoadhimishwa katika nyumba ya utawa kwa ajili ya wanajamii wa utawa husika

Kope*-nom-* joho refu analovaa Padri kwa ajili ya Ibada, taz. Pia *Pruviale*

Koptiki*-nom-* Kanisa la Kiorthodoksi ambalo limeshamiri huko Alexandria (Misri)

korbani*-nom-* kuvitoa vitu uwakfu kwa ajili ya Mungu

Kordula*-nom-* mwenye moyo mkuu (*hutumika hasa kwa wanawake*)

Korporale *–nom-* kitambaa kinachotandikwa altareni ambapo juu yake huwekwa kalisi siborio na patena

kosa:***ma***-*nom-* 1. tendo lisilo sahihi; kupitiwa katika jambo 2. tendo lililo kinyume na utaratibu ...***la bahati mbaya***: ambalo limefanyika kwa nasibu tu, pasipo kudhamiria ...***la msingi***: lile ambalo linafanywa katika neno kubwa ...***lenye heri***: dhambi ya Adamu na Eva ambayo kutokana nayo Mungu alimtuma mwanawe ulimwenguni ili kuupatanisha naye ...***ndogo***: lile ambalo halihusiki katika kukosa kwenye jambo kubwa: msem. *kukosea ni ubinadamu, kusamehe ni kazi ya Mungu*

kredensia - *nom-* meza inayowekwa pembeni mwa altare kwa ajili ya kuhifadhia vipaji vya Ekaristi

kreshendo *–nom-* kupanda kwa mapigo ya wimbo katika stafu ya nota

Kripta-*nom-* kijikanisa kidogo kilichojengwa chini ya altare kubwa katika Kanisa Kuu

Krisma -*nom-* mafuta matakatifu ya kuwatakatifuza waamini hutumika katika Sakramenti ya Ubatizo, Kipaimara na Upadrisho

Kristina-*nom-* aliye mali ya Kristo (*wa jinsia ya kike*); pia *Christiana*

Kristiani-*nom-* taz. Kristina (*wa jinsia ya kiume*), pia *Christian*

Kristo-*nom-* aliye mpakwa mafuta wa Bwana ---***tumaini letu***: moja kati ya salamu za Kikristo

Kristofa-*nom-* mwenye kumbeba Kristo nafsini mwake (*wa jinsia ya kiume*)

Kristolojia *–nom-* 1. enye kumhusu Yesu Kristo 2. tafakari ya kisayansi kuhusu nafsi ya Kristo ...***kutoka chini***: kumweleza Kristo kutoka utume wake duniani na jinsi alivyohusiana na watu wa wakati wake ...***kutoka juu***: kumweleza Kristo kama yule aliyetumwa na Baba kutoka mbinguni na kuja duniani; kumtazama Kristo kama nafsi ya pili ya Utatu Mtakatifu

Kristosentrisimo *–nom-* enye kumzingatia zaidi Kristo

Kronolojia-*nom-* kuyapanga matukio kufuatana na mpangilio wa miaka yalipotokea

Kronosi-*nom-* kutazama muda tulio nao kwa kufuata saa, siku, majuma na hata miezi

Krusedi-*nom-* uenezaji wa imani ya Kikristo kwa kutumia nguvu na silaha katika karne ya 11 hadi 13 huko Ulaya

Kuafrikisha-*kit-* jitihada ya kuufanya Ukristo na teolojia inayomweleza Mungu na Kristo wake kuchukuliana kwa dhati na hali ya mazingira na tamaduni za watu wa Bara la Afrika, taz. *Afrikanizisheni* (*kauli ya kutendesha*)

kuchanganya-*kit-*kitendo cha kuweka pamoja vitu tofauti (*hali ya kutenda*) ...***maji na divai***: kitendo cha Padri au Shemasi kutia maji na divai katika Kalisi kama matayarisho ya kufanya mageuzo wakati wa Konsekrasio ...***maumbo***:1. kitendo cha Padri kutia kipande kidogo cha Hostia katika kalisi yenye damu ya Yesu 2. kukomunika katika maumbo yote mawili yaani mkate na divai

kudhalilisha-*kit-* kufanya duni, kumfanya mtu kutokuwa na thamani wala utu (*hali ya kutendesha*)

kudhilisha-kit- kitendo cha kufanya mtu kuwa dhalili, kutojiweza wala kujiamini (*hali ya kutendesha*)

kufa-*kit*- kupoteza uhai huu wa kidunia (*hali ya kutenda*): msem, *mwandamu kumbuka kuwa kuna kufa*

kufariki-*kit*- 1. kitendo cha mwili kufarakana na roho ya mtu (*hali ya kutendeka*) 2. hali ya mwili kuachana na uhai huu wa kidunia

kufufuliwa-*kit*- hali ya mwili wa mtu aliyekufa kurudishiwa uhai wa kidunia na kubakiwa na uwezekano wa kufa tena, mf. Kufufuliwa kwa Lazaro tofauti na ufufuko wa Yesu, taz. Ufufuko (*kauli ya kutendewa*)

kufukiza ubani –*knom*- kutapakaza moshi wa ubani kama tendo la kutolea heshima (*hali ya kutenda*)

kufunga-*kit*- tendo la kujinyima kitu fulani kwa faida ya kiroho (*hali ya kutenda*) ...***chakula***: kuacha kula aina fulani ya chakula kwa ajili ya kujipatia mafaa ya kiroho ...***mikono***: kukutanisha viganja na vidole vya mikono kama tendo la heshima katika ibada au hata katika kusali ...***nadhiri:*** kitendo cha mtawa kuweka kiapo kwa maisha ya kitawa

kufungia-*kit*- 1. kuzuia kitendo kisifanyike 2. enye kutumika kwa kufunga (*hali ya kutendea*)

kufuru-*kit*- kufanya kitendo cha kumdharau Mungu na Kanisa lake (*hali ya kutenda*)

kughairi-*kit*- kuahirisha, kusitisha kutenda jambo (*hali ya kutenda*) kuhaishwa-*kit*- kitendo cha kiumbe kupewa pumzi ya uhai tangu pale mimba inapotungwa tumboni mwa mama (*hali ya kutendwa*)

Kuhani:***ma***-*nom*- 1. aliyetengwa ili kutolea sadaka madhabahuni au altareni 2. kutoa pole kwa mtu kutokana na kufiwa ndugu au jamaa (*hali ya kutenda*) ...***mkuu***: aliyeingia mahali patakatifu pa patakatifu katika hekalu ili kutolea sadaka kutoka ukoo wa Haruni ...***mdogo***: aliyetolea sadaka hekaluni kutoka ukoo wa Walawi, taz. *Walawi*

kuhimidi-*kit*- kutoa adhama, kuabudu (*hali ya kutenda*)

kuhuishwa-*kit*- kuleteshewa uhai, kufanyika hai (*hali ya kutendwa*)

kujinyima-*kit*- kujizuia mambo mazuri au vitu kwa ajili ya manufaa ya kiroho (*hali ya kutenda*)

kujisadaka-*kit*-kujikania furaha kwa kufanya kazi, kujinyima mali au nafasi ya kupumzika kwa ajili ya kuwahudumia wengine au kuwapatia faida watu wengine (*hali ya kutenda*)

kujitolea-*kit*- kufanya matendo mema au kazi yoyote kwa moyo wa dhati bila kuzingatia faida binafsi (*hali ya kutendea*)

kujitosa-*kit*- kuwa tayari kufanya jambo pengine bila hata ya kutafakari vya kutosha (*hali ya kutenda*)

kujituma-*kit*- moyo wa kufanya kazi na kuhudumia bila kusimamiwa wala kungojea sifa (*hali ya kutenda*)

kujiuzulu-*kit*- kuachia madaraka kabla ya muda au umri uliopangwa (*hali ya kutenda*)

kukasimu-*kit*- kukabidhi madaraka kwa mwandamizi kwa mujibu wa

taratibu zilizokubalika (*hali ya kutenda*)
kukata tamaa-*ktnom*- kutokuwa na matumaini tena, kukubali kushindwa: msem. *kwa aliye Mkristo, kukata tamaa ni neno la mwisho*
kukirimiwa-*kit*- kujaliwa jambo, kutendewa fadhili, taz. kirimiwa (*hali ya kutendewa*)
kukomunika-*kit*- kitendo cha Mkristo kupokea Komunyo (*hali ya kutendeka*)
kukomunisha-*kit*- kitendo cha Padri, Shemasi au mhudumu wa Ekaristi kumkonunisha Mkristo (*hali ya kutendesha*)
kukristika-*kit*- kuchukua hali na tabia ya Kristo (*hali ya kutendeka*)
kukristisha-*kit*- harakati za kuifanya teolojia kumhusu Kristo iendane kadiri ya dhana na welewa wa Mwafrika, taz. *Utamadunisho* (*kauli ya kutendesha*)
Kukula:***ma***-*nom*- kanzu kama vile bushuti kubwa walivaalo watawa Wabenediktini hasa katika sherehe kubwa
kula-*kit*- kitendo cha kuweka kitu kinachoweza kuliwa kinywani, kukitafuna na kukimeza tumboni (*kauli ya kutenda*)
kuleni-*kit*- kitendo cha kuwataka watu wale kile kilichopo mbele yao (*kauli ya kusihi/kuamuru*)
kumbukumbu-*nom*- siku ya kiliturujia ya kumkumbuka mtakatifu fulani ...***ya hiari***: ile ambayo Padri anayo hiari kuiadhimisha au kuiacha ...***ya lazima***: ile ambayo Padri anapaswa kuiadhimisha
kumeremeta-*kit*- kutoa mwanga wenye kupendezesha macho (*kauli ya kutenda*)
Kumrani-*nom*- mahali palipofanyika gunduzi

za kale ***maandishi ya..***: dokumenti za Kiakiolojia zenye kueleza maisha ya makundi mbalimbali ya watu wakati wa Yesu

kung'ara-*kit-* hali ya kuangaza, mf. "kung'ara sura Yesu Kristo" (*hali ya kutenda*)

kungoja- *kit-* kusubiri mtu au kitu

kunyenyekea-*kit-* kujishusha na kujiweka chini; kutojikweza wala kujitanguliza (*hali ya kutenda*)

kunyoshea –*kit-* dhihirisha kitu kwa kutumia kiungo cha mwili aghalabu mikono au vidole (*hali ya kutenda*) ... ***mikono***: tendo la kubariki au kuombea mtu ...***vidole***: tendo la kumsuta au kumwangalisha mtu kutokana na kosa alilofanya

kunyunyizia maji –*ktnom-* kumiminia maji waamini ili kuwabariki na kuwatakasa (*hali ya kutenda*)

kuomba –*kit-* tendo la kutolea sala; kusihi jambo ili matakwa yaliyokusudiwa yapatiwe majibu (*hali ya kutenda*)

kuondolea dhambi-*ktnom-* kitendo cha Padri kumpatia mtu aliye katika maungamo maondoleo kwa makosa yale aliyoungama (*hali ya kutendea*)

kuonya-*kit-* kutahadharisha mtu ili ajiepushe na matendo yanayomfanya kupata madhara ya kiroho (*kauli ya kutenda*)

kuonyana kindugu -*knom-* kukosoana katika upendo na uwazi kati ya waamini kabla mambo hayajaenda kombo (*hali ya kutendeana*)

kupaa-*kit-* kwenda juu, tendo la kuelekea mbinguni km.v (*hali ya kutenda*)

kupalizwa-*kit-* kuchukuliwa juu, kupelekwa mbinguni ...***mbinguni mwili na roho***: fundisho la imani kati ya Wakatoliki kwamba Bikira Maria mama wa Yesu Kristo baada ya maisha yake duniani amepalizwa mbinguni pasipo mwili wake kuachwa uoze kaburini (*hali ya kutendewa*)

kupambanua-*kit*- uwezo wa kutofautisha vitu (*hali ya kutenda*) ...***roho***: uwezo wa kutofuatisha kati ya mambo yatokayo kwa Mungu au kwa pepo wabaya

kupatanisha-*kit*- kusuluhisha, kuzileta pande mbili zilizosigana kwa pamoja ili kusuluhisha kutoelewana kwao (*hali ya kutendesha*)

kupatiliza-*kit*- kutia mtu lawamani, kumpachika mtu katika hatia, kumlaani mtu (*hali ya kutenda*)

kupenda-*kit*- kuvutiwa na kitu, kuelekea mtu au kitu fulani (*hali ya kutenda*)

kupendelea-*kit*- hali ya kutoa upendeleo kwa upande fulani na mara nyingi pasipo haki (*hali ya kutendea*)

kupunga pepo-*knom*- kufukuza pepo, taz. *kuwinga*

Kuria –*nom*- Baraza, mkutano maalum ... ***ya Jimbo***: ofisi na Kurugenzi Jimboni ambazo zinamsaidia Askofu katika shughuli za kuliongoza Jimbo ...***ya Lejio Maria***: mkutano wenye kuwakutanisha wanachama kutoka Presidia mbalimbali za wanachama walio "Jeshi la Maria," aghalabu katika ngazi ya Parokia ...***ya Roma***: jumla ya ofisi mbalimbali katika Vatikani

kusadiki-*kit*- kuweka imani katika mtu mwingine au jambo fulani kwamba ni la hakika (*hali ya kutenda*)

kushirikiana-*kit*- kutenda jambo kwa pamoja, kufanya ushirika (*hali ya kutendeana*) ...***ya pekee***:

sala wanazoshirikishana wakonselebranti katika Sala Kuu ya Ekaristi ya Kwanza hasa wakati wa Sherehe za Kanisa

kushuka kuzimu-*knom*- fundisho la nguzo imani kwamba roho ya Kristo ikiwa imetengana na mwili lakini ikiwa imeungana na nafsi yake ya kimungu, ilikwenda kwa watu waliolala mauti

kustaafu-*kit*- kuachia madaraka au kazi kwa mujibu wa sheria hususani umri uliopangwa (*hali ya kutenda*)

Kustodia-*nom*- chombo ambamo huwekwa Hostia takatifu ndani ya tabenakulo

kusudio-*nom*- kile mtu anachofikiria kukifanya

kusujudia-*kit*- kutoa heshima kubwa kwa mtu au kitu kutokana na kumpenda mtu au kitu kwa hali ya juu (*hali ya kutendea*)

kusujudu-*kit*- kupenda mtu au kitu kupita kiasi (*hali ya kutenda*)

kusulubisha-*kit*- kumwamba mtu msalabani (*hali ya kutenda*)

kusulibiwa-*kit*- 1. kuwambwa katika mti wa msalaba (*hali ya kutendwa*) 2. kupewa kazi ya sulubu au adhabu iliyo nzito

kutabaruku-*kit*- kuweka wakfu, kutolea mtu au kitu kwa Mungu (*hali ya kutenda*)

kutahayari-*kit*- kuingiwa na wasiwasi, kusitasita (*hali ya kutenda*)

kutahiri-kit- 1. kitendo hasa katika dini ya Kiyahudi cha kukata sehemu ya govi katika utupu wa mtoto wa kiume 2. Kitendo cha kumwingiza mtu katika hatua fulani ya maisha au katika dini (*hali ya kutenda*)

kutakabari-*kit*- kufanya ubishi, kuwa na

majigambo (*hali ya kutenda*)

kutakatifuza-*kit*- kufanya kitu au mtu kuwa mtakatifu, kufanyisha matakatifu (*hali ya kutenda*)

kutangua-*kit*- kufanya batili, kufuta uhalali (*hali ya kutendea*)

kutegemeza Kanisa –*knom*- 1. kuliwezesha Kanisa mahalia kwa kuchangia mali, mawazo na sala 2. kuchangia ustawi wa teolojia ya kiafrika na utamadunisho

kutisha-*kit*- kutia hofu, enye kuogopesha, enye kutahadharisha (*hali ya kutendesha*)

kutiisha-*kit*- kuupa mwili nidhamu, kufanya mazoezi ya kiroho (*hali ya kutendesha*)

Kutoka-*kit*- 1. kuondoka, kufunga safari 2. Kitabu katika Biblia chenye kujulisha kuondoka kwa Waisraeli kutoka utumwa wa Farao huko Misri (*hali ya kutendeka*)

kutokea-*kit*- kuonekana, kujitokeza kwa mtu au jambo fulani (*hali ya kutendeka*)

kutoa mimba-*ktnom*- kitendo cha kutokomeza uhai wa mwanadamu katika hali yake ya mwanzo kabisa

kutokewa-*kit*- kufunuliwa jambo hata kuweza kuyaona kwa macho mambo tusiyoweza kuyaona kwa mwendo wa kawaida (*hali ya kutendewa*)

kutubu-*kit*- kujutia dhambi au kosa mtu alilolifanya (*hali ya kutenda)*

kuthibitisha nadhiri-*knom*- kurudia nadhiri anakofanya mtawa aliye mprofesi wa muda katika wakati uliopangwa

kutotangulika-*kit*- kutobatilika, kutobadilisha (*hali ya kutendeka*)

kutotambuliwa-*kit*- kutolipokea jambo (*hali ya kutendewa*)

kuweka wakfu-*ktnom*- kutenga mtu au kitu kwa

ajili ya mambo yanayom-husu Mungu

kuwekea mikono *-ktnom-* kumwombea mtu Roho Mtakatifu

Kuwinga pepo *-ktnom-* sala na maombezi kwa nia ya kuwatoa pepo wabaya wanaomsumbua mtu waliyemvamia

kutoka chini*-kirai-* kichwa cha moja ya Zaburi za maombolezo, *taz.* (Zab. 130)

kuumbwa*-nom-* kitendo cha kiumbe kuwekwa katika umbo yakinifu ambacho siyo lazima kiwe na uhai (*hali ya kutendwa*)

kuungama*-kit-* kufanya maungamo na kukiri dhambi (*hali ya kutenda*)

kuungamisha*-kit-* kitendo cha Padri kusikiliza maungano ya Mkristo (*hali ya kutendesha*)

kuzaliwa*-kit-* kutokea duniani kutoka tumboni mwa mama kama kiumbe aliye hai (*hali ya kuten-dewa*)

kuzimu*-nom*: mahali zilikoshuka roho za watu wenye haki wakimngojea Yesu Kristo mwokozi wao

kuzingua*-kt-* kuwinga, kutoa mathalani pepo wabaya, taz. kuwinga (*hali ya kutendea*)

kwako*-kiw-* upande wako, huko uliko wewe

Kwaresma*-nom-* jumla ya siku arobaini za mfungo kama kipindi cha kuji-andaa kwa Pasaka

kwaya*-nom-* kikundi cha waimbaji katika ibada ya Kiliturujia

kwazo:***ma***-*nom-* jambo lenye kuleta kishawishi

Kwele*-nom-* chemchemi ambayo Marko na waenjili wengine pacha waliitumia katika kuan-dika Enjili

kweli*-nom-* kilicho sahihi, enye uhakika, iliyo sawa ...***za imani***: mafundisho sahihi ya Kanisa kadiri yanavyofundishwa na Majisterio

L

laana *–nom-* ukosefu wa radhi kutoka kwa wazazi au Mungu mwenyewe kutokana na kufanya mambo yasiyofaa

laani*-kt-* takia mtu akose radhi, patiliza mtu asipate heri duniani (*hali ya kutenda*)

laanifu*-kv-* enye ukosefu wa radhi, enye kuyumbayumba na kuhangaika

laaniwa*-kiel-*enye kukosa radhi na baraka

labeka!*-kih-* tamko la kuitika kwa adabu hasa kutoka kwa wasichana au watoto wa kike

laizisheni *-kt-* tendo la mkleri kupoteza hadhi ya huduma na ofisi ya kichungaji na kutakiwa kurudi kwenye maisha ya walei (*hali ya kutendewa*)

lango: ***ma****-nom-* mlango mkubwa unaotumika kuwezesha waamini wengi kuingia kanisani na hata katika ukumbi ***...la mbingu***: Kanisa ambamo watu hubatizwa na kufunguliwa mbingu

Laudesi *–nom-* masifu ya asubuhi

laumu*-kit-* kutupia mtu kasoro kuwa ndiye aliyesababisha kuharibika au kutofaulu katika jambo fulani

lavabo*-nom-* kitambaa kidogo kama leso anachokitumia Padri altareni ili kupangusia mikono

lawama*-nom-* maneno yatolewayo kuonyesha kutoridhishwa na kitu mtu alichokifanya

Lefevreani*-nom-* vuguvugu la wafuasi wa Askofu Mkuu Marcel Levebre la kupinga baadhi ya mafundisho ya mtaguso wa Vatikani II, taz. *Undugu wa Pius X*

Legati-*nom*- Askofu au Kardinali anayetumwa na Papa ili kumwakilisha katika kuadhimisha tukio fulani

Lejio Maria-*knom*- moja ya vyama vya kitume katika Kanisa Katoliki chenye kutoa heshima na ibada ya pekee kwa Mama Bikira Maria

Leksionari-*nom*- kitabu cha masomo ya Misa chenye kukusanya masomo yaliyochaguliwa kutoka Agano la Kale na Agano Jipya

Letare –*kt*- furahini! jina la Dominika ya nne ya Kwaresma katika Liturujia ya Kanisa Katoliki

Letisia-*nom*- mchangamfu, aliye na furaha (*wa jinsia ya kike*)

Levirati-*nom*- sheria ya kurithi mke wa ndugu yako aliyekufa

Leviatani-*nom*- mnyama mkubwa nyakati za kale kabisa aliye kisababisho cha fujo na upinzani

Liberatusi-*nom*- aliyejikomboa, mwenye kukombolewa (*wa jinsia ya kiume*)

Liliani-*nom*- aliye mzuri kama ua la majini (*wa jinsia ya kike*) pengine hutumika jina la *Lili*

Linamenta-*nom*- dondoo za kuchochea fikara kwa maandalizi ya Sinodi ya maaskofu

limbuko:***ma***-*nom*- pato la kwanza; mavuno ya kwanza

Lisensiati-*nom*- 1. hati yenye kumruhusu mhusika kufundisha katika Seminari Kuu au taasisi nyingine ya elimu ya juu ya Kanisa 2. Shahada ya uzamili

Litania-*nom*- mfululizo wa maombi yanayotolewa kwa Mungu, kwa Moyo Mtakatifu wa Yesu, Jina la Yesu, kupitia kwa Bikira Maria, na Watakatifu mbalimbali

Liturujia *–nom-* 1. utaratibu wa Ibada katika Kanisa 2. elimu kuhusu utaratibu wa ibada na masakramenti katika Kanisa ***...ya Ekaristi:*** 1. utaratibu wa Misa Takatifu 2. sehemu ya pili ya Misa kuanzia maandamano ya vipaji hadi sala baada ya Komunyo ***...ya Neno***: 1. ibada ya Neno la Mungu 2. sehemu ya kwanza ya Misa ***...ya vipindi:*** masifu ya asubuhi, mchana, jioni na usiku

livangeli-*nom-* jukwaa lililowekwa katika ukuta wa ndani wa Kanisa ambalo Padri alilitumia kwa kutolea mahubiri hasa kabla ya mtaguso wa Vatikani II

liwali-*nom-* mtu aliyetawala eneo akiwakilisha serikali, mathalani Pontio Pilato alikuwa liwali wa Dola ya Kirumi

loo! *–kih-* hisi ya kustaajabia jambo

Lugha-*nom-* sauti yenye mpangilio maalumu iliyozuka katika utamaduni fulani ambayo huwezesha mawasiliano baina ya watu husika ***...ya Kanisa***: 1. istilahi na dhana zinazotumika katika Ukristo 2. Kilatini ambayo ni lugha ya kiofisi katika Kanisa Katoliki ***...ya Kibiblia***: 1. dhana na fikra za Kibiblia 2. Kiebrania au Kigiriki

lulu-*nom-* 1. kito cha thamani 2. mtu aliye wa thamani kama kito (*wa jinsia ya kike*)

lunula-*nom-* chombo mfano wa mwezi mwandamo ambacho hutumika katika kushikiza Hostia takatifu na ambacho hupachikwa katika Monstransi

Lurdi-*nom-* mahali pa hija kaskazini mwa Ufaransa ambapo Bikira Maria alimtokea mt. Bernadeta

Lusia-*nom-* mtu mwenye kuakisi mwanga (*wa jinsia ya kike*)

Lusiana-*nom*- mwenye kuakisi mwanga kwa wenzake (*wa jinsia ya kike*)

Lusiusi-*nom*- mwenye kuakisi mwanga (*wa jinsia ya kiume*)

Lustikusi-*nom*- mtu wa shamba, asiyestaarabika (*jinsia ya kiume*)

Lazaristi:***wa***-*nom*- Padri mmisionari wa Shirika la Mtakatifu Vinsenti, taz. Vifupisho vya Mashirika ya Kitawa

M

maadhimisho-*nom*- sherehe ya kulienzi tukio au jambo fulani

maadili-*nom*- mwenendo mwema wa Kikristo

maagano-*nom*- makubaliano yanayopaswa kutekelezwa baina ya pande mbili

maajabu-*nom*- mambo yanayostaajabisha

maambukizi-*nom*- mambo yenye kumwingia mtu kutoka kwa mtu mwingine au mnyama na yenye kumwathiri kiafya na hata kisaikolojia

maamkio-*nom*- yanayohusu kaida za kusalimiana na kujuana hali

maamkizi-*nom*- salamu zenye bashasha na mhemuko

maamuzi-*nom*- mambo yaliyoamuliwa ili yapate kutekelezwa

maamuzimbele-*kncm*- 1. tabia ya kutoa hukumu hasi kumhusu mtu kabla ya kuishi naye 2. kudharau mtu au eneo kutokana na hisia tu pasipo uzoefu binafsi

maandalizi-*nom*- matayarisho ya awali kabla ya tukio

maandamano-*nom*- msululu au mfuatano wa watu wanaotembea kuelekea mahali fulani kwa ajili ya kushiriki tukio fulani ...***ya ibada***: msululu wa mapadri, ministranti, watawa, na wanakwaya kuelekea kanisani kuanza Misa, au kurudi sakristia baada ya Misa ...***ya vipaji***: msululu wa waamini au wahudumu wa kupeleka vipaji altareni

maandiko-*nom*- mambo yaliyowekwa katika maandishi ...***matakatifu***: Biblia takatifu...***pekee***: msimamo wa Martin Luther kwamba Biblia Takatifu ndiyo pekee iliyo chemchemi ya maadili na mafundisho ya Wakristo msem: *kutoyajua Maandiko Matakatifu ni kutomjua Kristo*

maapizo-*nom*- makaripio yenye kutoa laana kwa yule aliyelengwa

maasumu-*nom*- mtu asiye na kosa

mabaki-*nom*- vitu viliyobakia baada ya vingine kutoweka au kuchukuliwa na kupelekwa mbali ...***ya Israeli***: Wayahudi waliobakia baada ya vita na uhamisho wa Babeli

mabalasi-*nom*- mitungi mikubwa na mirefu iliyo na shingo nyembamba na iliyotumika katika kujazia maji au pombe huko Palestina ya wakati wa Yesu

machipukizi-*nom*- mimea michanga inayoanza kuota katika kisiki cha mti uliokatwa, taz. *chipukizi*

machozi-*nom*- maji yatokayo machoni wakati mtu anapofikwa na uchungu au kitu kichungu kiingiapo machoni

mada-*nom*- 1. kitu kinachoonekana kwa macho na kuweza kuguswa 2. ajenda, kipengele cha kujadili

madaraka-*nom*- uwezo wa kupanga na kutekeleza majukumu ya kiofisi madhabahu:***ma***-*nom*- eneo au mahali pa kutolea sala na dhabihu

madhehebu-*nom*- 1. mwenendo wa ibada ya kiliturujia 2. jina la kuyaeleza makanisa mbalimbali ya Kikristo

madhara-*nom*- yote yanayomdhuru na kumletea mtu hasara kimwili na kiroho

madhila-*nom*- mambo ya kuchukiza

madhulumu-*nom*- mateso yaliyoelekezwa na Dola ya Kirumi kwa Wakristo katika karne za mwanzo za ukristo

Madona –*nom*- 1. "Bibi yangu," jina la kumtaja Bikira Maria 2. sanamu ya Bikira Maria

madonda-*nom*- majeraha matano katika mikono, ubavu na miguu ya Yesu yaliyotokana na tobo za misumari katika msalaba, taz. *Stigma*

mafarakano:***mi***-*nom*- mambo yanayoleta mgawanyiko na mtafaruku katika jamii

mafarisayo:***wa***-*nom*- kikundi mahsusi miongoni mwa Wayahudi kilichoshika mapokeo ya Kiyahudi kwa dhati sana

mafungo-*nom*- taratibu zote zinazohusu tafiti moyo au mafundisho ya Moyo

mafungu-*nom*- vitu vilivyopangwa na kuwekwa pamoja kwa kutengwa sehemu kwa sehemu au vipande kwa vipande ***...ya rozari***: jumla ya tafakari zilizopangwa katika makundi manne ya *furaha*, *mateso*, *mwanga* na *utukufu* ***... ya furaha***: miongo mitano ya rozari kuhusu Habari Njema ya kuzaliwa kwa Bwana Wetu Yesu Kristo ***... ya mateso***: miongo mitano ya Rozari kuhusu mateso ya Bwana Wetu Yesu Kristo ***...ya mwanga***:

miongo mitano ya Rozari inayotoa japo kwa muhktasari utume alioufanya Yesu hapa duniani ... ***ya utukufu***: miongo mitano ya Rozari kuhusu utukufu aliojaliwa Bwana wetu Yesu Kristo baada ya mateso na kifo chake.

mafuta matakatifu-*knom*- mafuta yanayobarikiwa na Askofu wakati wa Misa ya kubariki mafuta kwa ajili ya shughuli ya kuwatakatifuza watu na kuponya magonjwa yao... ***ya Krisma***:yale yanayotumika kuwatakatifuza na kuwaweka watu katika wakfu ...***ya Wagonjwa***: wanayopakwa wagonjwa kwa ajili ya kuwapatia nafuu na uponyaji wa kimwili na kiroho ...***ya Wakatekumeni***: wanayopakwa wakatekumeni na watoto wachanga kifuani pale wanapobatizwa ili kuwinga pepo wabaya

mageuzo-*nom*- mabadiliko ya mkate na divai kuwa Mwili na Damu ya Yesu wakati wa Misa, taz. *konsekrasio*

magnifikati –*nom*- wimbo wa kumsifu Mungu alioimba Bikira Maria (taz. Lk 1:46-55)

Magnusi-*nom*- aliye mkubwa, mtu mwenye umbo kubwa

mahadhi-*nom*- namna ya kuimba, mtindo wa kuimba ...***ya kibantu***: mtindo wa nyimbo kadiri ya mtiririko wa toni na melodia za makabila ya Kibantu ...***ya kigregoriani***: mtindo wa nyimbo kadiri ya toni na melodia za Kirumi

maharusi-*nom*- wanandoa mara baada ya kuweka maagano yao ya ndoa kanisani

mahluki-*nom*- kiumbe aliyeumbwa, binadamu au kiumbe chochote chenye uhai

mahoka-*nom*- marehemu wanaukoo ambao waliishi duniani maisha ya kutukuka ***heshima kwa...*** matendo yanayofanywa na wanaukoo katika kuwaenzi marehemu wanaukoo walioishi vema hasa wazee

mahsusi-*nom*- enye kuhusika na kitu kimoja, mahali pamoja au mtu mmoja

mahubiri-*nom*- mafundisho yanayotolewa katika ibada kwa ajili ya kulisha roho za waamini

mahujaji-*nom*- mtu au kikundi cha watu wenye kufanya safari ya hija

mahusiano-*nom*- hali ya kuelewana na kushirikishana kati ya wanajamii

maisha-*nom*- 1. kitambo cha uhai wa mtu 2. Shughuli na harakati zinazomwendesha mtu katika kutafuta riziki ya maisha ***...ya uwakfu***: namna ya kuishi inayowahusu wale waliowekwa wakfu yaani watawa na makleri

maiti-*nom*- mwili wa binadamu usio tena na uhai wa kidunia

majaliwa-*nom*- 1. mema tupewayo wanadamu pasipo mastahili yetu 2. mambo mema tunayotegemea kuyapata siku za usoni pasipo kutarajia: msem. *hatupewi tupendacho bali tujaliwacho*

majaribu-*nom*- mambo mbalimbali yanayomsibu mwanadamu ili kuthibitisha imani yake

maji-*nom*-kioevu kinachopatikana kutokana na kuyeyuka kwa mawingu ambayo huanguka kutoka angani kama mvua ***...safi***: yaliyo salama kwa kunywa, yanayofaa kwa afya ya binadamu ***...taka***: yasiyo salama, yaliyochafuliwa, yenye vijaa sumu na minyoo ***...ya baraka***: yaliyobarikiwa na hutumiwa na waamini kujinyunyuzia ...***ya ubatizo***: yaliyotayarishwa kwa ajili ya kuwabatiza waamini...***ya uzima***: tuliyobatizwa nayo na yanatupatia uzima wa kimungu

Majilio-*nom*- 1. kipindi cha maandalizi kwa ajili ya ujio wa pili wa Kristo 2. kipindi cha maandalizi cha wiki nne kwa ajili ya Sherehe ya Kuzaliwa Bwana

majini-*nom*- 1. viumbe waishio katika maji 2. pepo wabaya

majisterio -*nom*- mamlaka ya ualimu wa Kanisa, mamlaka funzi ya imani

majitoleo-*nom*- shughuli au matendo yote ambayo mtu anayafanya kama njia ya kujitoa yeye mwenyewe kwa ajili ya wengine

majivu-*nom*- aina ya vumbi vumbi jeusi litokanalo na kitu kilichounguzwa na moto taz. *Jumatano ya Majivu*

majivuno-*nom*- 1. hali ya kujiona kuwa bora kuliko wengine, na kupenda kujisifiasifia 2. moja kati ya mizizi ya dhambi

majonzi-*nom*- 1. hali ya kufikwa na machungu na hivi kutokuwa na furaha 2. hali ya kutokwa na machozi kutokana na uchungu mkubwa

majuto-*nom*- hisia za kusikitikia dhambi na makosa mtu aliyoyafanya ...***kamili***: yaliyo ya dhati, kutoka moyoni mwa mkosefu ...***pungufu***: yasiyo ya dhati, yaliyo ya juu juu tu

makaa-*nom*- mkaa wa rangi nyeusi ambao huwekwa katika chetezo

Makabayo:***wa***-*nom*- mashujaa kutoka ukoo wa Yuda Makabayo waliokataa kumwabudu mfalme Teophanes aliyejifanya na kutaka atukuzwe kama Mungu

makadirio-*nom*-makisio yanayokadiriwa kufikia shabaha fulani

makala-*nom*- habari iliyoandikwa au kuchapishwa katika gazeti fulani la Kanisa

makamu-*nom*- mwenye kufuatia katika madaraka, msaidizi wa karibu zaidi wa aliye na madaraka ...***wa Askofu***, taz. *Naibu wa Askofu* ...***wa Mama mkubwa***: Sista mwenye nafasi ya pili baada ya Mama mkuu wa Shirika au nyumba ya kitawa

makao-*nom*- 1. mahali pa kuishi 2. mahali pa kuendeshea shughuli za Kanisa, mf. *makao ya Askofu* ...***ya Mungu***: mahali Mungu anapoishi

Makariusi-*nom*- mwenye heri, aliyejaliwa bahati njema

makazi-*nom*- eneo watu wanapoishi, pale watu walipojiweka kuishi na kuendesha maisha yao

makimbilio-*nom*- mahali watu wanapokwenda kusaidiwa wakati wa shida au taabu ...***ya wakosefu***: moja ya sifa za Bikira Maria, waamini wanayemtegemea katika kuwaombea msamaha kwa Mungu

makombo-*nom*- 1. mabaki ya chakula 2. kitu chochote kilichokwisha kutumika na kubakizwa

makumbusho-*nom*- jumba au eneo lenye kuhifadhi tunu za kihistoria katika Kanisa

makusudi-*nom*- shabaha au nia ya mtu ...***ya moyo***: nia thabiti ya mtu kutoka ndani yake mwenyewe

makuu-*kiv*- mambo makubwa hasa yale Mungu aliyowafanyia wanadamu

malaika-*nom*- 1. viumbe ambao ni roho tupu walio wajumbe wa Mungu 2. hutumika pia kuwaita watoto wadogo wasio na hatia ...***wabaya***: wale waliomwasi Mungu na kutupwa katika moto wa milele ...***wa Bwana***: 1. moja ya sala za vipindi inayosaliwa na Wakatoliki katika kipindi cha kawaida cha mwaka 2. mjumbe na mtekelezaji wa amri ya Mungu ...***wakuu***: wajumbe wakuu wa Mungu ambao ni Mikaeli, Gabrieli na Raphaeli ...***walinzi***: wajumbe wasaidizi ambao Mungu amempatia kila binadamu ili aepushwe na hatari mbalimbali hapa duniani

mali-*nom*- thamani yenye kumilikiwa na kuweza kumletea manufaa mwenye kuimiliki ...***halali***: iliyopatikana kwa njia halali na katika haki ...***haramu***: iliyopatikana kwa njia zisizo halali au kwa umwagaji wa damu ...***inayohamishika***: thamani inavyoweza kuhamishwa kama vile samani, fedha, vito vya thamani, n.k ...***isiyohamishika***: thamani isiyoweza kuhamishika kama vile ardhi, nyumba, mgodi, n.k ...***ya Kanisa***: thamani iliyo chini ya umiliki wa Kanisa

malimwengu-*nom*- mambo ya kudunia, mambo ya anasa

malipizi-*nom*- 1. maagizo ambayo mkatoliki anapewa na Padri juu ya kile anachopaswa kukifanya baada ya maungamo binafsi kwenye Kitubio 2. jumla ya mateso ambayo Mungu anaruhusu mtu ayapate kama njia ya kumsafisha dhambi au makosa yake hapa duniani

malipo-*nom*- fedha au kitu atoacho mtu ili kulipia madai fulani

malisho-*nom*- 1. mahali penye majani na chakula cha kutosha kwa ajili ya kuchunga 2. malighafi yote inayohusu chakula

malkia*-nom-* mwanamke anayeshikilia mamlaka ya dola ...***wa mbingu***: 1. jina la kumtaja Bikira Maria, aliye pia Mama wa Mungu 2. sala wanayosali Wakatoliki wakati wa kipindi cha Pasaka

--***wa amani***: sifa ya kumtaja Bikira Maria kama Mama mtulivu na anayeombea amani duniani ...***wa Uingereza***: 1. mkuu wa sasa wa taifa la Uingereza 2. mkuu wa Kanisa la Anglikani duniani

mama*-nom-* 1. mzazi wa kike 2. jina la heshima kwa mwanamke mwenye mchango wa pekee kwa jamii 3. mkuu wa shirika la watawa wa kike ***...Kanisa:*** 1. mamlaka funzi ya Kanisa, majisterio 2. ofisi ya uchungaji na malezi ya kiroho waliyo nayo maaskofu kwa waamini wao ...***wa kambo***: mama wa kufikia asiye mzazi ...***mkubwa***: 1. aliye dada wa mama mzazi 2. mtawa aliye mkuu wa Shirika au nyumba ya watawa wa kike ...***wa Mungu***: moja ya sifa ya Bikira Maria, taz. *Teotokosi* ...***wa shauri jema:*** mwenye kutoa ushauri wenye tija kiroho, Bikira Maria ...***wa ubatizo***: mwanamke aliye msimamizi wa ubatizo

mamajusi*-nom-* wataalamu wa nyota kutoka Mashariki waliomletea mtoto Yesu zawadi

mamlaka*-nom-* uwezo wa kuongoza na kusimamia eneo la Kanisa ...***halali***: ile inayotambulika kisheria ...***kamili***: yenye uwezo kutekeleza jambo au utume wake kwa ukamilifu ...***ya Papa***: madaraka kamili aliyo nayo Askofu wa Roma katika kuliongoza Kanisa Katoliki la Roma ambayo ni yenye uamuzi wa mwisho, yenye kulihusu Kanisa nzima, na yaliyo rasmi ...*ya Kiti cha Kitume*: madaraka ya Kuria ya Roma katika kumsaidia Askofu wa Roma ...*ya Askofu*: madaraka aliyo nayo kila Askofu katika Jimbo lake, ambayo ni halali, rasmi na yenye nguvu ya papo kwa papo

Mamlaka-funzi-*knom*- madaraka ya ualimu waliyo nayo maaskofu pamoja na Papa, taz. *majisterio* ... ***yaliyo rasmi kwa Kanisa nzima***: hutekelezwa pale maaskofu kama Koleji pamoja na Papa wanapokubaliana katika fundisho la kiimani ... ***ya pekee***: hutekelezwa pale maaskofu kutoka dunia nzima pamoja na Papa wanapokutana wakiliwakilisha Kanisa nzima kutoa fundisho la kiimani kwa njia ya mtaguso ...ya Papa: ***yaliyo rasmi***: yanatekelezwa na Papa mwenyewe katika shughuli zake za kila siku kama vile mahubiri yake na maandishi ya Ensiklika na Barua za Kitume: ***ya pekee***: matamko nguzo-imani yanayotolewa na Papa katika Kiti chake ndani ya Kanisa la mt. Petro

mana-*nom*- mkate ambao Waisraeli walipewa wakiwa jangwani, taz. *manhu*

Manase-*nom*- Mungu ameniwezesha kusahau mateso (*wa jinsia ya kiume*)

manemane-*nom*- utomvu wa mti ambao huganda na kutoa harufu nzuri

manhu-*nom*- nini hiki, mkate ambao Waisraeli walipewa wakiwa jangwani

Manikeo-*nom*- mafundisho ya Mani (20 K.K hadi 242 B.K) ambayo yanatofautisha katika Mungu roho na mwili na kukazia utofauti kati ya wema na ubaya

manipulo-*nom*- ukanda anaovaa Padri mkono wa kushoto anapoadhimisha Misa Takatifu huwa na maana ya "leso-mkononi." Siku hizi hauvaliwi tena

manukato-*nom*- marashi yenye kutoa harufu nzuri kama vile udi

maombezi-*nom*- sala endelevu zinazodumu kitambo kirefu za kuwaombea watu, km.v *katika shughuli ya uponyaji*

maombi-*nom*- sala za mahitaji ya waamini zinazoelekezwa kwa Mungu na zilizotayarishwa kwa mtiririko maalumu
...***makuu***: maombi rasmi yanayosomwa katika ibada ya Ijumaa Kuu

maombolezo-*nom*- sala na nyimbo zinazotolewa katika kumwomboleza na kumtakia mema marehemu

maondoleo-*nom*- tendo la kuondolewa na hivi kutohesabiwa kosa au dhambi

maongozi-*nom*- jinsi mambo yanavyokwenda katika dira na uadilifu
...***ya Mungu***: namna Mungu anavyosimamia na kuwezesha mambo

mapambazuko-*nom*- hali ya kupambazuka, hali ya kuangaza kwa mwanga

mapendo-*nom*- fadhila ya kimungu ya kumpenda Mungu na jirani kama nafsi yako

mapendano-*nom*- hali ya kupendana kati ya watu wawili au zaidi

mapendekezo-*nom*- mambo yaliyotolewa na kuainishwa ili yatekelezwe
...***ya Sinodi***: vifungu vilivyoratibiwa na kuanishwa na Sekretariati ya Sinodi ili Papa ayatumie katika kuandika Kihimizo cha Kitume

mapenzi-*nom*- 1. hisi au mchomo wa kuelekea

mtu fulani 2. maelekeo au matakwa ya mtu kuhusu mambo mbalimbali ***...mema***: matashi mema ya kujali haki na wokovu wa watu wote

mapito-*nom*- mahali watu au wanyama wanapopatumia kupita kuelekea mahali pengine

mapokeo-*nom*- mambo yaliyorithishwa na kupokelewa kutoka kizazi kimoja hadi kingine ***...ya Deteronomi***: maandishi yenye kubeba sheria za Musa katika Biblia ***...ya Elohisti***: yenye kumwita Mungu kama *Elohimu* katika Agano la Kale ***...ya Kanisa***: mafundisho ya Kanisa yaliyorithishwa kutoka mababa wa Kanisa, mitaguso na maandishi ya mapapa ***...ya Kikuhani***: maandishi yanayofikiriwa kuandikwa na nasaba ya kikuhani katika Agano la Kale ***...ya Kiyahwisti***: hupendelea kumwita Mungu kuwa *BWANA* au katika Kiebrania YHWH (*Jehova*)

mapokezi-*nom*- 1. sehemu au ofisi ya kuwakaribisha wageni 2. namna au jinsi watu walivyopokewa

maradufu-*nom*- mara mbili zaidi

maranata –*nom*- njoo Bwana Yesu!

marashi-*nom*- maji yanayonukia yaliyochanganywa pamoja na mawaridi na uturi

marehemu-*nom*- mwenye kuhitaji rehema kwa Mungu; binadamu aliyefariki dunia ***...wote***: siku ya kuwakumbuka wote ambao wameaga dunia hususan wale walioko toharani wakihitaji pia maombezi yetu

marekebisho-*nom*- mabadiliko yanayofanywa kwa ajili ya kuboresha ufanisi wa kiroho ***...ya kiliturujia***: jitihada anuwai za kuboresha Liturujia ya

Kanisa ...***ya Kiprotestanti***: marekebisho yaliyofanywa na wanazuoni kama vile Martin Luther na John Calvin kwa kuzingatia imani na Biblia pekee

marhamu-*nom*- aina fulani ya manukato yenye kunukia vizuri sana

Maria-*nom*- 1. jina la kumtaja Mama wa Mungu 2. jina la binadamu wa jinsia ya kike: msem. *kupitia kwa Maria tunamfikia Yesu*

Mariana-*nom*- aliye mali ya Mama Bikira Maria (*wa jinsia ya kike*)

Marianusi-*nom*- aliye mali ya Mama Bikira Maria (*wa jinsia ya kiume*)

Marieta-*nom*- mwenye ibada kwa Bikira Maria (*wa jinsia ya kike*)

Mariolojia-*nom*- elimu ya teolojia kumhusu Bikira Maria aliye Mama wa Mungu

maridhiano-*nom*- hali ya kufikia makubaliano na kuyaishi makubaliano hayo

Maronite-*nom*-moja ya jumuiya katika riti ya Kanisa la Mashariki lenye kufungamana na Papa

marufaa-*nom*- mahali pa kusomea masomo kanisani; kutolea mahubiri na matangazo , taz. *ambo*

marumaru-*nom*- mawe yanayong'ara ambayo hutumika katika sakafu za madhabahuni

marupurupu-***nom***- mafao apewayo mtu kutoka taasisi kwa mastahili fulani

masalia-*nom*- mabaki ya vitu hasa mifupa ya marehemu ...***ya watakatifu***: mabaki ya vipande vya mifupa ya watakatifu

mashaka-*nom*- hali ya kutokuwa na uhakika, kukabiliwa na mambo yenye kutatiza: msem. *Katika mashaka uhuru, katika yaliyo ya lazima umoja, katika yote mapendo*

masifu-*nom*- jumla ya sala na zaburi zinazosaliwa ili kumsifu Mungu ...***ya asubuhi***: sala na zaburi zinazosaliwa wakati wa asubuhi ...***ya jioni***: sala na zaburi zile zinazosaliwa wakati wa jioni aghalabu kabla ya kuzama jua ...***ya mchana***: sala zile ambazo watawa kwa kawaida wanasali mchana kabla ya ya mlo wa pamoja wa mchana ...***ya usiku***: sala zile ambazo Mkristo anasali kabla ya kulala

masimulizi-*nom*- 1. mambo yenye kusimuliwa au yaliyosimuliwa na watu wakati uliopita 2. yale yanayozungumzwa na watu ...***ya utoto wa Yesu***: maelezo ya Waenjili pacha kuhusu kuzaliwa na maisha ya utoto wa Yesu

masiya-*nom*- mwokozi wa watu, mkombozi pengine hutumika, *Masiha*

maskani-*nom*- mahali pa kukaa, makazi ya mtu au watu

masogora-*nom*- katika kingo ya mlima

masomo –*nom*- 1. vifungu vyenye kusomwa kutoka Maandiko Matakatifu wakati wa ibada 2. yale yanayotolewa kama mafundisho kwa waamini

masoreti-*nom*- mmoja kati ya marabi walioandika mapokeo ya Kiyahudi

masuke-*nom*- mkusanyiko wa vionyo vya nafaka kama vile mtama, ngano, mpunga *n.k*

mastahili-*nom*- matendo bora ya mtu yanayomfanya astahili kupata tuzo fulani

matamanio-*nom*- mambo yanayotamainiwa na mtu au kikundi cha watu kuwa wangeyapata

matamko-*nom*- kauli na misimamo inayotolewa na viongozi wa Kanisa kuhusu masuala mbalimbali km.v haki za binadamu, uhuru wa kuabudu, n.k

matarajio-*nom*- mambo yanayotarajiwa kutokea au kupatikana ...***bayana***: eskatalojia tunayoishi tayari katika wakati huu wa historia

matari-*nom*- moja kati ya ala za muziki aina ya zeze

matawi-*nom*- 1. sehemu ya juu ya mti yenye kushikilia majani yake 2. majani ya mitende wanayobeba waamini katika kukumbuka Bwana Yesu kuingia Yerusalemu kwa shangwe, taz. *Dominika ya Matawi*

matazamio-*nom*- 1. kipindi cha kusubirisha uamuzi 2. kipindi cha kuchunguza jambo au mtu

matazamo-*nom*- kutazama jambo kwa muda mrefu kunakofanywa na kikundi cha watu ...***ya Ekaristi***: nafasi watu wanapoabudu Ekaristi Takatifu iliyowekwa katika Monstransi altareni

matbaa-*nom*- kiwanda cha uchapishaji wa vitabu au magazeti

matega-*nom*- matoleo yanayotolewa na waamini kwa Padri wakati wa Misa kama vile fedha au chakula kwa ajili ya kumkimu hutumika zaidi katika Kanisa Katoliki nchini Kenya

matendo-*nom*- jumla ya mambo yanayotendwa ... ***ya huruma***: yote yanayotendwa na Mkristo kwa ajili ya kumletea binadamu nafuu ya mwili, km.v *kuwalisha wenye njaa, kuwavika walio uchi*, n.k

...***ya kiroho***: yote ambayo Mkristo anayatenda kwa ajili ya wokovu wa roho ya binadamu mwenzake, km.v, *kuwaombea wazima na wafu*, n.k

mateso-*nom*- jumla ya shida na maumivu

yanayompata mtu katika maisha *kipindi cha*---: wiki mbili kabla ya sherehe ya Pasaka, wakristo wanapotafakari kwa kina mateso ya Yesu Kristo ---*ya Kristo*: shida na maumivu yaliyompata Yesu Kristo.

matini:*vi*-*nom*- makala yanayofafanua mambo mbalimbali katika Kanisa

matoazi-*nom*- vyombo vya muziki vilivyotengenezwa kwa upatu wa shaba

matoleo-*nom*- sadaka na vipaji vyote vinavyotolewa wakati wa maadhimisho ya Ekaristi Takatifu

matrimoni-*nom*- 1. Sakramenti ya ndoa 2. ofisi ya mama ya uangalizi wa familia

matroni:*ma*-*nom*- mlezi wa watoto au wanafunzi wa kike katika shule au bweni

matumaini-*nom*- fadhila ya Kimungu ambayo kwayo Mkristo huweka matarajio yake katika wema wa Mungu usio na mipaka

maturia-*nom*- ushuhuda katika imani, kuifia imani mtu unayoiungama, kuiweka wazi imani yako

matutina –*nom*- sala za asubuhi na mapema

maumbile-*nom*- jinsi viumbe na mazingira yao yalivyo na hivyo kuathiri hulka yao ***sheria ya***... mfumo hulka ulio ndani ya maumbile yenyewe

maungamo-*nom*- 1. kukiri neno au jambo hadharani 2. kukiri makosa na kuyaungama kwa siri au hata hadharani ...***ya Augustino Mtakatifu***: maelezo kuhusu maisha ya Mtakatifu Augustino

mausia-*nom*- mahimizo au mawaidha yanayotolewa ...***ya kitume***: mawaidha na mafundisho kutoka kwa Papa

mauti-*nom*- kifo, hali ya kufa, kuangamia kwa uhai wa mtu

mavumbi-*nom*- chembe chembe kutokana na udongo, taz. *uvumbi* msem: *mwanadamu kumbuka ni mavumbi na mavumbini utarudi*

mawaidha-*nom*- maneno ya maangalisho, na maonyo

maweza-*nom*- jumla ya vipaji na uwezo alio nao mtu

maziko-*nom*- 1. kitendo cha kumsindikiza marehemu makaburini 2. kumlaza marehemu katika kaburi na kulifukia

mazingira-*nom*- maeneo na makandokando yote yanayomkabili mwanadamu ...***ya Yesu***: eneo lote la mikoa ya Galilaya, Yudea na Samaria pamoja na lugha na utamaduni uliotumika wakati wa uhai wake Yesu wa Nazareti

mazishi-*nom*- shughuli na mipango yote inayohusu taratibu za maziko kutoka pale mtu anapofariki dunia

mazoea-*nom*- kawaida iliyozoeleka katika jamii, mambo mtu anayoyafanya mara kwa mara

mazoezi-*nom*- jumla ya vitendo anavyofanya mtu ili kujipatia ujuzi au nidhamu fulani ...***ya kiroho***: ritriti, tafiti moyo: msem. *mazoezi ni mama wa majifunzo*

mazungumzo-*nom*- mabadilishano ya mawazo kati ya pande mbili

mbari-*nom*- ukoo, watu wa kabila moja

mbatizaji:***wa***-*nom*- mwenye kuwabatiza wengine

mbenediktini:***wa***-*nom*- mtawa mwenye kufuata kanuni ya Mtakatifu Benedikto

mbingu-*nom*- makao ya heri ambako Mungu huishi pamoja na malaika na watakatifu

mbiu-*nom*- mwito unaotolewa kwa kutumia

pembe ya mnyama ...***ya Pasaka***: wimbo wa shangwe kuadhimisha historia ya wokovu

mchaji:***wa***-*nom*- mwenye uchaji aliye na hali ya kumpenda Mungu

mchakato:***mi***-*nom*- harakati za kutendesha jambo katika hatua mbalimbali

mcha Mungu:***wacha***-*knom*- mwenye kumwogopa Mungu, mtu mtaua, mtu mwenye ibada

mchumba:***wa***-*nom* 1. mshiriki nawe katika chumba 2. mwenzi katika hatua ya uchumba katika kujiandaa kufunga ndoa ...***wa Kristo***: 1. Kanisa nzima ambalo Kristo ni kichwa chake 2. mtawa yeyote wa kike

mchungaji:***wa***-*nom*- mwenye wajibu katika Kanisa kusimamia kundi la waamini ...***wa Israeli***: Mungu anayewatunza watu wake

mdominikani:***wa***-*nom*- mtawa mwenye kufuata Kanuni ya wahubiri wa Neno la Mungu

medali-*nom*- kipande cha madini kama sarafu chenye michoro ya picha za watakatifu. Aghalabu hubarikiwa na kuvaliwa shingoni au mahali pengine mwilini. ---***ya Papa***: tuzo inayotolewa na Baba Mtakatifu kwa Mkristo mlei baada Kufanya utume wa pekee kwa Kanisa.

Medjugore-*nom*-mahali pa hija nchini Kroasia ambapo Bikira Maria humtokea mama mmoja kila mara

Menrada-*nom*- Baiskeli yangu (*jina la mtu wa jinsia ya kike*)

Meinradi-*nom*- taz. Meinrada (*jina la mtu wa jinsia ya kiume*)

Meinrufu-*nom*- mwito wangu, wito wangu (*jina la mtu wa jinsia ya kiume*)

Melkaiti:***wa***-*nom*- moja kati ya jumuiya ya waamini katika riti ya Kanisa la Mashariki lililo katika mfungamano na Baba Mtakatifu wa Roma

melodia-*nom*- mwendo wa wimbo na jinsi unavyosikika masikioni, taz. *mahadhi*

Memorare –*nom*- sala ya kuomba ulinzi na maombezi ya Bikira Maria

memoria –*nom*- kumbukumbu ya lazima kwa mtakatifu fulani katika kalenda ya Liturujia

menejimenti-*nom*- uongozi, usimamizi, uratibu wa mambo ***...ya wokovu***: ufunuo wa Mungu na kazi zake zote alizozifanya na anazoendelea kuzifanya

metanoia-*nom*- wongofu, kugeuka kutoka kuishi mwenendo mbaya na kuishi mwenendo ulio mwema

metropolitani –*nom*- ukanda mmoja wa Kanisa unaoundwa na majimbo kadhaa

metropoliti –*nom*- Askofu Mkuu anayesimamia ukanda wa Kanisa

mfadhili:***wa***-*nom*- anayefadhili wengine, mwenye kuwatendea mema wengine pasipo kudhalilisha hadhi yao wale anaowafanyia mema, mwenye kutoa kwa ukarimu wa dhati

mfalme:***wa***-*nom*- mwanamume mwenye kutawala katika himaya au dola ***...wa amani***: mwenye kuleta amani kwa mataifa ***...wa Israeli***: mwenye kutawala taifa la Israeli ***...wa Mayahudi***: 1. mwenye kuwakomboa Waisraeli kutoka utumwa wa Kirumi 2. anwani ya Pilato katika msalaba wa Yesu ***...wa wafalme***: sifa ya Mungu anayetamalaki dunia yote

mfariji:***wa**-nom*- 1. mwenye kutoa faraja 2. sifa ya Roho Mtakatifu

mfinyanzi:***wa**-nom*- 1. mwenye kutengeneza vyungu kutoka udongo 2. Mungu aliyemwumba mtu kutoka udongo

mfu:***wa**-nom*- binadamu aliyeondokewa na uhai, mtu aliyekwishaaga dunia: msem. *Kuhusu wafu usinene mabaya yao*

mfuasi:***wa**-nom*- anayemfuata mtu mwingine, mwanafunzi

mfumokleri-*knom*- utamaduni wa makleri kufanyiza kila kitu katika Kanisa bila kuwashirikisha walei, taz. *klerikalisimo*

mfungo:***ma**-nom*- kitendo cha kujinyima chakula au mambo mengine na kujibidisha katika sala kwa muda maalumu kwa faida ya kiroho, taz. *mafungo*

mgogoro-*nom*- 1. hali ya pande mbili kutokubaliana katika jambo 2. hali ya ukinzani kati ya pande mbili kutokana na kutoafikiana katika suala fulani

mhamaji:***wa**-nom*- anayetoka mahali pake pa asili na kwenda mahali pengine

mhamiaji:***wa**-nom*- mwenye kufanya makazi ugenini mbali na nyumbani kwake kwa asili ...***asiye halali/ "haramu"***: ambaye ametoka katika makazi yake ya asili na kwenda katika nchi ya kigeni pasipo kufuata taratibu zinazotakiwa ...***asiye wa kawaida***: aliyeko katika eneo la ugenini kutokana na kutoroshwa au kupewa adhabu kama vile mfungwa au yule aliyesafirishwa kwa njia zisizo halali, n.k ...***halali***: ambaye ametoka kihalali katika nchi yake ya kuzaliwa na kuruhusiwa kihalali kuingia katika nchi iliyo mwenyeji wake ...***wa kawaida***: ambaye amehama kutoka eneo la nyumbani kwake kwa shabaha ya kutafuta kazi au kujiendeleza kimasomo ...***wa kimataifa***: anayesafiri kutoka nchi yake ya kuzaliwa na kwenda katika nchi nyingine ndani ya bara lake na hata katika mabara mengine ...***wa ndani***: anayehama kutoka sehemu moja ya nchi yake ya kuzaliwa na kwenda katika sehemu nyingine iliyo ndani ya nchi hiyo

mhashamu:***wa***-*nom*- jina la heshima kwa aliye Askofu

mhemuko-*nom*- kuingiwa na butwaa yenye kusababisha mapigo ya moyo kwenda mbio

mheshimiwa:***wa***-*nom*- mwenye kuheshimiwa; hutumika kwa mapadri na watawa

mhisani:***wa***-*nom*- mwenye kutenda hisani hususani kuchangia fedha katika harambee fulani

mhubiri:***wa***-*nom*- 1. mwenye kutoa homilia 2. Mwenye kutangaza ujumbe wa Neno la Mungu 3. moja kati ya vitabu vya Biblia katika Agano la Kale

mhudumu:***wa***-*nom* yeyote mwenye kutoa huduma kati ya waamini ...***asiye rasmi***: anayetoa huduma pasipo kuwa na madaraka inayomruhusu kufanya hivyo na hufanya hivyo kwa ruhusa ya mamlaka husika ...***wa altare***: mwenye kutumikia Misa, taz. *ministranti* ...***wa Kanisa***: yeyote mwenye kutoa huduma maalumu katika jumuiya ya wanakanisa ...***wa kawaida***: anayetoa huduma kutokana na ofisi aliyo nayo ...***wa Neno la Mungu***: Shemasi au mkleri mwenye kutangaza Enjili na kutoa homilia katika taratibu za Kanisa Katoliki

Midiani-*nom*- eneo la kusini mwa nchi ya Edomu katika Biblia

midrashi-*nom*- fasihi ya marabi wa Kiyahudi yenye kufafanua fasuli za Biblia ya Kiyahudi

Mikaela-*nom*- nani kama Mungu? (*jina la mtu wa jinsia ya kike*)

Mikaeli-*nom*- 1. malaika mkuu 2. nani sawa na Mungu? (*jina la mtu wa jinsia ya kiume*)

milenisimo-*nom*- vuguvugu lenye kuhubiri ujio wa mara wa Yesu Kristo katika nyakati zetu hizi

mimba-*nom*- utungo wenye kudhihirisha mwanzo wa uhai wa kiumbe aliye binadamu au mnyama ***kifungua***... mtoto wa kwanza katika familia ***kitinda***... mtoto wa mwisho katika familia

mimbari-*nom*- eneo lililoinuliwa katika madhabahu linalotumika kwa ajili ya kusoma masomo kutoka Biblia, kuhubiri Neno la Mungu na kutolea matangazo, taz. *ambo*

ministranti:***wa***-*nom*- mhudumu wa altareni anayemsaidia Padri wakati wa ibada

mintaarafu-*kiung*- kuhusu, hususan, mathalani

mirathi-*nom*- mali au vitu vilivyoachwa na marehemu zenye kurithiwa na ndugu, jamaa au watoto wa marehemu

Misa -*nom*- adhimisho la Ekaristi linaloongozwa na Padri ...***votiva***: inayoadhimishwa kwa nia fulani ...***ya kiaskofu:*** ambayo huongozwa na Askofu ...***ya Parokia***: huadhimishwa kwa ajili ya wanaparokia, taz. *Misa ya watu* ...***ya wafu:*** hutoliwa kwa ajili ya kuombea starehe ya marehemu ...***ya watu***: ambayo huadhimishwa Dominika kwa ajili ya wanaparokia wote, taz. *Misa ya Parokia*

Misale *–nom-* kitabu chenye utaratibu kuhusu mwendo wa ibada ya Misa ...***ya altare***: kitabu chenye sala na mwongozo wa Misa anachotumia Padri altareni ...***ya Kirumi***: kitabu cha mwongozo wa Misa kadiri ya riti ya Kanisa Katoliki la Roma ...***ya waamini***: kitabu chenye sala na masomo ya Misa kinachowawezesha waamini kufuata masomo ya Misa na Enjili

Misereo-*kit-* 1. "nawaonea huruma" (rej. Mt15: 32) 2. Shirika la Baraza la Maaskofu Katoliki wa Ujerumani katika kusaidia miradi ya maendeleo na ya kijamii katika nchi zinazoendelea

mishale-*nom-* vipande vya mti au chuma vilivyochongwa na kutiwa chembe ambavyo hurushwa kwa upinde ***sala za***...: Sala za fikara zinazotolewa papo kwa papo

misheni-*nom-* eneo lilipo Kanisa la Parokia na nyumba za mapadri na masista, taz. *misioni*

Misio-*kit-* 1. kutumwa 2. Shirika la Misaada la Kipapa lenye kusaidia miradi ya Uenezaji wa Enjili katika Kanisa Katoliki likiwa na makao yake katika miji ya Munich na Aachen (nchini Ujerumani).

misio-kanonika-*knom-* utume rasmi kutoka kwa mkubwa wa Kanisa wenye kumruhusu Mkristo kufanya huduma fulani katika Kanisa

misioni *-nom-* 1. eneo la Kanisa mahali ilipo nyumba ya mapadri na watawa au taasisi nyingine za Kanisa 2. Parokia zile zilizopo katika eneo la

Jimbo ambalo bado liko katika hadhi ya Vikariati ya Kitume ***nchi za***...nchi zile ambazo zimepokea Enjili kutoka kwa Wamisionari waliotoka katika nchi za Magharibi

mistagojia *–nom-* mafundisho kuhusu mafumbo ya imani

Mistika*-nom-* 1. enye fumbo; iliyo katika fumbo 2. Moja ya sifa za Bikira Maria

mistiki*-nom-* vuguvugu lililoenea katika karne za kati za Ukristo katika monasteri kwa baadhi ya watawa kupatwa na maono mbalimbali

mitara*-nom-* 1. wanawake zaidi ya mmoja waliolewa na mume mmoja, wake wenza 2. ndoa ya wake wengi

mitra*-nom-* kofia kubwa yenye pembe mbili inayovaliwa na maaskofu na maabate wakati wa ibada

mjakazi:***wa****-nom-* mwanamke aliye mtumwa kwa Bwana wake

mjeledi:***mi****-nom-* kiboko cha kuchapia mtu kinachonepa

mjesuiti:***ma****-nom-* mtawa mwenye kufuata Kanuni ya Mtakatifu Ignasi wa Loyola msem, *yote kwa sifa na utukufu wa Mungu*

mjima:***wa****-nom-* 1. aliye na hali ya kijima, mtu asiyestaarabika 2. msaidizi, mhisani

mjohori:***mi****-nom-* aina ya mti mrefu unaostawi katika maeneo ya joto

mjoli:***wa****-nom-* 1. mwenye deni, anayewiwa na mwenzake 2. kizalia cha mtumwa aliyeachwa huru

mjubilanti:***wa****-nom-* mtu mwenye kufanya Jubilei

mkakati: ***mi****-nom-* azimio au mpango kamambe ulioandaliwa ili kutekeleza jambo fulani

mkalvini: ***wa**-nom-* mfuasi wa mafundisho ya John Calvin

mkamadolesi: ***wa**-nom-* mtawa wa ndani mwenye kufuata kanuni ya Mtakatifu Fransisi wa Azizi

mkandidati: ***wa**-nom-* 1. Mkristo aliyekubaliwa kuanza malezi kwa maisha ya kitawa

mkapuchini:***wa**-nom-* mtawa mfaransiskani katika Kanisa Katoliki, aliye memba wa Jumuiya ya watawa wanaoishi karama za Mtakatifu Fransis wa Asisi

mkataba*-nom-* makubaliano yenye kuhusu pande mbili ambayo ni rasmi na yenye kudai wajibu ***...wa kisiasa***: makubaliano kati ya pande mbili hasa katika uwanja wa kisiasa

mkate: ***mi**-nom-* 1. chakula cha kila siku anachohitaji mwanadamu kwa maisha yake 2. aina ya mofa iliyotengenezwa kwa ngano, mtama au mahindi na kuokwa au kuchomwa ***...kwa wote***: Shirika la misaada la Kanisa la Kienjili la Kilutheri huko Ujerumani ***...usiochachwa***: mofa iliyotengenezwa kwa ngano pasipo kutiwa hamira ***...wa malaika***: Ekaristi Takatifu ***...wa uzima***: hostia takatifu, Ekaristi Takatifu ***...wa wasafiri***: 1. Hostia takatifu kama chakula cha kuwaimarisha kiroho waamini wanaofanya hija yao hapa duniani 2. Komunyo pamba kwa ajili ya wagonjwa walio mahututi

mkatekista: ***ma/wa**-nom-* anayefanya kazi ya ukatekista, taz. *Katekista*

mkatekumeni:***wa**-nom-* mwanafunzi wa mafundisho ya imani anayejiandaa kwa Ubatizo

mkatoliki:*wa-nom-* Mkristo aliye memba wa Kanisa la Katoliki

mkawaida:*-nom-* mwenye ofisi halali ya uongozi katika eneo maalumu la Kanisa ...***mahalia***: Askofu na Naibu wa Askofu walio na dhamana kwa Kanisa mahalia kwa mujibu wa ofisi zao

mkesha:***mi**-nom-* 1. fursa maalumu ya watu kushinda wapate kusali, kuimba, na hata kuomboleza usiku mzima taz. *kasha* 2. anayeshiriki katika kusali na hata kuomboleza wakati wa usiku

mkimbizi:***wa**-nom-* anayelazimika kuyahama makazi yake ya asili

mkingiwa-*nom-* 1. mwenye kulindwa dhidi ya, mwenye kuepushwa na adha fulani 2. sifa ya kumtaja Bikira Maria kuwa aliyeepushwa dhambi ya asili kwa neema ya Mungu

mklarista:***wa**-nom-* mtawa wa kike mwenye kufuata kanuni ya Mtakatifu Fransisi wa Asisi kwa maisha ya ndani katika konventi

mkleri:***ma** –nom-* Mkristo mwenye Sakramenti ya Daraja Takatifu katika Kanisa Katoliki

mkoa:***mi**-nom-* eneo maalumu la kiutawala katika nchi ...***wa nchi takatifu***: moja kati ya maeneo matatu ya Uyahudi yaani: Yudea, Samaria na Galilea

mkombozi:***wa**-nom-* aliyejitoa kuwaletea wenzake uhuru

mkombolewa: ***wa**-nom-* aliyewekwa huru (*wa jinsia ya kike*)

mkongojo-*nom-* 1. fimbo inayotumiwa na watu wazee katika kutembelea 2. Bakora wanayokabidhiwa watawa wazee katika baadhi ya mashirika wakati wa kusherekea jubilei ya dhahabu ya miaka 50 utawani

mkono:***mi***-*nom*- kiungo katika mwili ambacho humwezesha binadamu kutenda mambo mbalimbali ...***wa Mungu***:mapato au matokeo ambayo husadikiwa kusababishwa na nguvu ya Mungu ...***wa mwanadamu***: mapato au matokeo ambayo huaminiwa kwamba yamesababishwa na mwanadamu: msem. *mkono mmoja huuosha mkono mwingine*

mkonselebranti:***wa***-*nom*- Padri anayeshiriki katika kuadhimisha Misa inayoongowa na Padri au Askofu mwingine

mkonsolata:***wa***-*nom*- mwanashirika katika utawa wa wakonsalata wenye utume wa kimisionari katika dunia nzima

mkoptiki:***wa***-*nom*- Mkristo aliye memba wa Kanisa la Koptiki

mkuki-*nom*- kipande cha chuma chenye ncha kali na kilichomechokwa katika fimbo ya mti au chuma kama silaha au pambo ndani ya nyumba

mkubwa:***wa***-*nom*- aliye na cheo, mwenye wadhifa wa juu: msem. *alipo mkubwa, mdogo hunyamaa*

mlango:***mi*** –*nom*-1. mahali penye kuwezesha mtu kupitia ili kuingia ndani 2. sura au aya katika Maandiko Matakatifu ---***wa Mbingu***: Kanisa la Mungu ambamo watu hubatizwa, kwa sababu hiyo Kanisa ni njia ya mbinguni

mlawi:***wa***-*nom*- kutoka kabila la Walawi ambamo walitokea makuhani wadogo

mlei:***wa***-*nom* Mkristo ambaye siyo mkleri na wala siyo mtawa

mlima:***mi***-nom- sehemu kubwa ya ardhi iliyoinuka juu

mlimani-*kiel*- eneo la kileleni mwa mlima (*kielezi cha mahali*)

mlinzi:***wa***-*nom*- mwenye kuweka makini dhidi ya maadui ili kuhakikisha usalama wa watu au mali ***...wa Israeli***: Mungu mwenye kulinda taifa lake ***...wa kaburi***: 1. askari waliowekwa kulinda kaburi la Yesu ili mwili wake usichukuliwe 2. malaika anayelinda kaburi alimozikwa Mkristo ***...wa Kiswisi***: askari anayemlinda Papa katika Vatikani

mlokole:***wa***:-*nom*- 1. Mkristo kutoka moja ya sekti za dini ya Kikristo mwenye kushikilia kwamba ameokolewa kwa imani katika Yesu Kristo 2. Mkristo mwenye kushika nidhamu kali kwa kutovuta sigara, kunywa pombe na kutofanya uasherati

mluteri:***wa***- Mkristo wa Kanisa la Kienjili: mfuasi wa mafundisho kadiri ya Martin Luther

mmisionari:***wa***-*nom*- Mkristo mwenye kufanya shughuli za kitume katika kueneza Enjili ***...kutoka ng'ambo***: mwenjilishaji mwenye asili kutoka mabara ya Amerika, Asia na Ulaya ***...wa Afrika***: Padri wa Shirika la kimisionari ambaye hufuata karama ya Kardinali Levigerie ya kueneza Habari Njema barani Afrika

mmonaki:***wa***-*nom*- mtawa anayeishi katika monasteri

mnadhiri:***wa***-*nom*- aliyeweka nadhiri mbele ya Kanisa na Mungu

mneofiti:***wa***-*nom*- Mkristo mpya ambaye amebatizwa

mnovisi:***wa***-*nom*- mlelewa katika utawa aliye katika hatua ya mwisho ya malezi kabla ya kufunga nadhiri za kwanza

modalisimo-*nom*- uzushi uliopinga ukweli unaofundishwa na Kanisa kwamba Mungu mmoja yu katika nafsi tatu zilizo tofauti

modeli-*nom*- mfano wa, kielelezo cha kitu fulani

moleki-*nom*- jina la mungu ambaye aliabudiwa na watu wa Kanaani

monadi-*nom*- chembe iliyounganika katika maumbile inayowakilisha Ulimwengu wote ndani yake

monakia-*nom*- mfumo wa dola ya kifalme ambao madaraka yote yamelundikwa kwa mtu mmoja

monasteri-*nom*- nyumba wanamoishi watawa wa kiume

monogeni-*nom*- nadharia kwamba binadamu wote wametokana na wazazi wawili wa hapo mwanzo wa dunia, taz. *Poligeni*

monofisiti-*nom*- kuweka mkazo katika hulka moja katika Yesu Kristo kama Neno Mwilishwa kadiri ya Mt. Cyril wa Alexandria

monoteliti-*nom*- fundisho kwamba Kristo kwa vile ni Mungu-mtu anao utashi mmoja unaosababisha utendaji mmoja

Monroviani:***wa***-*nom*: 1. moja ya dhehebu la Kikristo 2. Mkristo wa Kanisa la Monroviani

Monsinyori –*nom*- 1. Bwana wangu 2. jina la heshima kwa Padri aliye Prelati

Monstransi –*nom*- chombo cha kuoneshea Hostia takatifu kwa ajili ya kuabudu

montanismu-*nom*- vuguvugu lililoanzishwa na Montanus katika miaka ya mwanzo ya Ukristo lililokazia sana maisha thabiti ya kiroho

moshi-*nom*- mvuke mfano wa wingu unaotokana na moto ...***mweupe***: ule unaojulisha waamini kwamba Papa mpya amechaguliwa ...***mweusi***: ule unaojulisha waamini kwamba bado makardinali wapiga kura hawajafaulu kumpata Papa ...***wa ubani***: utokanao na kuunguzwa kwa ubani katika chetezo

moto-*nom*- mwako wa kitu chenye kuunguza ...***wa milele***: jehenamu, makao ya mashetani na wafu walioadhibiwa milele kwani walikufa wakiwa na dhambi kubwa ya mauti

motoni-*kiel*- mahali penye mateso ambapo wale waliokufa katika dhambi kubwa ya mauti huadhibiwa milele (*kielezi cha mahali*)

moyo:***mi***-*nom*- 1. kiungo mwilini mwa mtu kinachosukuma damu 2. alama ya mapendo aliyo nayo mtu ...***imakulata wa Bikira Maria***: mapendo yasiyo na hila ya mama Bikira Maria na kukingiwa kwake dhambi ya asili ...***Mtakatifu wa Yesu***: Kiungo cha upendo wa Yesu kwa wanadamu

Mozaiki-*nom*- sanaa ya uhunzi katika mawe na kwenye kuta za makanisa iliyoanza Ulaya katika Karne ya Tisa

Mozesi-*nom*- aliyeokolewa katika maji, taz. Musa (*wa jinsia ya kiume*)

Mozetta –*nom*- vazi lenye kufunika mabega ambalo huvaliwa na makardinali na maaskofu

mpagani:***wa***-*nom*- ambaye hajabatizwa na wala hana dini yeyote

mpako mtakatifu-*knom*- 1. mafuta makatifu ambayo hupakwa wagonjwa kwa ajili ya kuwapatia nafuu kimwili na kiroho 2. Sakramenti ya Wagonjwa

mpakwa:***wa***-*nom*- aliyepakwa mafuta ...***wa Bwana***: 1. Kristo, Masiya

2. mkleri na kila aliye mbatizwa

mpanzi-*nom*- mwenye kutia mbegu ardhini kwa ajili ya kuotesha

mpinga Kristo:***wa***-*knom*- anayehubiri kinyume na mafundisho ya Kristo

mpinzani:***wa***-*nom*- ambaye anakwenda kinyume na mafundisho ya Kanisa

mpostulanti:***wa***-nom- mkandidati wa utawa aliyepokewa katika Konventi ili kuonesha nia yake ya kujiunga na maisha ya utawa

mprofesi:***wa***-*nom*- mtawa aliyefunga nadhiri katika Shirika la kitawa ***...wa daima***: mtawa aliyefunga nadhiri kwa maisha yake yote utawani ***...wa muda***: mtawa aliyefunga nadhiri za muda

mproseleti:***wa***-*nom*- asiye Myahudi

msaada:***mi***-*nom*- 1. hitaji la kukidhiwa ili mtu aondokane na shida aliyo nayo 2. kitu kitolewacho ili kusaidia hitaji la mtu, kikundi, taasisi au nchi ***...wa Wakristo***: moja ya sifa kwa Bikira Maria

msabato:***wa***-*nom*- Mkristo aliye memba wa Kanisa la Wasabato

msakristia:***wa***-*nom*- mtu anayefanya kazi katika Sakristia

msalaba:***mi***-*nom*- 1. boriti mbili zinazokingamana, ambazo zilitumika kuwasulibisha wakosefu wakubwa katika Dola ya Kirumi 2. alama ya wokovu wa Wakristo

msaliti-*nom*- 1. asiyeshika maagano yaliyokubaliwa 2. mwenye kuharibu au kuvuruga mambo aliyokubaliana na mtu mwingine, jumuia-Kanisa, au hata nchi yake

msamaha-*nom*- tendo la kuhurumiwa na kuondolewa makosa: msem. *kuomba msamaha ni uungwana*

msamaria-*nom*- anayemsaidia mtu asiyemjua ...***mwema***: 1. mgeni aliyemsaidia Myahudialiyevamiwa na majambazi akiwa safarini kutoka Yeriko kwenda Yerusalemu katika Enjili 2. mtu yeyote mwenye kumsaidia aliye mhitaji

msandarusi:***mi***-*nom*- mti ambao utomvu wake ni mzito kama gundi

mseja:***wa***-*nom*- anayeishi bila kutenda tendo la ndoa wala kufunga ndoa

mseminari:***wa***-*nom*- mwanafunzi mwenye kujitafiti wito wake kwa utumishi wa upadri katika Kanisa, taz. *mseminaristi* ...***mdogo***: yule anayesoma katika Seminari ndogo ...***mkubwa***: yule anayesoma katika Seminari kubwa, taz. *frateri*

mseminaristi:***wa***-*nom*- mwanafuzi wa upadri katika Seminari ndogo au Seminari kubwa

mshawishi:***wa***-*nom*-anayemvutia mtu atende mambo maovu na yasiyompendeza Mungu

mshenga-*nom*- 1. anayeunganisha pande mbili ili kuwezesha mkataba fulani ufikiwe 2. anayefanya kazi kama daraja la kuzileta pamoja pande mbili zilizosigana 3. mwenye kuunganisha wachumba na wazazi wao katika shughuli za posa

mshinda-*kiv*- sifa ya Kristo ambaye ni mshindi dhidi ya adui mwovu

mshumaa:***mi***-*nom*- mche duara uliotengenezwa kutoka nta ya nyuki iliyogandishwa ambao huwashwa altareni wakati wa ibada: msem, *bora kuwasha mshumaa, kuliko kulaumu giza* ...***wa Pasaka***: huwashwa usiku wa mkesha wa Pasaka kuashiria Kristo Mfufuka kama mshindi dhidi ya dhambi ...***wa ubatizo***:

anaokabidhiwa mtu anayebatizwa wakati wa Sakramenti ya Ubatizo

msimamia madhehebu -*knom*- Padri, mtawa au mlei anayeratibu na kuhakikisha maadhimisho ya Liturujia yanakwenda kadiri ya utaratibu ulivyo

msimamizi:***wa***- *nom*- mwenye kuangalia jambo fulani na kulisimamia ...***wa Jimbo***-*knom*- Padri anayeongoza Jimbo muda ule ambapo kiti cha Askofu kinapokuwa wazi ...***wa Kitume***- Askofu mwenye kuliongoza Jimbo kwa niaba ya Kiti cha Kitume

msomaji:***wa***-*nom*- mwenye kusoma masomo wakati wa Ibada Kanisani

msongo-*nom*- hali ya kusongwa na jambo

msuluhishi:***wa***-*nom*- anayepatanisha na kurejesha maelewano kati ya pande mbili ambazo hazikuwa katika hali ya kuelewana

mstahimilivu:***wa***-*kiv*- mwenye kuvumilia magumu na asiye mlalamishi

mtaa: ***mi***-*nom*- eneo linalohudumiwa na mchungaji kutoka Usharika wa jirani

mtaguso:***mi***-*nom*- mkutano mkuu wa maaskofu Katoliki duniani chini ya Papa ...***wa kiekumeni***: mkutano wa Papa na maaskofu kutoka dunia nzima ...***wa Yerusalemu***: Mkutano wa kwanza uliojadili iwapo wasio Wayahudi wanaweza kupokelewa katika Ukristo bila kutahiriwa kwanza (rej. Mdo. 15:5-34)

mtakatifu:***wa***-*nom*- 1. aliyefikia ukamilifu na anayeishi pamoja na Mungu huko Mbinguni 2. mwenye kuishi maisha yanayompendeza Mungu hapa duniani mtalaka-*nom*-mke au mume aliyeachana na mwenziwe wa ndoa

mtaliki:***wa***-*nom*- mwenye kutoa talaka

mtalikiwa:***wa***-*nom*- mwanandoa aliyeachwa na aliyekuwa mwenzi wa ndoa

mtamaniwa:***wa***-*nom*- anayependwa na kutarajiwa kuja kuwaletea wengine neema ***...na mataifa***: Yesu Kristo anayesubiriwa kwa hamu na wanyonge ili awakomboe katika nyakati za halafu

mtawa:***wa***-*nom*- anayefuata mashauri ya kienjili katika jumuiya ya kitawa ***...wa Jimbo***: memba wa Shirika la kitawa lililo chini ya Askofu wa Jimbo ***...wa ndani***: memba wa Shirika lenye kufuata kanuni za fikara na maisha ya kina ya tafakari ndani ya monasteri ***...wa nje***: mwenye kufanya utume kati ya wanadamu nje ya monasteri, mtawa ambaye utume wao katika mazingira halisi ya watu

mtawala:***wa***-*nom*- anayetawala, mwenye mamlaka

mteolojia:***wa***-*nom*- mwenye kujishughulisha na maarifa kumhusu Mungu

mteule:***wa***-*nom*- mwenye kupasishwa katika jambo fulani, aliyeteuliwa, taz. *mteuliwa*

mteuliwa:***wa***-*nom*- aliyepasishwa katika jambo fulani, aliyeteuliwa

mtima:***mi***-*nom*- roho, pumzi hai

mtume:***mi***-*nom*- 1. moja kati ya wanafunzi kumi na wawili wa Yesu Kristo 2. mwenye utume kwa watu wengine ***...wa mataifa***: jina la kumtaja Paulo Mtume

mtumishi:***wa***-*nom*- anayetumia muda wake kufanya kazi kwa ajili ya wengine ***...wa Mungu***: 1.marehemu ambaye Vatikani imeridhia kwamba anazo fadhila kutosheleza kuanza kwa mchakato wa kutangazwa mwenye heri 2. jina linalotumika kwa watumishi wa Kanisa na wachungaji hasa katika baadhi ya Makanisa ya Kipentekoste ...***wa watumishi wa Mungu***: moja kati ya majina ya Askofu wa Roma

muadhama:***wa***-*nom*: mkleri aliye Kardinali, taz. *Mwadhama*

muaspiranti:***wa***-*nom*- Mkristo ambaye anakusudia kujiunga na utawa na aliyetuma maombi ya kujiunga na Shirika la Kitawa

muhuri:***mi***-*nom*-1. alama madhubuti ya kuthibitisha uhalali na urasmi wa hati au barua 2. kibao au chuma kidogo chenye kutumika katika kuwekea muhuri

muoblati:***wa***-*nom*- mwenye kufuata kanuni ya Shirika la kitawa pasipo kufunga nadhiri za kitawa katika Shirika husika taz. *Oblati*

Musa-*nom*- aliyeokolewa kutoka katika maji (*wa jinsia ya kiume*), taz. *Mozesi*

muswada:***mi***-*nom*- 1. maandishi ya awali ambayo huandaliwa ili kuhaririwa na jopo 2. Mapendekezo ya awali

muujiza:***mi***-*nom*- mambo yanayotokea kutokana na nguvu isiyo ya kimaumbile, bali aghalabu kwa nguvu ya Kimungu, taz. *mwujiza*

muungama:***wa***-*nom*- mtakatifu aliyetukuka kwa kuiungama imani yake hadharani

mujibu-*nom*- kutokana na sheria au utaratibu uliozoeleka

mvinyo-*nom*- kileo kilichotengenezwa kutoka zabibu, divai: msem. *katika mvinyo huelezwa ukweli*

mvisenti:*wa-nom-* mtawa wa Shirika la Vinsenti wa Paulo ambalo huishi karama ya huruma

mvumo:*mi-nom-* enye kuvuma kwa nguvu kubwa, sauti kubwa yenye kusababishwa na upepo

mvuto:***mi***-*nom-* enye kuvutia, enye kuleta hamasa

mwadhama:***waa***-*nom-* jina la heshima kwa aliye Kardinali katika Kanisa Katoliki, taz. *Muadhama*

mwadhimishi-*nom-* anayeadhimisha jambo linalotendeka ***...mkuu***: Padri au Askofu anayeongoza Misa wanayoshiriki mapadri kadhaa walio wakonselebranti

mwafaka-*nom-* maridhiano, makubaliano, maafikiano baina ya pande mbili

mwaka:***mia***-*nom-* kitambo cha majuma 52 na siku 356 katika Kalenda ***...wa Jubilei***: nafasi ya kusherehekea tukio baada ya miaka kadhaa, taz. *Jubilei* ***...wa Kanisa:*** maadhimisho ya historia ya wokovu kuanzia katika Jumapili ya Kwanza ya Majilio hadi Jumamosi Jioni baada ya Sherehe ya Yesu Mfalme ***...wa neema:*** 1. nafasi ambayo kwayo jumuiya Kanisa imeguswa na matukio ya ya baraka kubwa kama vile kuongezeka kwa miito ya Kanisa 2. nafasi ya kufanya Jubilei ***...wa kichungaji***: kipindi cha mwaka mmoja ambacho mseminari hujipatia uzoefu wa kazi ya uchungaji katika parokia mbalimbali kabla ya kupokea daraja la Ushemasi

mwalimu:***wa***-*nom-* mwenye kufundisha ***...wa dini***; taz. *Katekista*, au Mwenjilisti ***...wa Kanisa***: mtakatifu ambaye maandishi yake na mafundisho yake yamechangia kwa vikubwa tafakari ya kiteolojia na maisha ya kiroho ya wanakanisa, mf. mt. Agustino, mt. Katarina wa Siena, n.k

mwaloni:*mia-nom-* aina ya mti mkubwa na mnene

mwamko-*nom-* hali ya yenye kuhamasisha watu kuchangamka katika utendaji wa jambo

mwana:*wa-nom*: kiumbe aliyezaliwa na binadamu ***...mpotevu***: 1. kijana katika Enjili ya Luka aliyetapanya mali ya urithi kwa starehe (rej. Lk 15:11-32) 2. sifa ya kumtaja mtu yeyote asiyekwenda kadiri ya ushauri wa wazazi wake au asiyezingatia taratibu na desturi za utamaduni wa kabila au taifa lake ***...Mwilika***: Neno aliyefanyika Mwili ***... mzawa***: mtoto wa kumzaa kibaolojia ***...wa Kambo***: mtoto wa kufikia, asiye mzaliwa wa damu na wazazi husika ***...wa Mungu*** 1. moja kati ya majina ya kumtaja Yesu Kristo 2. jina la yeyote yule aliyebatizwa katika Kristo 3. jina la kumtaja binadamu yeyote kwani ameumbwa na Mungu

mwanadamu:*wa-nom-* aliye mwana wa Adamu mwenye akili na utashi, mtu, taz. *binadamu*

mwanafunzi:*wa-nom-* mwenye kujifunza chini ya mwalimu

mwanakondoo-*nom-* mnyama aliye mpole anayefanana na mbuzi na ambaye manyoya yake hutumika kutengenezea sufu ***...wa Mungu***: 1. jina ambalo Yohane Mbatizaji alilitamka kumtambulisha Yesu Kristo 2. wimbo au sala wanayoisali wakristo au kuimba kabla ya kupokea komunyo ***... wa Pasaka***: jina la kumtaja Yesu Kristo kama yule aliyechinjwa na kutolewa sadaka kwa ajili ya wokovu wa wanadamu

mwanazuoni:*wa-nom-* mwenye elimu kubwa, mtafiti na mwenye nidhamu ya kujisomea na kuandika vitabu

mwandamizi:*wa-nom-* anayepokea ofisi na kuendeleza madaraka aliyoshika mtangulizi wake

mwandamo-*nom-* mwanzo wa kujitokeza mwezi

mwanga:*mia-nom-* enye kuleta wangavu, enye kuwaka

mwangaza:*mi-nom-* nuru iliyo kamili, mmuliko mkubwa na ulio wazi

mwanglikana:*waa-nom-* Mkristo aliye mfuasi wa Kanisa la Anglikana

mwasisi:*waa*-nom- aliyeanzisha kitu fulani muhimu katika Kanisa

mwanzo-*nom-* 1. alfa, jambo lilipoanzia, uawali wa tukio au jambo 2. Kitabu cha kwanza katika Biblia chenye kujulisha habari za mwanzo wa uumbaji

Mwenjili:*wa-nom-* jina la waandishi wanne wa maisha, utume wa Yesu wa Nazareti duniani, ufufuko wake, na kupaa kwake mbinguni

Mwenjilisti:*wa-nom-* mwenye utume wa kufundisha elimu ya Biblia na maadili ya Kikristo katika baadhi ya makanisa ya Kikristo

mwenyeenzi-*kiv-* sifa ya Mungu mwenye kutamalaki na kutawala mahali pote

mwenyeheri:*we-nom-* 1. aliyejazwa neema na mibaraka 2. marehemu aliyetangazwa na mamlaka ya Kanisa kuwa katika heri ya mbinguni

mwenzangu:*we-kiw-* 1. (wewe) uliye sehemu yangu 2. (wewe) uliyekuwa upande wangu

Mweremiti:*wae-nom-*mtawa anayeishi jangwani apate kusali na kumtumikia Mungu katika Upweke

mweuo-*nom*- utakaso, hali ya kufanywa safi bila doa

mwili: ***mi***-*nom*- kiwiliwili chote kinachombeba kiumbe kuanzia kichwa hadi nyayo ...***wa fumbo***: Kanisa katika uakisi wake kama Ikoni ya Utatu Mtakatifu ...***wa Kristo***: Ekaristi takatifu, Hostia iliyobarikiwa ...***mteseka***: Kanisa katika madhulumu mbalimbali; katika kutolea ushuhuda wa kile ambacho Kanisa linakiungama ...***mtukuka***: 1. mwili wa Yesu Mnazareti baada ya kufufuka kwake 2. jumuiya ya watakatifu mbinguni

mwimbishaji-*nom*- anayefundisha kwaya ya Kanisa ...***mkuu***: mwenye kuongoza kwaya na kufundisha wengine katika kuimba nyimbo za Liturujia

mwitiko:***mi***-*nom*- 1. kupokea au kutopokea wito utolewao 2. majibizo unaotokana na mwito fulani ...***wa mtaguso***: jinsi waamini pamoja na wateolojia walivyoupokea mtaguso na mafundisho ya mtaguso huo

mwito:***mii***-nom- 1. tendo la kuita 2. Kutakiwa kwenda mahali au kufanya jambo fulani 3. sauti inayoita ...***mitakatifu***: chaguzi za maisha ya waamini katika Kanisa yaani: ndoa, upadri na utawa

mwokozi:***wa***-*nom*- mkombozi, mtu anayewaokoa watu kutoka kongwa la utumwa

mwovu:***wa***-*nom*- mwenye kusababisha maovu kwa watu wengine

mwujiza-*nom*- jambo linaloshangaza, tendo linalotokea nje ya uwezo wa kibinadamu na ule wa kimaumbile, taz. *muujiza*

mwungwana:***wa***-*nom*- aliye huru na mwenye kuwajali wengine

mzabibu: ***mi**-nom*- mti wenye kuzaa zabibu na ambao matunda yake hutumika kutengeneza divai

mzee: ***wa**-nom*- mwenye umri mkubwa na mang'amuzi ya maisha ...***wa Kanisa***: 1. mshauri wa mchungaji katika Usharika 2. kiongozi wa waamini 3. jina la heshima kwa kiongozi wa Kanisa

mzeituni:***mi**-nom*- mti unaozaa matunda ya mizeituni

mzimu:***mi**-nom*- roho au kivuli cha mtu aliyekufa

mzizi:***mi**-nom*- sehemu ya mmea iliyo ardhini ambayo huwezesha mmea kuvuta maji na madini ambayo mmea huihitaji kwa ajili ya kuishi ...***wa dhambi***: mazoea mabaya ambayo huchangia katika kumwingiza mtu kutenda dhambi kama vile ulevi, majivuno, wivu, hasira n.k.

mzushi:***wa**-nom*- anayezua mafundisho kadiri aonavyo yeye na siyo kufuatana na kweli zinazofundishwa na Kanisa

N

nabii:***ma**-nom*- anayetamka yale Mungu anayotaka kwa jamii yake anamoishi ...***wadogo***: manabii kumi na wawili wa Agano la Kale: Hosea, Yoeli, Amosi, Obadia, Yona, Mika, Nehemia, Habakuki, Zephania, Haggai, Zekaria na Malachi ...***wakubwa***: ambao kazi zao na maaguzi yao yana ujazo mkubwa katika Biblia nao ni: Isaya, Yeremia, Ezekieli, na Danieli ...***wa kweli***: mjumbe wa Mungu anayeongea kwa watu yale tu Mungu anayoyataka

...***wa maangamizi***: anayetabiri maanguko, mwenye kuwatamkia wengine mabaya ...***wa uongo***: 1. anayefanya utabiri na kuwatamkia watu yale wanayotaka kuyasikia 2. aliye mnafiki kwa watu wenye mamlaka anayewasifia hata akijua wazi kwamba wanafanya makosa katika utumishi wao

nabu-*nom*- moja kati ya miungu wadogo katika Babilonia ya kale

nadhiri-*nom*- tamko analoweka mtu kama ahadi yake kwa Mungu na Kanisa la kutekeleza jambo fulani ...***kuu***: kiapo cha mtawa kuishi maisha kama mtawa na kushika mashauri ya Enjili maisha yake yote pengine huitwa, *nadhiri za daima* ...***ya muda***: kiapo cha muda anachoweka mtawa kwa ajili ya kuishi maisha ya ufukara, usafi wa mwenendo na utii

nafasi-*nom*- fursa, mahali penye uwazi ...***msingi***: fursa ya mwisho ya kuokolewa na Mungu anayoipata binadamu kabla ya kuaga dunia

nafsi-*nom*- mtu mwenyewe katika haiba yake nzima ...***tatu***: Mungu mmoja aliye katika nafsi tatu: taz. *Utatu Mtakatifu* ...***ya kwanza***: Mungu Baba ...***ya pili***: Mungu Mwana ...***ya tatu***: Mungu Roho Mtakatifu

naibu:***ma***-*nom*- Padri anayeshika wadhifa wa makamu wa Askofu

najisi-*kit*- tia kitu uchafu, patia kitu au mtu dosari ya kimwili au kiroho (*hali ya kutenda*)

na kichapwe-*knom*- idhini ya Askofu au mkuu wa Shirika la Kitawa kukiruhusu kitabu kichapwe

Naomi-*nom*- mwenye sura ya kuvutia (*wa jinsia ya kike*)

Namugongo-*nom*- mahali pa hija nchini Uganda katika Jimbo Kuu la Kampala, walipouawa mashahidi wa Uganda

nanga-*nom*- 1. kitu kizito cha chuma chenye kulabu nne cha kutelemsha majini ili kuzuia meli, boti au mashua isiyumbishwe na mawimbi 2. alama ya kuonyesha imani thabiti isiyoyumba

nardo-*nom*- marashi ya thamani kubwa ambayo yalitengenezwa kutoka mmea fulani na yalitumiwa hasa katika maziko wakati wa Yesu

nasaba-*nom*- ukoo wa kifalme

nasibu-*nom*- kwa bahati tu

Natalia-*nom*- aliyezaliwa upya, aliyefanyika upya (*wa jinsia ya kike*)

nawe-*kiw*- na wewe pia

nazareani-*nom*- mnadhiri wa Bwana; mtu aliyejiweka wakfu kwa Bwana

nchi-*nom*- eneo maalumu la kijiografia lenye kusimamiwa na serikali husika na watu wenye historia moja ...***takatifu***: eneo lote la Palestina na Uyahudi (Israeli)

NCCK-*kn*- Baraza la Makanisa ya Kikristo nchini Kenya

ndoa-*nom*- makubaliano ya kisheria kati ya mwanamke na mwanamume walio na umri unaowaruhusu kuishi pamoja kama mke na mume ...***batili***: makubaliano ya ndoa yasiyo halali kutokana na kukabiliwa na kasoro fulani kubwa ya kisheria au kibaolojia ...***dhaniwa***: ambayo baada ya kufungwa inakabiliwa na upungufu fulani ...***iliyoridhiwa***: makubaliano ya hiari yaliyopelekea kuridhia kitendo cha kufunga ndoa ...***ithibati***: iliyo dhahiri kabisa, bila kizuizi chochote ...***kidhiwa***: ambayo kwayo maarusi wameshiriki tendo la ndoa kikamilifu ***kizuizi cha***...kitu kinachofanya ndoa isiwe halali na hivi kuwazuia wachumba hao kuweka maagano yao ***matangazo ya***... notisi kuhusu ndoa inayotarajiwa kufungwa yenye kuwataka waamini wenye kujua kizuizi chototе kutoa taarifa kwa mamlaka husika ...***tepetevu***: isiyo halali kati ya mkatoliki na asiye mkatoliki mwenye kushikilia msimamo wake ambayo uhalali wake unaweza kufanywa na Kiti cha Kitume tu ...***ya jadi***: makubaliano ya wanandoa yaliyofanywa kufuatana na taratibu za kimila ...***ya Kikristo***: makubaliano ya ndoa kati ya wabatizwa yanayofanywa mbele ya mjumbe wa Kanisa ...***ya majaribio***: hali ya kuishi uchumba muda mrefu katika kipindi ambacho wanajozi wanapopimana tabia ...***ya mahakamani***: makubaliano ya wanandoa yaliyofanywa mbele ya mwakilishi wa Serikali au mahakama ...***ya mashoga***: kati ya watu wa jinsia moja. Makanisa mengi barani Afrika yanapinga kwa nguvu zote uhalali wa ndoa za mashoga ... ***ya mseto***: makubaliano ya ndoa baina ya wanandoa kutoka imani tofauti au pengine hata madhehebu tofauti ya Kikristo ...***ya mtoto***: makubaliano ya kindoa baina ya wanandoa ambayo kati yao mmoja au wote wawili hawajafikia umri wa kisheria wa kufunga ndoa ...***ya siri***: mkataba wa ndoa unaofanywa na wanandoa katika mahali pasipo na hadhira

ndugu-*nom*- 1. aliye jamaa yako, mshiriki wa damu moja, au aliye ukoo nawe 2. aliye rafiki wa jirani sana nawe na kutambuliwa na familia yako 3. kila aliye mwanadamu maana ni mwana wa Mungu 4. mwanajumuiya katika Shirika la kitawa ...***katika Kristo***: neno la maingilio katika hotuba au homilia kati ya wabatizwa

nebiimu –*nom*- maandiko ya manabii wadogo katika Agano la Kale

neema-*nom*- kipaji cha kiroho tunachopewa na Mungu ili tupate kufika mbinguni ...***ya msaada***: kipaji cha kiroho kinachotusaidia kutimiza kazi ya wokovu ...***ya utakaso***: uzima wa Kimungu rohoni mwetu (rej. Yn 1:16, 3:3-8)

neklolojia-*nom*- rejista ambamo majina ya walio marehemu yameorod-heshwa

nematolojia-*nom*- taaluma kuhusu hulka na utendaji wa Roho Mtakatifu aliye nafsi ya tatu ya Mungu

nembo-*nom*- alama maalumu katika mchoro inayowakilisha ofisi aliyo nayo mtu au taifa fulani ...***ya kiaskofu***: alama ya kiaskofu yenye kupambwa kwa kofia iliyofungwa na nyuzi zenye mafundo mbalimbali, yenye michoro kuhusiana na Jimbo lake na kauli mbiu ya kumwongoza Askofu katika utume wake

Neno:***ma***-*nom*- tamko au kauli inayotolewa ...***la Mungu***: maandiko matakatifu katika Biblia ...***la uzima***: neno lenye kuhuisha na kuleta uhai ...***wa Mungu***: nafsi ya pili ya Mungu aliyejifanya mwanadamu

nestorianisimo-*nom*- vugu-vugu la mafundisho ya mzushi Nestorio

ngome-*nom*- 1. uwigo madhubuti uliojengwa imara ili kujihami na maadui 2. eneo la kujihifadhi dhidi ya mashambulizi ya adui 3. sifa ya kumtaja Mungu aliye Mlinzi wao wote wanaomkimbilia

ngowela-*nom*- antifona zinazojitokeza katika masifu mbalimbali, taz. *antifona*

nguvu-*kiv*- uwezo wa kufanya jambo ...***ya Mungu***: matendo ya Mungu katika uumbaji

nguzo-*nom*- mhimili, kanuni msingi

Nigro-*nom*- aliye mweusi (*wa jinsia ya kiume*)

nira-*nom*- mzigo mzito unaotwisha mtu mabegani ili aubebe

nishani-*nom*- 1. enye kuwa na shani 2. tuzo anayopewa mtu katika nafasi maalumu kutokana na kazi nzuri aliyoifanya ----***ya amani***: tuzo itolewayo mjini Olso (Norway) kila mwaka kwa watu waliotoa mchango mkubwa duniani katika kuleta amani

njia-*nom*- 1. sehemu ya ardhi inayotumiwa na wasafiri wa miguu au na chombo cha usafiri hivi kuwawezesha kufika hatima yao ya safari 2. mwelekeo katika kufikia shabaha fulani ...***ya msalaba***: ibada ya wakristo ambapo waamini hutafakari mateso ya Yesu kituo hadi kituo katika eneo lililotayarishwa ...***ya uzima***: Yesu Kristo mwenyewe aliye njia, ukweli na uzima

njiwa-*nom*- 1. ndege mwenye rangi ya kijivu na weupe usiokoza ambaye hutumiwa katika mapokeo ya Kikristo kama alama ya Roho Mtakatifu 2. ndege huyo hutumiwa pia kama alama ya amani

Noela-*nom*- jina la mtu (wa jinsia ya kike), taz. *Noeli*

Noeli –*nom*- 1. sikukuu ya kuzaliwa Bwana wetu Yesu Kristo, taz. *Krismasi*

2. jina la mtu, aghalabu huwa ni yule aliyezaliwa siku ya Noeli (*wa jinsia ya kiume*)

noktuna-*nom*- shughuli za usiku, mienendo ya viumbe wakati wa usiku

nota-*nom*- mapigo ya kimuziki katika wimbo kadiri yanavyoonyeshwa katika stafu ya nota

notari-*nom*- mwanasheria, mwenye kutoa msaada wa kisheria

novena –*nom*- muda wa siku tisa wa sala na maombi kwa nia maalumu

Novisiati-*nom*- kituo cha malezi ya wanovisi katika Shirika la Kitawa

nyenyekea-*kit*- kuwa na hali ya kujiweka chini mbele ya watu (*hali ya kutendea*)

nyenyekevu-*kiv*- 1. enye hali au tabia ya kujishusha na kujiweka chini ya wengine 2. kutokuwa na tabia ya hila, udanganyifu au ujanja

nyota-*nom*- gimba lenye nuru lililoko angani ambalo nuru yake huonekana zaidi wakati wa usiku ***...ya asubuhi***: moja ya sifa za Bikira Maria katika Litania waisaliyo Wakatoliki ***...ya mashariki***: sayari ile iliyowaongoza mamajusi kufika Betlehemu ili kumwabudu mtoto Yesu na kumtolea zawadi

nyumba-*nom*- jengo la kuishi, mahali madhubuti pa kuishi ***...ya Mungu***: jengo la Kanisa linalotumika kwa ajili ya kumwabudu Mungu ***...ya Sala***: jengo la kufanyia ibada, Kanisa

nyumbu-*nom*- mnyama mchanganyiko wa punda na farasi

nyuni-*nom*- ndege wa umbo ndogo katika jamii kama vile chiriku

Nunsio-*nom*- mjumbe wa Baba Mtakatifu, taz. *Balozi wa Papa*

nuru-*nom*- enye kumulika, enye kuonesha umuliko

O

Oblati:***wa***-*nom*- Mkristo mlei ambaye amefungamana na Shirika fulani la Kitawa hivi kuamua kuishi Kanuni za Shirika hilo pasipo kufunga nadhiri za kitawa

Ofertorio-*nom*- kipindi katika Misa takatifu cha waamini kupeleka vipaji altareni na Padri kutolea sala za kuvitoa vipaji kwa Mungu

ofisi-*nom*- 1. mamlaka au madaraka aliyo nayo mtu 2. chumba rasmi cha kufanyia kazi mtu aliyokabidhiwa ***...ya mapendo***: wajibu walio nao wachungaji wa kuwalea waamini wao katika huruma na upole

Oktava-*nom*- siku nane za kusherekea tukio muhimu la wokovu katika Kanisa ***... ya Noeli***: huanzia wakati wa kesha la Noeli hadi Sherehe ya Mama Maria mama wa Mungu inayoadhimishwa tarehe 1 ya kila mwezi Januari ***...ya Pasaka***: huanzia Jumamosi Kuu hadi kipindi cha Masifu ya Jioni ya Dominika ya pili ya Pasaka

Okoa-*kit*- kuondoa hatarini, kuondoa kutoka upotevuni

ole-*kih*- tamko kali lenye kuonya mtu

oleumu-*nom*- mafuta yaliyobarikiwa na kuhifadhiwa katika viriba mbalimbali taz. *mafuta matakatifu*

omba:***ma***-*nom*- kutaka kitu au msaada kutoka kwa mwingine

ombi-***ma***-*nom*- matakwa yanayoelekezwa kwa mwingine ili atoe msaada fulani

omboleza-*kit*- 1. lilia kwa majonzi, 2. mfululizo wa

nyimbo za masikitiko (*hali ya kutendea*)

ombwe-*nom*- utupu; hali inayoacha nafasi

omega –*nom*- mwisho

ondolea-*kit*- tolea makosa, kutolea mbali kizuizi fulani (*kauli ya kutendewa*)

ondoleo:*ma-kit*- futiwa kasoro au dhambi uliyotenda (*kauli ya kutendeka*)

Ongoa-*kit*- kumgeuza mtu akubali imani, kumwezesha mtu kubadilika na kupokea mafundisho ya Kanisa

ongofu-*kiel*- enye kuelekea maisha mpya ya uadilifu

ongoka-*kit*- kumrudia Mungu, kuachana na tabia mbaya (*kauli ya kutendeka*)

ono:***ma***-*nom*- uvuvio katika ufahamu wa jambo ***...lenye heri***: hatima ya mwanadamu ya kumwona Mungu mwenyewe alivyo uso kwa uso

Opus Dei-*knom*- kikundi cha waamini walei na makleri wanaofuata maisha ya mwanzilishi wao Mt. Josemaria Escriva Balaguer (1905-1975); kikiwa na shabaha ya kuimarisha utakatifu miongoni mwa wanachama wake.

Oratorio –*nom*- Kanisa ndogo linalotumiwa kwa shughuli za ibada na sala, taz. *Kijikanisa*

Ordinariati –*nom*- mahali zilipo ofisi mbalimbali za uongozi wa Dayosisi au Jimbo

ordinariumu-*nom*- nyimbo zile zinazoimbwa katika kila ibada ya Misa, yaani *Bwana utuhurumie*, (*Utukufu kwa Mungu Juu*), *Mtakatifu* na *Mwanakondoo wa Mungu* aghalabu katika Kanisa Katoliki

organi-*nom*- kinanda kinachopigwa kwa kutumia umeme na sauti kuboreshwa kwa njia ya matarumbeta yaliyofungwa katika mfano wa kasha kubwa

organisti:*wa*-*nom*- mcheza kinanda

Otmani-*nom*- Dola ya mfalme wa Uturuki iliyokuwa sambamba na Dola ya Bizantini na kueneza ustaarabu wa Kiarabu na Kiislamu katika Ulaya ya Magharibi

ovu:*ma*-*nom*- tendo lisilo jema lenye kuleta madhara ya kimwili na kiroho

P

paa-*kit*- kwenda juu, kuinuka (*hali ya kutenda*)

Padri:*ma-nom*- mchungaji, kiongozi wa Kanisa chini ya Askofu katika Kanisa Katoliki hutumika pia katika Komunio ya Kanisa la Anglikana ...***mzururaji***: ambaye hayuko wala chini ya Askofu wake wala pamoja na Shirika lake la Kitawa katika Kanisa Katoliki ...***wa Jimbo***: mwenye inkardinasio katika Jimbo fulani na hivi kuwa chini ya Askofu wa Jimbo husika, taz. *Inkardinasio* ...***wa Shirika/mtawa*** : ambaye ni memba katika Shirika fulani la kitawa, taz. *Inkardinasio*

pagawa-*kit*- ingiwa na pepo mbaya (*hali ya kutendwa*)

paji:*vi*-*nom*- kile mtu alichokirimiwa, karama taz. *kipaji*

pahija-*nom*- mahali rasmi pa kufanyia hija

pala-*nom*- bapa la karatasi lililofunikwa nguo ambalo hutumiwa kufunikia kalisi wakati wa Misa

Paliumu –*nom*- utepe wa rangi nyeupe uliotengenezwa kutokana na sufi ya mwanakondoo wenye kutiwa misalaba sita ya rangi nyeusi anaouvaa aliye Askofu Mkuu mabegani mwake wakati wa adhimisho la Misa; katika Jimbo lake Kuu na katika makanisa yaliyo katika Metropolitani yake. Askofu wa Roma anavaa Paliumu mahali popote duniani. Misalaba minne imewekwa katika duara la shingoni na miwili katika sehemu ya Paliumu inavyoangukia kifuani na mgongoni. Misalaba minne katika duara humaanisha fadhila kuu nne za haki, nguvu, kiasi, pamoja na busara. Na ile iliyoko katika sehemu inavyotelemka mgongoni na kifuani kuashiria maisha ya dhati ya utendaji kama alivyofanya Martha dada ya Lazaro na ule mwingine kuashiria maisha ya kina ya tafakari kama alivyofanya dada mwingine wa Lazaro aitwaye Maria (rej. Yn. 11: 1-53)

palizwa-*kit*- kuinuliwa juu, kupelekwa juu (*hali ya kutendewa*)

pambizo-*nom*- wimbo wa kidini unaoimbwa ili kuhamasisha jambo

pango:***ma***-*nom*- shimo kubwa kwenye jiwe au mwamba mkubwa ***...la Noeli***: mfano wa pango unaowekwa Kanisani wakati wa sherehe ya Krismasi ili kutafakari kuzaliwa kwa Bwana Wetu Yesu Kristo

Pantokrato –*nom*- Yesu Kristo aliye mwalimu mwenye enzi, na mwenye adhama kubwa

Papa-*nom*- 1. jina la kumtaja Askofu wa Roma aliye Baba wa waamini wote Wakatoliki 2. Jina la kumtaja Askofu Mkuu wa Kanisa la Koptiki huko Misri

Papabili-*nom*- Kardinali mwenye haiba ya kuweza kuchaguliwa kuwa Papa

Papamobili-*nom*- gari lenye madirisha makubwa ya vioo analotumia Papa kuwasalimia watu

Paradisi-*nom*- 1. mahali walipowekwa Adamu na Eva kabla ya kutenda dhambi 2. mahali pema (*mbinguni*)

Parakleti-*nom*- Roho Mtakatifu aliye Mfariji

paramente-*nom*- mavazi kwa ajili ya shughuli za Kiliturujia

parapanda-*nom*- tarumbeta litakalopigwa na malaika katika siku ya kiyama kuwaita wazima na wafu kwa hukumu ya mwisho

Parokia:***ma*** –*nom*- eneo maalumu alilokabidhiwa Padri kulichunga kwa kutumwa na Askofu wake ...***faridi***: yenye kuzingatia aina ya watu, mf. *wahamiaji, wakimbizi,* n.k ...***tarafa***: yenye kuzingatia eneo maalumu la Kijiografia

Parokiani-*kiel*- 1. ndani ya eneo la Parokia husika 2. mahali ilipo ofisi ya Paroko na nyumba ya Paroko

Paroko:***ma***-*nom*- Padri anayesimamia na kuongoza Parokia, taz. *Baba Paroko* ...***msaidizi***: Padri mwenye wajibu wa kuongoza Parokia pamoja na Paroko husika, taz. *Kaplani*

Parosia –*nom*- wakati wa ujio wa pili wa Kristo

Pasaka-*nom*- 1. sherehe kuu ya kuadhimisha ufufuko wa Yesu Kristo 2. tendo la Waisraeli kuvuka bahari ya Shamu na kuokolewa kutoka utumwa wa Misri

Pasiensia-*nom*- mvumilivu, mwenye kuchukua machungu kwa saburi (*jinsia ya kike*)

Pasiensi-*nom*- taz. *Pasiensia* (*wa jinsia ya kiume*)

Paskali-*nom-* mwenye kuishi fumbo la Paska (*wa jinsia ya kiume*)

patakatifu-*kiel*-mahali pa adhama au pale ilipo madhabahu ...***pa patakatifu***: eneo mahsusi madhabahuni katika hekalu la Yerusalemu ambalo lililotengwa kwa ajili ya Kuhani Mkuu peke yake

patena-*nom-* kisahani kidogo anachotumia Padri kuwekea hostia kubwa altareni

patnashipu –*nom-* mkataba wa hiari kati ya pande mbili unaowekwa kwa shabaha ya kufanya mambo kwa pamoja na kwa faida ya pande zote mbili ...***ya makanisa***: makubaliano yenye nguvu ya kimkataba kati ya makanisa katika kujenga uhusiano kwa shabaha ya kuwezesha shughuli za kimisionari baina yao

Patriaki:*ma -nom-* Askofu mkuu aliye metropoliti katika Kanisa la Kiorthodoksi ...***wa Magharibi***: moja kati ya majina ya kumtaja Papa

Patriakati-*nom-* mji au makao makuu anapokaa Patriaki kama vile Roma, Antiokia, Yerusalemu, na Alexandria

Patristiki-*nom-* enye kuhusu mababa wa Kanisa la Kilatini

Patrolojia-*nom-* taaluma kuhusu mafundisho na teolojia ya mababa wa Kanisa

Paula-*nom-* somo wa Paulo Mtume (*wa jinsia ya kike*)

Pauli-*nom-* aliye somo wa Paulo Mtume (*wa jinsia ya kiume*), pia *Paulo*

Paulina-*nom-* binti wa mtume Paulo (*wa jinsia ya kike*)

pedagojia-*nom-* ufundishaji wa malezi bora

pedali-*nom-* vibao maalumu katika Ogani au

kinanda ambavyo mpigaji wake huvicheza kwa miguu ili kutoa sauti bora katika wimbo

pektorali-*nom*- msalaba wa kifuani wauvaao maaskofu na maabate

pelagiani-*nom*- mwendelezo wa mawazo na mafundisho yaliyotolewa na Pelagius (355-425 B.K), aliyefundisha kwamba dhambi ya Adamu haikuwaathiri wanadamu wengine, na kwamba kila binadamu anaishi kwa kutumia utashi wake.

pelikani-*nom*- 1. ndege mfano wa chiriku ambaye wakati wa dhiki kuu hutoboa kifua chake ili kulisha makinda wake kutoka damu inayominimika mwilini mwake 2. alama ya Yesu Kristo aliyetoa uhai wake ili kuwakomboa ndugu zake

pembe:***ma***-*nom*- kitu kama mfupa kutoka mnyama chenye uwazi ndani yake

Penitensiari-*nom*- 1. mahali wanapowekwa wakosefu hasa katika Monasteri kama adhabu kwao ili watubu makosa yao 2. kiti cha kitubio 3. Mahali ambapo Wakristo hasa Wakatoliki huungama dhambi zao

Pentekoste –*nom*- 1. siku hamsini baada ya Ufufuko wa Yesu Kristo 2. sherehe ya Roho Mtakatifu kuwashukia mitume ...***mpya***: mwamko mpya utume wa Roho Mtakatifu kwa ulimwengu wa nyakati zetu hizi

pepo:***ma***-*nom*- kiumbe aina ya mzuka au jini mwenye nguvu ya kumdhuru binadamu

Peregrina-*nom*- mahujaji, msafiri katika dunia hii (*wa jinsia ya kike*)

Peregrinusi-*nom*- taz. Peregrina (*wa jinsia ya kiume*)

periti:*ma* *–nom-* mwanazuoni wa kuheshimika aliye na umahiri katika uwanja au eneo fulani la taaluma

Perpetua-*nom-* mwenye udumifu katika maisha (*wa jinsia ya kike*)

pete-*nom-* duara linalotengenezwa kwa madini na kuvaliwa kidoleni kuashiria fungamano alilo nalo mtu na mtu mwingine au Jumuiya- Kanisa na kwa wengine kama pambo tu ...***ya Abate***: anayovalishwa Abate kama Baba wa Jumuiya ya Watawa ambao anatakiwa kuwaongoza kwa mapendo ya Kibaba ... ***ya Kiaskofu***: anayoivaa Askofu kama alama ya kufungamana na Kanisa mahalia analoliongoza kwa mapendo yake yote ya kichungaji ...***ya mvuvi***: pete ya Papa katika kurithi kwake ofisi ya Mtume Petro aliyeitwa kutoka kwenye shughuli ya uvuvi ...***ya nadhiri***: anayovalishwa mtawa wa kike wa nadhiri za daima kuwa alama ya upendo wake kwa Kristo usioyumba kwa maisha yote...***ya ndoa***: wanazovalishana maarusi siku ya ndoa kama ishara ya mfungamano wa mapendo na uaminifu kati yao kwa maisha yote

Petra-*nom-* aliye mwamba na thabiti kabisa (*wa jinsia ya kike*)

Petro-*nom-* taz. Petra (*wa jinsia ya kiume*), pengine huitwa *Petrusi*

pieta-*nom-* sanamu ya Bikira Maria inayomtambulisha kama mama mwenye uchungu akiwa amemshikilia Mwana wake aliyekufa baada ya kushushwa toka msalabani

pigeni magoti-*ktnom-* mwito kwa waamini wa kuwataka wapige magoti kwa ajili ya sala au kuabudu (*kauli ya kusihi au kuamrisha*)

pigo:***ma***-*nom*- kupokea kipigo kilicho kikubwa **ma**---***ya Wamisri***: madhara kumi yaliyotolewa na Mungu kwa wanaukoo wa Farao kutokana na ugumu wa moyo wake

Piksisi-*nom*- aina ya kijisahani kidogo chenye kifuniko kwa ajili ya kuwekea Hostia takatifu kuwapelekea wagonjwa walio majumbani au katika hospitali

Pileolusi-*nom*- kikofia kama kibandiko wavaacho maaskofu ***cha rangi nyeupe***: huvaliwa na Papa ***cha rangi nyekundu***: huvaliwa na makardinali ***cha rangi ya waridi***: huvaliwa na maaskofu ***cha rangi nyeusi***: huvaliwa na mapadri katika baadhi ya sehemu

pitamaumbile-*knom*- inayozidi kawaida za maumbile

planeta-*nom*- vazi la rangi analovaa Padri Mkatoliki juu ya mavazi mengine wakati anapoadhimisha Misa takatifu, taz. *Kasula*

Plasida-*nom*- mwenye kupendeza, mwenye kuridhisha (*wa jinsia wa kike*)

Plasidusi-*nom*- mwenye kupendeza, mwenye kuridhika (*wa jinsia ya kiume*)

pluviale- *nom*- bushuti kubwa analolivaa Padri au Askofu wakati wa ibada mbalimbali

polemiki-*nom*- malumbano na majibizano katika hadhara, magazeti au vitabu kati ya pande mbili

polifonia-*nom*- kuimba kwa sauti nyingi

poligeni-*nom*- nadharia kwamba binadamu wametokana na wazazi tofauti tofauti, taz. *monogeni*

politeisimo-*nom*-imani katika miungu wengi

Ponsiana-*nom*- aliye daraja (*wa jinsia ya kike*)

Ponsianusi-*nom*- aliye daraja (*wa jinsia ya kiume*)

Pontifikale –*nom*- kitabu cha mwongozo kwa Askofu katika kuadhimisha masakramenti

Pontifu-*nom*- 1. moja ya majina ya Askofu wa Roma 2. aliye daraja la kuwaunganisha watu na Mungu

Pratoriumu-*nom*- ukumbi mkubwa ambao Liwali wa Kirumi Pontio Pilato aliutumia kumhoji na kumhukumu Bwana wetu Yesu Kristo ili asulubiwe

predestini-*nom*- nadharia kwamba Mungu amepanga hatima ya kila mtu tangu milele

Prefasio – *nom*- sala ya utangulizi wa Ekaristi katika Misa

prelati :***ma***-*nom*- Padri aliye na hadhi ya Kimonsinyori

premisi –*nom*- misa ya kwanza anayoiadhimisha Padri mpya baada ya kupadrishwa

Presidia-*nom*- jumuiya ndogo ya wanachama wa Lejio Maria

Prifekti:***ma***-*nom*- Kardinali aliye mkuu wa Kongregesheni katika Vatikani

Prifektura-*nom*- eneo la Kanisa ambalo amekabidhiwa Padri kuliongoza kwa niaba ya Kiti cha Kitume

primasia-*nom*- neno lenye kutaja mamlaka ya Papa katika Kanisa

Priorati –*nom*- nyumba ya kitawa inayosimamiwa na Priori ...***isiyojitegemea***: nyumba/jumuiya ya watawa ambayo bado iko chini ya uangalizi wa Abate kutoka Abasia anzilishi ...***timamu***: jumuia ambayo inaendesha mambo yake yenyewe bila kutegemea uamuzi kutoka kwa Abate wa Abasia mama

Priori *–nom-* Padri mtawa mwenye madaraka ya kusimamia Priorati

primusi-nom- aliye wa kwanza (*wa jinsia ya kiume*)

Privatusi-*nom-* mwenye kujitegemea kimawazo na kivitendo (*wa jinsia ya kiume*)

profani-*nom-* kitu kisichohusiana na mambo matakatifu

profesi-*kit-* kula kiapo au kuweka nadhiri hadharani (*kauli ya kutenda*)

Prokura-*nom-* ofisi katika jengo la utawala linalohusika na utunzaji na ugawaji wa vifaa na mali

Prokureta-*nom-* anayetunza na kuangalia mali ya Jumuiya

prologu-*nom-* utangulizi wa Enjili ya Yohane

Propaganda-*nom-* uenezaji wa jambo au taarifa:---***Fide***: Kongregesheni ya Uenezaji wa Enjili kwa Mataifa, taz. *Kongregesheni*

propriumu *–nom-* nyimbo katika ibada ya Misa zinazobadilika kufuatana na Kalenda ya Liturujia ya Kanisa

proseleti-*nom-* isiyohusiana na desturi ya Kiyahudi , taz. *mproseleti*

Prosperi-*nom-* mwenye ustawi, aliye mwingi wa maungo na siha njema (*wa jinsia ya kiume*)

Protestanti:***wa***-*nom-* kutoka moja ya makanisa yaliyotokana na marekebisho yaliyoongozwa na Martin Luther, John Calvin na Zwingli

Provinsiali-*nom-* mkuu wa Shirika la Kitawa katika ukanda husika

Pulkeria-*nom*- mwenye uzuri wa kupindukia, mwenye umbo la kupendeza (*wa jinsia ya kike*)

pumzi-*nom*- hewa inayoleta Oksijeni katika mwili: msem. *madhali ninapumua, nina hakika kwamba ninaishi*

pumziko-nom- hali ya kuwa katika utulivu, kutokuwa na usumbufu ***...la milele***: dua la kumtakia marehemu apate uzima wa milele, maisha yasiyo na uchungu wala mateso

punje-*nom*- chembe ndongo sana ya mbegu k.m.v. *ulezi, mchele na mtama*

purifikatorio –*nom*- kitambaa cha kusafishia Kalisi na Siborio

purimu-*nom*- siku ya Wayahudi kukumbuka kuokoka kwao kutoka mikono ya Hamani (rej. Est.9:20)

Putiferi-***nom***- cheo cha Ofisa wa juu chini ya Farao katika Dola ya Misri hapo kale

R

Rabi:***ma***-*nom*- mwalimu wa dini ya Kiyahudi

radhi-*nom*- hisani au ridhaa aitoayo mtu

Rafaela-*nom*- Mungu anaponya (*jina la mtu wa jinsia ya kike*)

Rafaeli-*nom*- taz. Rafaela (*jina la mtu wa jinsia ya kiume*)

rafiki:***ma***-*nom*- mwenzi, muhibu, aliye mwandani wako

raha***:ma***-nom- utulivu na amani ya moyoni

rangi-*nom*- kemikali inayopakwa juu ya kitu ionekane tofauti na kingine ***alama za*** ---taarifa tofauti zinazodokezwa na rangi mbalimbali *Bluu* ni rangi ya mbingu, unyofu, maji *Bluu nyepesi* ni rangi ya unyenyekevu na ufukara *Kijani* ni rangi ya matumaini *Njano* ni rangi ya mwanga wa jua, dhahabu, umilele na utukufu *Nyekundu* ni rangi ya mapendo, kifodini, Roho Mtakatifu *Nyeupe* ni rangi ya kutokuwa na kasoro, ukweli na mwanga *Nyeusi* ni rangi ya kujikania, uchungu na kuongoka *Urujuani* ni rangi ya toba na kifo ...***ya Liturujia***: inayotumika katika ibada kama inavyojionesha katika paramente *Kijani*: hutumika katika Dominika na wiki za Mwaka wa Kanisa *Nyekundu*: hutumika kwa Misa za Roho Mtakatifu, mitume na wafiadini *Nyeupe*: hutumika kwa Misa na Sherehe za Bwana Wetu Yesu Kristo na Bikira Maria *Urujuani*: hutumika wakati wa Majilio, Kwaresma na katika Misa za wafu

Redemista-*nom*- aliyekombolewa (*wa jinsia ya kike*)

Redempta-*nom*- aliye mkombozi (*wa jinsia ya kike*)

Redemptorisi:***wa***-*nom*- Padri wa Shirika la Mkombozi Mtakatifu Sana, taz. Vifupishi vya Mashirika ya Kitawa

Regina-*nom*- aliye malkia (*wa jinsia ya kike*)

Regnardi-*nom*- mwenye kutawala wengine (*wa jinsia ya kiume*)

Reinharda-*nom*- aliyesafishwa, mtu msafi (*wa jinsia ya kike*)

Reinhardi-*nom*- taz. Reinharda (*wa jinsia ya kiume*)

rejista-*nom*- kitabu chenye kumbukumbu ya rekodi ya upokeaji wa masakramenti kwa waamini katika Parokia mbalimbali ...***ya Ubatizo***: hutunza kumbukumbu ya rekodi ya watu waliobatizwa katika Parokia ...***ya Kipaimara***: hutunza kumbukumbu ya upokeaji wa Sakramenti ya Kipaimara ...***ya Ndoa***: hutunza kumbukumbu ya waliofunga ndoa na majina ya watoto waliozaliwa katika ndoa zao ...***ya Wafu***: hutunza kumbukumbu ya wote waliokufa na tarehe zao za kufa na kuzikwa

Rehema-*nom*- 1. majaliwa ya huruma ya Mungu kwa wanadamu 2. jina la binadamu hususan wa kike lenye kuonyesha kuwa yu mhitaji wa huruma ya Mungu ...***kamili***: msamaha wa kudumu ...***pungufu***: msamaha wa muda

rehemu-*kit*- tendea huruma, onea huruma (*hali ya kutendea*)

Rektori –*nom*- Padri mwenye madaraka ya kuongoza seminari, taz. *Gombera*

Renovabisi-*kit*- 1. "ili kuyafanya yote upya" 2. Shirika la misaada la Baraza la maaskofu Katoliki la Ujerumani lenye kuyasaidia makanisa huko katika Ulaya ya Mashariki ili kuamsha imani iliyolala kutokana na siasa ya Kikomunisti.

Restituta-*nom*- mwenye kuweka sawa mambo yaliyoharibika, mwenye kukarabati mambo (*wa jinsia ya kike*)

ridhaa-*kitnom*- mwitiko chanya kutoka kwa mtu mmoja kwenda kwa mwingine kuridhia neno au haja iliyotolewa

riti-*nom*- utaratibu wa ibada ...***ya Ambrosiano***: ibada kadiri ya mwongozo wa Askofu Ambrosi wa Milano katika karne za awali ya Ukristo ...***ya Kirumi***: utaratibu wa ibada unaofuatwa na Kanisa Katoliki ambao lugha rasmi ni ya Kilatini ...***ya Kizaire***: utaratibu wa Kiliturujia kwa ajili ya majimbo Katoliki ya Zaire (sasa Jamhuri ya Kidemokrasia ya Kongo) ...***ya***

Mashariki: utaratibu wa ibada kadiri ya makanisa ya Kiorthodoksi ya nchi zilizokuwa katika Ukomunisti ...***ya toba***: utaratibu wa kufuatwa katika ibada ya upatanisho

ritriti-*nom*- mafundisho ya kiroho, muda maalumu wa mafungo ya kiroho, taz. *tafitimoyo*

rituale –*nom*- kitabu chenye utaratibu wa kuadhimisha ibada mbalimbali

roho -*nom*- uzima usionekana kwa macho aliojaliwa binadamu kutoka kwa Mungu ...***Mtakatifu***: nafsi ya tatu katika Utatu Mtakatifu, taz. *Utatu Mtakatifu* ...***wa Mungu***: Jina la kumtaja Roho Mtakatifu msem. *Roho Mtakatifu huvuvia pale anapotaka*

rorate –*kit*- 1. nyesheni, mwagikeni (*kauli ya kusihi*) 2. Misa ya asubuhi kabisa wakati wa Majilio

Rosa-*nom*- waridi (*wa jinsia ya kike*)

Rosalia-*nom*- aliye kama ua la waridi (*wa jinsia ya kike*)

rosheti-*nom*- vazi la Askofu mfano wa kizibau chenye mikono mirefu kilichodariziwa. Hilo ni vazi lake rasmi la enzi

rozari-*nom*- mtungo wa doti kama shanga katika mafungo matano unaotumiwa na Wakatoliki kwa ajili ya kufanya sala kupitia Bikira Maria

rubriki-*nom*- maelekezo kuhusu taratibu na namna ya kufanya ibada ya Liturujia, aghalabu huwekwa katika wino mwekundu

rudufishi-*nom*- enye kuzalisha mara mbili, enye kutoa mara mbili

ruhusa-*nom*- kibali cha mkubwa husika wa Kanisa cha kuruhusu jambo fulani litendeke

ruhusiwa-nom- kupewa kibali cha kutenda jambo (*kauli ya kutendewa*)

S

saa:*ma*-*nom*- wakati, muda, nafasi maalumu ...***takatifu***: muda maalumu pale jumuiya wa watawa, Seminari wanapofanya ibada ya kuabudu Ekaristi takatifu ...***ya kutukuzwa Mwana wa Adamu***: wakati wa kusulubiwa, kufariki na kufufuka kwake Yesu Kristo ... ***ya wokovu***: wakati wa neema, wakati uliobarikiwa

Sabato-*nom*- siku ya Jumamosi iliyo siku ya ibada kwa baadhi ya makanisa ya Kikristo

sabatika-*nom*- mwaka wa mapumziko kwa nia ya kujipatia nguvu mpya ya kufanya kazi

saburi-*nom*- hali ya kuwa na subira, tabia ya kungojevu na uvumilivu

sadaka-*nom*- 1. kutolea kafara kwa ajili ya faida ya wengine 2. fedha au kitu kinachotolewa wakati wa mchango wa matoleo katika ibada

sadiki-*kit*- kuamini kuwa kweli, kukubali ukweli wa neno (*kauli ya kutenda*)

safari-*nom*- kuwemo barabarani au majini kwa kutumia chombo cha usafiri kwa shabaha ya kufika mahali palipokusudiwa ...***ya hija***: kwenda mahali kwa nia ya kujipatia neema na kuimarisha roho ...***za kimisionari***: ziara mbalimbali zilizofanywa na Mtume Paulo ili kuanzisha makanisa kama zinavyoelezwa katika Kitabu cha Matendo ya Mitume

safina-*nom*- chombo kikubwa mfano wa jahazi kubwa alichotengeneza Nuhu ili kuokoa viumbe walioteuliwa dhidi ya gharika kuu

Sakramenti *–nom-* 1. alama wazi iliyowekwa na Bwana Wetu Yesu Kristo kwa ajili ya kuleta Wokovu 2. fumbo

sakrario *–nom-* shimo la kutupa mabaki ya vitu vitakatifu

sakrileji *–nom-* kufanya kufuru kwa Mungu au katika mambo matakatifu

Sakristia *–nom-* chumba katika Kanisa kwa ajili ya kufanyia maandalizi ya ibada

sala*-nom-* kitendo cha kuongea na Mungu kama Baba mwenye kujua shida na nia zetu ***...ya Kanisa***: kitabu chenye sala kuwawezesha waamini kusali kwa pamoja sala za vipindi, taz. pia *Breviari* ***...za mishale***: zinazotolewa na waamini kwa fikara za papo kwa papo ***...za vipindi***: masifu ya asubuhi, mchana, jioni na usiku

salamu*-nom-* neno la maamkizi; kusalimu mtu au watu ***...Maria***: sala maarufu ya Wakatoliki ya kumwomba na kumheshimu Bikira Maria ***...uliyejaa neema***: maamkizi ya malaika Gabrieli kwa Maria

Salesiani:***wa****-nom-* Shirika la watawa na mapadri wanaofuata karama ya mt. John Bosco katika kuwalea na kuwafundisha vijana

Salesianumu*-nom-* Chuo Kikuu cha Kipapa kinachoendeshwa na watawa Wasalesiani mjini Roma

salini*-kit-* mwito wa kuwataka waamini wapeleke dua na maombi yao kwa Mungu (*kauli ya kusihi = mf.* "orate fratres." *ndugu salini)*

Salutariusi*-nom-* aliyejaliwa wokovu, aliyeokolewa (*wa jinsia ya kiume*)

Salvatoriani:*wa-nom*- Shirika la watawa lenye kuendeleza utume wa Yesu Kristo wa kuokoa dunia

Samaria-*nom*- moja kati ya mikoa mitatu ya nchi takatifu wakati wa Yesu Kristo

samehe-*kiel*- futia makosa, kutolipa kisasi kwa mabaya aliyotenda

sanaa-*nom*- kazi stadi iliyowekwa katika michoro, uhunzi na hata katika sanamu ***...ya Kikristo***: michoro na sanamu mbalimbali zenye kudokeza maisha ya watakatifu; au mapato ya fikara kutoka Enjili au mafundisho ya Kanisa

sanamu-*nom*- kitu kilichotengenezwa kwa kufinyangwa au kuchongwa mfano wa mtu au mnyama

sanda-*nom*- nguo nyeupe iliyo nyepesi anayovalishwa maiti na kuzikwa nayo ***...ya Turino***: kitambaa ambacho kina sura ya uso wa mtu aliyeteswa ambacho huaminiwa kwamba ndiyo sanda aliyozikwa nayo Yesu Kristo

sanduku-*nom*- aina ya kasha ambalo hutumiwa kuhifadhia vitu mbalimbali kama vile nguo au vitabu ***...la Agano***: hema ambayo iliwekwa kati ya watu na baadaye hekaluni ili kujulisha uwepo wa Mungu kati ya watu wake ***...la maiti***: kasha ambalo huwekwa mwili wa marehemu na huzikwa ndani yake ***...la Misa***: chombo cha kuwekea vifaa vyote vilivyo muhimu kwa ajili ya adhimisho la misa wakati Padri akitoa huduma hiyo vigangoni

sanhedrini –*nom*- Baraza Kuu la kidini la Wayahudi wakati wa Yesu

Santiago de Campostela-*knom*- mji

mkuu wa mkoa wa Galicia huko Kaskazini Magharibi mwa Uhispania ambako mahujaji wengi wa Kikristo hutembelea kuzuru masalia ya mtume Yakobo mkubwa

Sapiensia-*nom*- mwenye hekima au mwenye kutafuta hekima (*wa jinsia ya kike*)

saplisi –*nom*- vazi linalovaliwa juu ya kanzu wakati wa ibada lenye kushuka toka mabegani hadi kiunoni

sauti-*nom*- mlio unaotoka katika kinywa cha mtu au mgongano wa vitu: msem. *sauti ya watu, sauti ya Mungu*

SECAM-*nom*- Kongamano la Mabaraza ya Maaskofu Katoliki katika Eneo la Afrika na Madagaska

Sedegestatoria – *knnom*- kiti kikubwa alichoketishwa Papa na kubebwa na wasaidizi wake kadhaa kwa ajili ya kuwasalimia watu

Sekretariati-*nom*- 1. ofisi kuu katika Kanisa inayoratibu shughuli mbalimbali 2. jopo la makatibu lililoteuliwa katika mkutano, warsha au kongamano ili kuratibu na kutengeneza rasimu na hatimaye makabrasha rasmi ...***ya umoja wa makanisa***: ofisi inayoratibu shughuli za makanisa mbalimbali ya Kikristo iliyoko mjini Geneva (Uswisi) ...***ya Serikali ya Vatikani***: ofisi kuu ya Vatikani inayomsaidia Papa katika kuliongoza Kanisa Katoliki duniani na kujenga uhusiano mwema kati ya mataifa

Sekti-*nom*- vikundi vilivyojitenga kutoka makanisa makubwa ya Kikristo kama vile: Kanisa Katoliki, Kanisa la Kiinjili la Kilutheri na Kanisa la Anglikana

sekulari-*nom*- enye kuhusiana na ulimwengu, ya kidunia

sekularisimo-*nom*- maisha ya watu yenye kuyatukuza malimwengu

sekularizisheni-*nom*- mwenendo wa kutoongozwa na mafundisho ya dini bali malimwengu

sekundisia-*nom*- Misa ya pili anayoadhimisha Padri mpya baada ya ile ya kwanza, taz. *Premisi*

sekwensia-*nom*- wimbo maalumu ulio katika umbo la utenzi wa kishairi na uliowekwa katika beti kadhaa ...***ya Ekaristi takatifu***: utenzi unaojulisha kiini cha upendo wa Mungu katika Sakramenti ya Altare ...***ya Pasaka***: utenzi unaosifia fumbo la ushindi wa Ufufuko wa Yesu Kristo dhidi ya nguvu ya mauti ...***ya Pentekoste***: utenzi unaoorodhesha mapaji ya Roho Mtakatifu na utendaji wake katika Kanisa

Selestini-*nom*- mwenye kushughulika na mambo ya mbinguni (*wa jinsia ya kiume*)

Seminari –*nom*- kitalu cha kuwalea vijana wanaojitayarisha kwa daraja la upadri ...***kubwa***: kituo cha kuwaandaa waseminari wakubwa kiroho, kiteolojia na kifalsafa kabla ya kukubaliwa kupokea daraja takatifu ...***ndogo***: kituo cha kuwalea vijana wanaojitafiti kabla ya kujiunga na Seminari Kuu

Seneti-*nom*- kikundi cha watu maalum, baraza.... ***ya mapadri***: baraza la makleri linalowajumuisha maparoko na madekani lenye kumshauri Askofu katika shughuli za kichungaji katika Jimbo.

septuaginta –*nom*- tafsiri ya Agano la Kale katika lugha ya Kigiriki iliyofanywa mwaka wa 70 BK katika mji wa Alexandria

sera-*nom*- mawazo yaliyopangwa ili kuwa kama dira na mwongozo katika utekelezaji hasa wa mipango ya maendeleo ya serikali na vyama vya siasa

Serafimu:*ma –nom*- malaika ambao ni wahudumu mbele ya kiti cha enzi cha Mungu

Serena-*nom*- aliye mpole na mwenye utaratibu (*wa jinsia ya kike*)

Serikali-*nom*- taasisi ya kikanisa au ya kidunia yenye kuendesha utawala ...***ya Vatikani***: taasisi yenye kuendesha uongozi wa Kanisa Katoliki duniani

shajara-*nom*- kitabu cha kuwekea kumbukumbu ya mambo kufanya na miadi kwa mikutano ya kila siku

shahada -*nom*- 1. hati au cheti cha kuthibitisha jambo 2. hati ya digrii inayotolewa katika chuo kikuu

shahidi:ma-*nom*- anayetolea ushuhuda neno analolijua au maisha anayoyaishi na kwamba yeye mwenyewe ameguswa au kuliona lile analolitolea ushahidi ...***rasmi***: anayetolea uthibitisho katika mahakama ya Kanisa kutokana na ofisi aliyo nayo ...***wa imani***: mtakatifu aliyekufa kifodini ili kushuhudia imani yake, taz. *mfia dini*

shalomu –*nom*- amani, utulivu na urafiki

shamba –*nom*- 1. eneo linalotumiwa katika shughuli za kilimo ili kuzalisha mazao 2. mahali nje ya

mji ambako watu huishi kwa kutegemea kilimo na ufugaji ...***la Mungu***: eneo rasmi lenye makaburi ya Wakristo na linalotumika kuwazika Wakristo

shambani-*kiel*- mahali watu wanakolima mazao ya shamba (*kielezi cha mahali*) ...***mwa Bwana***: kila mahali Mkristo anapotumwa kulihubiri Neno la Bwana

shangilio-*nom*- 1. tendo la kushangilia, kupambiza na kufanyia hamasa jambo au tukio 2. Aleluya inayoimbwa ili kukaribisha somo la Enjili... ***la rohoni***: masifu ya shukrani anayoyatoa mtu kwa Mungu kwa kujaliwa fadhila

shangwe-*nom*- shamra shamra, chereko, vifijo pamoja na nderemo

shangwera-*nom*- nderemo na chereko kwa ajili ya kukumbuka tukio fulani, taz. *Jubilei*

shauku-*nom*- hamu ya kutenda jambo fulani

shawishi-*kit*- vutia na kuelekeza mtu kutenda jambo lisilotakiwa

shehena-*nom*- bidhaa zilizopakiwa katika Kontena au chombo cha usafiri kupelekwa mahali fulani

shekeli-*nom*- aina ya sarafu iliyotumika huko Palestina wakati wa Yesu Kristo

Shekina –*nom*- uwepo wa Mungu kati ya watu wake

shela-*nom*- ushungi unaovaliwa na wanawake ili kufunika vichwa vyao ...***ya kitawa***: ushungi wanaokabidhiwa watawa wakati wa kufunga nadhiri, hubarikiwa katika ibada na huwa na sala za pekee ...***ya ndoa:*** ushungi mrefu anaouvaa bibi arusi ambao hufunika kichwa chake na kutelemka mgongoni hadi miguuni

Shemasi:***ma***-*nom*- mkleri mwenye daraja iliyo chini ya Padri mwenye kuwajibika zaidi katika kutoa huduma na utangazaji wa Neno la Mungu

...***wa kudumu***: hujitoa kulihudumia Kanisa kwa maisha yake yote kama Shemasi na aghalabu huruhusiwa kuoa na kuwa na familia ...***wa mpito:*** ambaye kwake ushemasi ni ngazi ya mwisho kabla ya kupewa daraja la Upadri.

Sheoli-*nom*- mahali pa wafu, mahali pa mauti

sherehe-*nom*- 1. adhimisho kubwa zaidi ya sikukuu katika Liturujia ya Kanisa 2. tukio la shangwe kubwa

sheria-*nom*- kanuni au taratibu zilizotungwa kuwezesha watu kuishi kwa amani na kwa kuheshimiana ...***mama***: kanuni yenye kuzingatia kwamba jambo la msingi kabisa ni wokovu wa roho ya mwamini ...***ya asili***: kanuni za kimaumbile ambazo zipo hivyo tangu awali ...***ya Kanisa***: taratibu zenye kuongoza maisha na utendaji wa wanakanisa, taz. *Kodisi ya Kanisa* ...***ya kiraia***: iliyotungwa na taasisi au asasi za kisekulari ...***ya kimungu***:iliyotoka kwa Mungu mwenyewe msem. *shika sheria nayo itakulinda*

shetani:***ma***-*nom*- Ibilisi, aliye baba wa uovu; afriti, aliye chanzo cha vurugu, taz. *Ibilisi*

shina-***ma***-*nom*-sehemu ya mti kutoka juu ya mizizi mpaka karibu na matawi ...***la Yese***: moja ya sifa za kumtaja Yesu Kristo kuwa na uhusiano na ukoo wa mfalme Daudi

shinikizo-*nom* kitendo cha kumlazimisha mtu kufanya jambo asiloridhia

Shirika:***ma***-*nom*- taasisi au Jumuia maalumu ya watu wenye kufungamana kwa pamoja ...***la kijimbo***: Shirika la Kitawa lililo chini ya Askofu wa Kanisa Mahalia ...***la kipapa***: Shirika la Kitawa lenye makao yake makuu huko Roma na lililo chini ya usimamizi wa Askofu wa Roma ...***la kitawa***: jumuia ya watawa wanaounganishwa na karama ya mwanzilishi wao

Shirikisho-*nom*-mjumuisho wa serikali za majimbo, makanisa na taasisi mbalimbali ...***la makanisa ya Kikristo duniani***: umoja wa makanisa yaliyozuka kufuatia vuguvugu la marekebisho ya Kiprotestanti yenye makao yake makuu huko Geneva (Uswisi)

Shoha-*nom*- uharibifu, msiba, kafara

shomoro:***ma***-*nom*- ndege aina ya mbayuwayu

shuhuda-*nom*- mwenye kutolea ushahidi wa kile anachokiamini kuwa kimetokea na siyo lazima awepo mahali lilipotokea tukio

shukrani-*nom*- kuridhia jambo kwa kushukuru, kusema asante ...***ya mazao***: sehemu ya mavuno kama asante kwa Mungu kwa baraka yake na kwa shabaha ya kutegemeza Kanisa msem. *kushukuru ni kuomba tena*

Siborio-*nom*- chombo cha kuwekea hostia hasa zile zilizokwisha kuwekwa wakfu au zenye kuandaliwa kwa kuwekwa wakfu, taz. *chiboriumu*

sifa-*nom*- enye kuelezea mtu au kitu kuhusu uzuri au ubaya msem. *yote kwa sifa na utukufu wa Mungu*

sikiliza-*kit*- 1. tega sikio (*hali ya kuamuru*) 2. mwito wa awali katika Kanuni ya Mtakatifu Benedikto

sikukuu-*nom*- 1. adhimisho la Kiliturujia lililo chini kuliko Sherehe na juu zaidi ya Kumbukumbu za watakatifu 2. siku iliyo na adhimisho kubwa

Silabusi *–nom-* mpangilio wa mambo hususan mada za kufundisha ***...ya makosa***: mukhtasari wa maangalisho kwa waamini Wakatoliki yaliyotolewa na Papa Pius IX mwaka 1864, kuhusu nadharia za kiliberali zilizopotosha mafundisho ya Kanisa

Silvanusi*-nom-* mwenye kupenda uoto wa asili na kutunza msitu (*wa jinsia ya kiume*)

Silvesta*-nom-* 1. Misa inayosomwa kwa ajili ya kuaga mwaka wa Kalenda ya kidunia tarehe 31 Desemba ya kila mwaka 2. jina la mtu hasa kwa wale waliozaliwa tarehe 31 Desemba (*wa jinsia ya kiume*)

simama*-kit-* kuwa wima kwa miguu yote miwili au mguu mmoja

simameni*-kit-* mwito wa kuwataka waamini wanyanyuke wima ili kutolea sala kwa pamoja kama Familia ya Mungu iliyo ni ya kikuhani (*kauli ya kusihi, kuamuru*)

simba*-nom-* mnyama mwenye nguvu kubwa na aliye mkubwa kuliko chui mwenye rangi ya majani makavu na ambaye hula nyama ***...wa Yuda***: sifa ya Yesu Kristo kuwa ni hakimu mwenye nguvu na aliye mtawala wa haki

Simfora*-nom-* mwenye kupenda utulivu na uhusiano mwema na watu (*wa jinsia ya kike*)

Simplisiusi*-nom-* asiye na makuu, mwenye hali ya kuchukuliana na watu walio wanyonge (*mtu wa jinsia ya kiume*)

Sinagogi *–nom-* 1. jengo la ibada ya Wayahudi 2. jengo la Kiyahudi la kufundishia torati

sinaksisi *–nom-* mkusanyiko wa waamini hutumika hasa katika Kanisa la Kiorthodoksi siniorati-*nom*- Baraza la watawa wazee katika Konveti au Monasteri

sinkretisimo - *nom*- kuishi katika sura mbili, yaani kuchanganya taratibu za maisha ya Kikristo na mila potovu za tamaduni za jadi

sinodalia –*nom*- katika mwendo wa pamoja

Sinodi –*nom*- 1. kutembea kwa pamoja kati ya Wakristo kama familia ya Mungu 2. mkusanyiko maalumu wa maaskofu pamoja na Papa kwa ajili ya kujadiliana mambo ya Kanisa ...***ya dharura***: inaitishwa na Papa kujadili masuala ya dharura katika Kanisa Katoliki ...***ya Jimbo***: inaitishwa na Askofu mahalia kuwawezesha wanajimbo kutafakari kwa pamoja mikakati ya uchungaji ...***ya kawaida***: inaitishwa na Papa kila baada ya miaka mitatu kwa ajili ya kujadili mambo mbalimbali katika maisha ya Kanisa Katoliki ...***ya Pekee:*** inaitishwa na Papa kwa ajili ya kujadili masuala yanayolihusu eneo fulani la Kanisa Katoliki, k.m *Sinodi ya Afrika 1994, 2009*

sinopsisi –*nom*- fasuli zinazofanana kutoka katika Enjili pacha

Spiritani:***wa***-*nom*- mtawa wa Shirika la Roho Mtakatifu, taz. Vifupisho vya Mashirika ya Kitawa

siri-*nom*- jambo au neno lenye kufichika ...***ya Kristo***: ujio wa Kristo duniani uliofichika katika mpango wa Mungu

Siro-malaba-*knom*-riti katika Kanisa la Mashariki huko nchini Syria lililo katika muungano kamili na Kanisa Katoliki la Roma

Siro-malankara-*knom*- riti kadiri ya mapokeo ya mtume Tomaso huko

Kerala (India) katika Kanisa Katoliki

Sista: ***ma***-*nom*- mtawa yeyote wa kike

sitara-*nom*- kificho

skapulari –*nom*- aina ya mkufu wa nguo ambao Mkristo huvaa shingoni wenye picha na sala kwa Moyo Mtakatifu wa Yesu, au Mama Bikira Maria

Skola-*nom*- 1. kwaya maalumu yenye kuimba nyimbo za klasiki zikiwa na mahadhi ya Kigregoriani 2. mpenda elimu na muziki wa Klasiki (*wa jinsia ya kike*) 3. eneo kati ya altare na tabenakulo yaliko mabenchi yanayotumiwa na mapadri, watawa na hata wanakwaya

Skolastika-*nom*-msemi-nari katika baadhi ya mashirika ya kitawa anayesomea falsafa na teolojia

skroli-*nom*- utepe mpana na ulio mrefuu wa karatasi za Papirusi ambamo miswada ya zamani iliandikwa

Sofia-*nom*- aliye mpenda hekima, mwenye kutafuta ukweli na maarifa (*wa jinsia ya kike*)

Solana-*nom*- mwenye kupenda upekee na upweke (*wa jinsia ya kike*)

Solanusi-*nom*- taz. Solana (*wa jinsia ya kiume*)

somo-*nom*- 1. fundisho maalumu 2. mwenye kushiriki jina lile lile na mtu mwingine ***sikukuu ya***... siku ya kumbukumbu ya mtakatifu mwenye jina kama alilo nalo mhusika

soprano-*nom*- sauti ya kwanza katika kwaya ambayo huongoza sauti zingine katika kuimba

Soteri-*nom*- mwenye kutazamia wokovu (*wa jinsia ya kiume*)

soteriolojia-*nom*- utanzu wa elimu ya teolojia unaohusu wokovu wa wanadamu

Spirituale –*nom*- Baba wa kiroho au mlezi wa kiroho

Spiritualiti –*nom*- elimu kuhusu mambo ya kiroho

stafu ya nota-*knom*- jedwali lenye kuonesha mwendo wa wimbo kwa kubainisha nota zake na hivi kudokeza kupanda kwa sauti au kushuka

stahili-*kit*- kuwa na haki ya kupewa kitu au kutendewa kitu

Stella-*nom*- 1. mwenye nyota njema (*wa jinsia ya kike*) 2. aliye kama nyota

Stellamarisi-*knom*- 1. nyota ya bahari (*wa jinsia ya kike*) 2. moja ya sifa za Bikira Maria katika Litania

stigma-*nom*- alama ya madonda matano ya Yesu Kristo wanayoyapata baadhi ya watakatifu kama vile mtakatifu Padri Pio, taz. *madonda*

stipendia-*nom*- 1. fedha anazotoa Mkristo ili kuagiza Misa kwa nia fulani 2. Fedha zinazotolewa kwa ajili ya kumwezesha mtu fulani aweze kulipa karo na kufuata masomo katika Chuo Kikuu

Stola-*nom*- mfano wa ukanda mrefu ulio mpana anaouvaa Padri mabegani nje au ndani ya Kasula ili kudokeza huduma yake ya kikuhani

Sufragani –*nom*- Jimbo Katoliki lililo katika ukanda wa Kanisa (*metropolitani*) na ambalo siyo Jimbo Kuu

sugu-*nom/kiv*- asiyeambilika, kutopenda kubadilika

suramoja-*knom*- sura ile ile, namna ile ile, sare

suria:***ma***-*nom*- mjakazi aliyefanywa kuwa mke

T

taa-*nom*- chombo kinachowashwa na kutoa mwangaza na aghalabu huwa kama chemli ...***ya milele***: chemli iliyoko karibu na tabenakulo yenye kujulisha waamini uwepo wa Ekaristi Takatifu

taaluma-*nom*- maarifa, elimu

taamuli-*nom*- uwezo wa kuvuta wazo au fikira juu ya jambo fulani; uwezo wa kuzingatia akilini jambo

tabaruku-*kit*- kitendo cha kulibariki na kuliweka wakfu Kanisa ili litumike kwa ajili ya ibada na Liturujia

tabenakulo-*nom*- sanduku la kuhifadhia hostia zilizokwishakuwekwa wakfu

tabia-*nom*- mazoea ya mtu katika kufanya mambo yake, jinsi mtu anavyojiweka ...***nchi***: mabadiliko ya maumbile, au hali ya hewa

tafakari-*nom*- 1. muhtasari wa homilia au mafundisho ya kiroho 2. fikara juu ya jambo fulani

tafitimoyo-*ktnom*- mafundisho ya kiroho yanayotolewa kwa kikundi au mtu binafsi ili kulisha roho, taz. *ritriti*

tafeta-*nom*- alama ya misalaba iliyowekwa katika Paliumu wanayoivaa maaskofu wakuu katika Kanisa Katoliki la Roma, taz. *Paliumu*

taji:***ma***-*nom*- 1. pambo la duara linalozungushiwa maua 2. madini ya shaba na dhahabu analovalishwa mtu kichwani kama alama ya ushindi au utawala 3. tuzo apewayo mtu ...***la miiba***: duara la kutia uchungu na maumivu makali alilovalishwa Bwana Yesu Kristo kichwani ili kumkebehi huyo aliyeitwa Mfalme wa Wayahudi" ...***la nadhiri***: duara wanalovalishwa masista kichwani wakati wa sherehe za nadhiri au Jubilei mbalimbali

tajiriba-*nom*- 1. maarifa lukuki; yaliyo ya kutosha na ya kina 2. uzoefu anaojikusanyia mtu maishani kutokana na utendaji wake wa kazi

tahayari-*kt*- ona aibu baada ya kutenda au kufikiwa na jambo la fedheha (*hali ya kutenda*)

taheshima-*nom*- toa heshima kwa, tabaruku

taifa:***ma***-nom- miliki iliyo ya Mungu ...***la Mungu***: wote wenye kumkubali Mungu kuwa Baba yao ...***takatifu***: wote waliokolewa kwa damu ya Kristo na kumkiri Kristo kuwa Bwana ...***teule***: wana wa Israeli, Kanisa nzima

Taizé-*nom*- monasteri katika nchi ya Ufaransa ambapo vijana kutoka dunia nzima hutembelea ili kufanya fikara na mafungo ya kiroho yanayoongozwa na watawa wa monasteri hiyo

takabali-*kit*- kubali au pokea ombi (*hali ya kutenda*)

takabari-*kt*- fanya jeuri au kiburi na kuona wengine kuwa si lolote wala si chochote (*hali ya kutenda*)

takatifu-*kiv*- isiyo na doa, iliyo na usafi, iliyo katika hali ya ukamilifu

takatifuzi-*kiel*- enye kutakatifuza (*kielezi cha namna au jinsi*)

talaka-*nom*- uamuzi uliofikiwa wa kutengana kwa wanandoa

talanta-*nom*- jumla ya vipaji na maweza mbalimbali aliyokabidhiwa mwanadamu kutoka kwa Mungu

taliki-*kit*- acha mwenzi wa ndoa, fukuza mwenzi wa ndoa (*hali ya kutenda*)

talmudi –*nom*- mafundisho ya marabi wa Kiyahudi

tamadunisha-*kit*- tilia utamaduni, fanya kuwa na utamaduni

tambarare-*nom*- inayolala juu ya uso wa dunia, upeo wa macho kufuata ardhi

tamalaki-*nom*- enye enzi, enye kuenea kila mahali

tamko-*nom*- 1. Hati ya daraja la chini kuliko Dikrii katika mtaguso inayoeleza msimamo wa Kanisa Katoliki katika masuala mbalimbali 2. Jambo linalotamkwa na mtu, kikundi cha watu, au viongozi

tanbihi-*nom*- angalisho, jambo la kuzingatia

tangaza-*kit*- hubiri; piga la mgambo, toa taarifa

tarejea-*nom*- orodha ya vitabu vilivyopangwa kwa mfululizo maalumu kwa ajili ya kurejewa, taz. *Bibliografia*

tasnifu-*nom*- kazi ya utafiti wa kitaaluma aifanyayo mtu kwa ajili ya kujipatia shahada

tawasifu-*nom*- enye maelezo ya kumsifu mtu, enye kuvumisha jina la mtu

tazama mtu-*knom*- kauli ya Pilato ya kuwataka Wayahudi wamwonee huruma Yesu Kristo baada kumpiga mijeledi

Te Deum-*knom*- "Twakusifu Mungu Mkuu," utenzi wa kumsifu Mungu hasa katika Masifu ya Asubuhi katika siku za Dominika

TEC-*nom*- Baraza la Maaskofu Katoliki Tanzania

tendo-*nom*- jambo linalotendwa ...***rasmi***: lile ambalo linatakiwa kutendwa kisheria

tenori-*nom*- sauti ya tatu katika wimbo kwenye kwaya ambayo kwa kawaida huimbwa kwa sauti ya juu kuliko ile iliyo nene na nzito (*Basi*)

Teodora-*nom*- mwenye kumcha Mungu (*wa jinsia ya kike*)

Teodori-*nom*- taz. Teodora (*wa jinsia ya kiume*)

Teodosia-*nom*- mwenye kumcha Mungu (*aghalabu wa jinsia ya kike*)

Teofania –*nom*- tukio la Bwana

Teofani –*nom*- kutokea kwa Mungu

Teofilo-*nom*- mwenye kumpenda Mungu (*wa jinsia ya kike*)

Teofiliusi-nom- mwenye kumpenda Mungu (*wa jinsia ya kiume*)

Teofora-*nom*- mwenye kumwogopa Mungu (*wa jinsia ya kike*)

teolojia –*nom*- elimu kuhusu Mungu, tafakari ya kisayansi kumhusu Mungu ...***ya Kiafrika***: inazingatia mazingira na utamaduni wa mwafrika ...***ya Magharibi***: inaambatana na fikra za klasiki na kujenga fikra zake kutoka wanafalsafa wa Kikristo kama vile Augustino, Thomas wa Akwino, n.k ...***ya matumaini***: inatilia mkazo matumaini katika nguvu ya Mungu ya kuokoa ...***ya msalaba***:iliyokaziwa sana na Martin Luther kwani inamwingiza Mkristo katika kutazama kwa kina maana ya mateso na kifo cha Bwana Wetu Yesu Kristo katika maisha ya kila Mkristo ...***ya ufufuko***: inazingati kwa makini umuhimu wa ufufuko wa Yesu ...***ya utukufu***: inazama katika kutukuzwa kwa Yesu Kristo baada ya mateso na ufufuko wake

Teotokosi –*nom*- Bikira Maria Mama wa Mungu

testimonia-*nom*- hati ya ushahidi

tiara-*nom*- mitra ya umbo la duara na iliyopambwa kwa dhahabu ambayo walivaa mapapa huko Roma iliyoashiria mamlaka ya Papa dhidi ya viongozi wa kidunia

tindikiwa-kit- kabiliwa na uhaba, ishiwa kitu fulani, kuwa katika ukata (*hali ya kutendwa*)

thawabu-*nom*- malipo mema anayopewa mwanadamu na Mwenyezi Mungu kutokana na kushika amri zake

thenashara –*nom*- mitume kumi na wawili wa Yesu Kristo

toba-*nom*- majuto kwa matendo maovu yaliyofanywa

tohorani-*kiel*- mahali ambako roho za marehemu ambao hawakufa katika utakaso wapo huko wakisafishwa dhambi zao kabla ya kupokelewa mbinguni

Tomistiki-*nom*- mfumo wa mawazo ya kiteolojia na kifalsafa wenye kuzingatia mawazo ya Mtakatifu Thomaso wa Akwino

tonsura-*nom*- kipara kidogo kutokana na kunyolewa nywele kwa waseminari wakubwa ambao walipokelewa kwenye hatua ya Ushemasi mdogo kabla ya Vatikani II

torati -*nom*- sheria za Musa kama zinavyobainishwa katika vitabu vya Agano la Kale

towashi:***ma***-nom- mwanamume aliyeondolewa nguvu ya uzazi kwa shabaha maalumu

transubstansio –*nom*- mageuzi ya mada siyo katika umbile bali hasa katika kiini chake

tribuna-*nom*- idara ya mahakama ya Kanisa huko Roma

tridentini-*nom*- mafundisho na taratibu yenye kuhusiana na mtaguso wa Trento

tridiumu-*nom*- sikukuu tatu katika Juma Kuu yaani: Alhamisi Kuu, Ijumaa Kuu na Jumamosi Kuu

tufani-*nom*- upepo mkali wenye kutoka baharini au ziwani ambao husabisha dhoruba kubwa

tukio-*nom*- jambo linalotokea au lililokwisha kutokea katika wakati ***...la Kristo***: yote yaliyo muhimu katika maisha ya Kristo: kuzaliwa kwake, utume wake duniani, mateso yake, kusulubiwa kwake, kufa kwake, na kisha kufufuka kwake

tumaini-*nom*- tarajio jema, tegemea kitu chema katika siku zijazo, taz. *matumaini*

tume-*nom*- kikundi cha watu kinachopewa majukumu ya kuchunguza jambo fulani na kutoa ripoti kwa wahusika ***...ya Askofu***: jopo ambalo Askofu kama kiongozi wa Kanisa mahalia analiunda ili kushughulikia neno fulani linalohusu ustawi wa Jimbo lake ***...ya kipapa***: moja kati ya ofisi zilizoundwa baada ya mtaguso wa Vatikani II ambayo ina majukumu chini ya Kongregesheni kama ifuatavyo: *kuhusu Afya ya Wafanyakazi*: huwasaidia watu walioko katika huduma za afya hasa wale wanaotoa huduma hizo katika Vatikani *kuhusu Familia*: hujishugulisha katika kutetea haki za familia na msimamo wa Kanisa Katoliki kuhusu ndoa na watoto *kuhusu Haki na Amani*: hujishughulisha katika kutetea mafundisho ya kijamii ya Kanisa, mathalani kuhusu vita, maendeleo ya kiuchumi, utunzaji wa mazingira, n.k *kuhusu mazungumzo na Dini Nyingine*: hushughulikia jitihada ya Kanisa katika kukuza uhusiano mwema na masikilizano na dini zisizo za Kikristo *kuhusu*

Mawasiliano na Upashanaji Habari: hushughulika katika kuingiza tunu za Kikristo katika ulimwengu wa Upashanaji Habari *kuhusu "Roho na Moyo Mmoja"* hujishughulisha na utume wa Kanisa katika kuwasaidia watu wenye shida na dhiki mbalimbali, km.v watu walio fukara na wenye dhiki ya njaa *kuhusu Tafsiri ya Sheria*: huhusika na ufafanuzi wa Sheria za Kanisa *kuhusu Uchungaji wa Watu walio Wahamiaji na Wakimbizi*: hushughulika na tatizo la watu wasio na makazi na waliko uhamishoni *kuhusu Umoja wa Wakristo*: hushughulika katika kuboresha jitihada za umoja wa makanisa *kuhusu Utamaduni*: huliwezesha Kanisa Katoliki kuwa katika dayalojia na tamaduni mbalimbali duniani na kutetea tunu njema katika tamaduni hizo *kuhusu Walei*: huratibu na kuhamasisha shughuli za utume wa walei katika Kanisa

Tumsifu Yesu Kristo-*knom*- amkizi kati ya waamini wa Kanisa Katoliki la Roma

tunda:*ma*-*nom*- zao la mti lenye kuweza kuliwa ***...la Kanisa***: mwanakanisa mwenye kujibidisha na kuwajibika katika utendaji kwa nia ya kulijenga Kanisa ***...la kwanza***: Yesu Kristo mwenyewe aliyefufuliwa kutoka wafu na kuwahakikishia wanadamu ushindi dhidi ya kifo ***...la mti wa uzima***: lile ambalo Adamu na Eva walikula kutoka bustani ya Edeni

Turino-*nom*- mji ulioko nchini Italia ambako kumehifadhiwa sanda inayodhaniwa kwamba ilitumika katika maziko ya Yesu Mnazareti

tuzo-*nom*- heshima anayotunikiwa mtu kutokana na matendo fulani aliyoifanyia jamii

U

ua:*ma*-*nom*- sehemu ya mmea inayochanua na kutoa rangi pia harufu ambayo kwa kawaida hupendeza na kuvutia kama pambo

uabudu-*kiel*- hali ya mtu au kikundi cha watu kuwepo katika hali kuabudu

uadilifu-*nom*- enye kutenda yaliyo adili, enye kutenda yaliyo mema na yaliyo sawa msem: *mwadilifu huishi kwa imani yake*

uaguzi-*nom*- utabiri wa kinabii wa mambo yatakayotokea katika siku za mbele

uairio-*nom*- uzushi wa Ario katika karne ya nne uliokataa umungu wa Yesu Kristo

ualimu-*nom*- taz. uwalimu, hali na haiba ya kufundisha kwa maneno na tabia

uaminifu-*kiv*- hali ya kutimiza mambo tunayoahidi wengine, tabia ya kuweza kuaminika

uamsho-*nom*- vuguvugu la kuweka hai mazoea mema ya kikristo

uanaishwaji-*nom*- kitendo cha kufanyika kuwa mwana, hususan mwana wa kambo

uangamizi-*kiel*- ubaribifu, ubomoaji

uanglikana-*nom*- yanayohusu Kanisa la Anglikana

uapolirinalio-*nom*- uzushi uliosambazwa na Apolinari mdogo (310-390 B.K) kwamba Yesu Kristo alikuwa na mwili wa kibinadamu na roho yenye hisi tu, lakini hakuwa na roho yenye akili au utashi huru wa kibinadamu

uasia-*nom*- enye hali ya Kiasia, kupenda mila na tamaduni za watu kutoka Bara la Asia

uasi-*nom-* tendo la kusaliti
uaskofu-*nom-* 1. Sakramenti ya utimilifu wa daraja la upadri 2. enye hali, tabia na ofisi inayohusu maaskofu
uaskofuni-*kiel-* mahali yalipo makao ya Askofu
uaskofusho-*nom-* kitendo cha Padri au mchungaji kupewa daraja la kiaskofu
ubaba-*nom-* enye kuwa na tabia za kibaba, enye kuonesha hali za kibaba
ubabilio-*nom-* 1. kutanguliza hali za kibaba katika kila jambo 2. kuingiza hali za kibaba katika kila hatua ya maisha ya watu
ubandilio-*nom-* uzushi kwamba Yesu Kristo alionekana tu kuwa mtu na taarifa zake za kuteswa, kufa na kufufuka ni za kupikwa tu na wafuasi wake
ubani-*nom-* 1. utomvu unaokauka unaotokana na mti wa ubani na unaotumika kwa kutiwa katika makaa ya moto yaliyo ndani ya chetezo ili kuwafukizia msalaba, altare, na waamini 2. msaada wa fedha wanaopewa ndugu wafiwa kama uhisani ili kuwasaidia katika shughuli za mazishi ya ndugu yao
ubaridi-*nom-* kupoa, kutokuwa na joto, kukosa motomoto ...***wa imani***: kutokuwa na utendaji kutokana na kile mtu anachokiamini
ubarikio-*nom-* tendo la kupokea mapaji ya Roho Mtakatifu katika makanisa ya Kiprotestanti
ubatili-*nom-* 1. udanganyifu, hadaa tupu 2. enye kukosa uhalali
ubatizaji-*kiel-* utaratibu wote wa kuwapatia waamini Sakramenti ya Ubatizo
Ubatizo-*nom-* Sakramenti ambayo humwingiza Mkristo katika Jumuiya-Kanisa ...***wa damu***:

mtazamo wa wakristo wa karne za mwanzo wakati wa madhulumu kwamba kifodini kinamfanya Mkristo kuzaliwa upya katika uzima wa milele ***...wa watu wazima***: hutolewa kwa Mkristo mwenye umri uliopevuka ***...wa watoto wachanga***: hutolewa ka watoto wenye umri mdogo

ubaya-*nom*- enye kuhusiana na uovu, enye kufanya husuda

ubinadamu-*nom*- mambo yanayozingatia utu na yote yanayoendana na hulka ya kibinadamu

ubinafsi-*nom*- tabia ya kuelekea na kupendelea mno nafsi yako na hivi kutotazama shida za wengine

ubruda-*nom*- hali ya kibruda, tabia au hali inayofanana na watawa wa kiume

ubunifu-*kiv*- hali na tabia ya kuwa mbunifu, ari tunduizi ya kupenda kugundua, kupendekeza na kupenyeza mambo mapya

ubutu-*nom*- isiyo na makali, isiyokata kirahisi

uchafu-kiv- hali au kitu kisicho na usafi: ***dhambi ya...*** uzinifu, uashereti

uchafuzi-*nom*- enye kuchafua, enye kutia doa ***...wa mazingira***: enye kuharibu hewa, viumbe hai, maji nk.

uchambuzi-*nom*- uchanganuzi wa mambo, upembuzi wa masuala ***...wa fasuli***: utafiti wa Kibiblia wenye kuzitalii fasuli au aya za Biblia kwa upembuzi na weledi wa hali ya juu ***...wa kihemenetiki***: utafiti wa kitaaluma wenye kuzingatia maana za maneno na muktadha wake ***...wa kihistoria***: utafiti makini wa fasuli au aya za Biblia kwa kuzingatia historia

uchoyo-*kiv*- 1. maelekeo ya kuwa na hali ya kutamani kuwa na vitu peke yako 2. ubinafsi katika kumiliki vitu

uchungu-*nom*- hali ya masikitiko, kuteseka moyoni, kutokuwa na furaha

udanganyifu-*kiv*- kusema uwongo au kutokuwa mkweli

udarajio-*kiel*- hali ya kuwa na daraja, enye kuhusiana na mwenye daraja katika Kanisa (*kielezi cha hali*)

Udaktari-***kiv***- 1. mambo yanayomhusu muuguzi aliye mtaalamu katika fani yake 2. yale yanayomhusu msomi aliyefikia shahada ya juu ya uzamifu ----***wa falsafa***: shahada ya juu ya uzamifu --- ***wa heshima***: tuzo anayopewa mwanadamu na Chuo Kikuu kinachotambulika kisheria kutokana na mchango wa pekee wa mtu huyo katika jamii

udekani-*kiv*- hali na ofisi inayowahusu madekani

udekano-*nom*- eneo lenye kuundwa na parokia mbalimbali zilizo chini ya dekani, taz. *Dekanati*

udhuru-*nom*- taarifa au ombi la kutohudhuria kikao

Udikteta-*nom*- utawala wa kiimla, hali ya kutoa maamuzi pasipo kushirikisha wengine ---***wa maoni binafsi***: mtizamo wa baadhi ya watu wenye kushikilia kwamba ukweli wa maisha ni suala la mtu binafsi

udini-*nom*- tabia au maelekeo ya kupendelea dini fulani

udongo-*nom*- mada itokanayo na ardhi tunayoitegemea kwa maisha yetu

udumifu-*kiv*- kubaki katika jambo au hali ya wito tuliyoahidi kuifuata kwa uthabiti wote uelewano-*nom*-hali ya kuishi kwa mwafaka na kuweza kutatua matatizo ya maisha kwa pamoja

Uenjilishaji-*kiel*- jitihada za kueneza Habari Njema kwa mataifa ...***mpya***: jitihada zenye ubunifu mamboleo katika kulifanya Neno la Mungu liweze kupokelewa na watu wa nyakati zetu; upya katika ari, mbinu na mikakati ...***wa kina***: jitihada za kulisogeza Neno la Mungu kwa watu na kulishuhudia kwa matendo mema kwa kupigania haki na amani

ufalme-*nom*- eneo linalotawaliwa au lililo chini ya utawala wa mfalme ...***wa mbingu***: enzi na heri katika Mungu aliye furaha yetu ya kweli ...***wa Mungu***: utawala wa haki, amani na upendo kama ulivyotangazwa katika maisha na mafundisho ya Yesu Kristo

ufanywamwana-*knom*- kupatiwa hadhi na hali ya kufanywa kuwa mwana

ufuasi-*nom*- hali inayomhusu na kumpasa mwanafunzi wa Yesu kuwa nayo

ufufuko-*nom*- hali ya kuhaika upya kutoka kifo cha mwili na kufanyika mpya na hivi kutoweza kufa tena tofauti ...***wa miili***: kufufuliwa kwa wafu kutoka mauti wakati wa ujio wa pili wa Yesu ...***wa wafu***: kurudishiwa uzima watu waliokufa katika siku ya hukumu ya mwisho ...***wa Yesu***: tendo la Yesu kutoka mauti ya wafu na kuingia katika uzima

ufukara-*nom*- kufukarika, yaani kuwa katika hali ya kutojimudu kutokana kutokuwa na mtaji, nyenzo wala miundo mbinu ya kutosha

ufunguo-*nom*- 1. kifaa kinachotumika kufungulia milango ya Kanisa na nyumba mbalimbali 2. mamlaka ya Papa ya kufungia na kufungulia dhambi ...*wa F:* huwekwa kwenye stafu ya nota katika wimbo kwa ajili ya kuongoza sauti ya juu kabisa *yaani tinori* na ile sauti nzito yaani *Basi* ... ***wa G***: huwekwa katika stafu ya nota katika wimbo kwa ajili ya kuongoza sauti ya kwanza *soprano* na ya pili yaani *alto* ...***wa mbingu***: Kanisa wanamobatizwa waamini na kupatiwa masakramenti yanayowatayarisha kuingia mbinguni ...***wa kiroho***: imani iliyo thabiti yenye kumtegemea Mungu katika kila jambo kwamba ndiye mwenye kuokoa na aliye mwezeshaji na mpaji wa yote

ufunuo-*nom*- mafunulio ya wokovu waliyojulishwa wanadamu na Mungu mwenyewe ...***wa mbingu***: majaliwa ya kufunuliwa mambo ya mbingu yaliyosetirika ...***wa Yohana***: kitabu cha mwisho katika mfululizo wa vitabu 72 vya Biblia

ugoni-*nom*- kukamatwa katika kosa la kuzini na mume ua mke wa mtu mwingine

ugonjwa:***ma***-*nom*- hitilafu ya kiafya yenye kuutetereshwa mwili wa mtu ...***wa kiroho***: hali ya kudumu katika dhambi hasa iliyo kubwa bila kujipatanisha na Mungu

uhai-*nom*- uzima ndani ya kiumbe wenye uwezo wa kukua na hatimaye kutoweka

uhamisho-*nom*- hali ya mtu kutoka katika eneo moja alilokuwa akiishi au kufanya kazi kwa muda mrefu na kwenda kuishi ugenini ...***wa Babilonia***: kitendo cha Waisraeli kupelekwa ugenini huko Babiloni uhanithi-*nom*- kutokuwa na uwezo wa nguvu ya kiume ...***kamili***: kukosa kabisa uwezo wa kutekeleza tendo la ndoa ...***wa kipindi***: kukosa uwezo wa kutekeleza tendo la ndoa katika nafasi fulani fulani

uhasama-*nom*- uadui, kuwekea mtu au kikundi cha watu chuki

uhuluki-*nom*- hali ya kuumbwa, hulka ya kuwa kiumbe

uhulushi-*nom*- uweza yote, utia uhai, uumbaji

uhuru-*nom*- hali ya kufanya mambo bila kuingiliwa ...***wa dhamiri***: haki ya mtu kufanya kadiri anavyosukumwa na sauti ya dhamiri yake ...***wa dini***: haki ya kila mtu kufuata na kutekeleza matakwa ya imani yake pasipo kuzuiwa ...***wa Kuabudu***, taz. *uhuru wa dini* ...***wa wana wa Mungu***: fursa ya neema waliyo nayo Wakristo katika kuyaishi matakwa ya Mungu pasipo kuwa watumwa wa sheria

ujima-*nom*- kipindi cha awali cha mwanadamu alipotumia silaha za mawe na moto wa kupekecha

ujio-*nom*- tukio au kitendo cha kuja ...***wa pili***: tarajio la kuja kwake Bwana Wetu Yesu Kristo katika nyakati za mwisho ili kuwahukumu wazima na wafu

ujumbe-*nom*- taarifa kuhusu jambo inayopelekwa kwa watu mbalimbali ...***mahsusi***: taarifa maalumu kutoka kwa Askofu kwa ajili ya wanajimbo

ujuzilio-*nom*- nadharia ya wokovu kwa njia ya ujuzi, ni uzushi wenye kukataa ufunuo wa Mungu na majisterio ya Kanisa

ukahaba-*nom*- tabia ya kuuza mwili kwa ajili ya kujipatia fedha ukandidati-*nom*- 1. hali inayomhusu mkandidati 2. kuwa na tabia ya mkandidati 3. Hatua ya kuwa mkandidati

Ukandidatini-*nom*- nyumba au eneo ambako wanalelewa wakandidati wa utawa

ukatoliki-nom- 1. hali ya kushirikisha wote, hali ya kuwakarimu wote 2. enye kufuata taratibu za Kikatoliki

ukomavu-*kiv*- hali ya kiutu uzima, welewa wa mambo katika upana unaotakiwa

ukombozi-*nom*- wokovu wa watu kutoka katika kongwe la utumwa

ukristo-*nom*- hali au mambo yanayohusiana na dini ya Kikristo: msem. *Ukristo ni neema, na uaskofu ni ofisi*

ukubali-*nom*- ridhaa atoayo mtu, ndiyo asemayo mtu katika jambo fulani ...***awali***: ridhaa aitoayo mtu mapema kabisa ...***usiotia shaka***: ridhaa kamili atoayo mtu tena kwa uhuru na katika akili timamu ...***usiotosha***: ridhaa ambayo mtu anaitoa pasipo ukamilifu wake ...***wenye kutia shaka***: ridhaa yenye kuacha shaka kutokana na vidokezo fulani

ukubwa-*nom*- hali ya kuwa na cheo au umbo kubwa: msem. *mkubwa akiongea, mdogo hunyamaa*

ukuhani-*nom*- mambo yanayohusiana na majukumu aliyo nayo kuhani

ukumbuko-*kiel*- hali ya kuwa na au kuweka kumbukumbu fulani

ukumbusho-*nom*- tukio au kitendo kinachofanywa ili kukumbusha tukio fulani

ukungu-*nom*- mawingu meupe yaliyo mepesi yanayotanda sehemu za milimani na kusababisha mawanda kutoonekana

ukulu-*nom*- kiti cha Petro, nafasi ya Askofu wa Roma

kama mwandamizi wa Petro

ukuu-*nom*- ukubwa, enzi, utawala: msem. *ukuu ni heshima, lakini pia ni nira mabegani*

ukweli-nom- kama jambo lilivyo, kusema neno lisilo na hila, hiana wala udanganyifu

ulaanifu-*nom*- hali ya kulaaniwa

ulafi-nom- tabia ya kupenda kula chakula kila wakati hata kuzidishisha kiasi cha kawaida

ulatini-*nom*- hali ya kupenda au kuimiliki vema lugha ya Kilatini

ulatino-*nom*- hali ya kupenda desturi na mila za watu wa Latini Amerika

uleisishwaji-*nom*- kitendo cha mkleri kurudishwa katika hadhi ya mlei, taz. *Laizisheni*

ulevi-*kiv*- tabia ya kutekwa mno na pombe na hivyo kutokuwa na kiasi katika unywaji wa pombe

ulimbwende-*nom*- hali ya kupenda umaridadi na anasa

ulimwengu-*nom*- dunia tunamoishi na sayari zote zinazoizunguka

ulokole-*nom*- yanayowahusu Walokole

ulutheri-*nom*- yanayohusu Kanisa la Kienjili la Kilutheri

umakini-*kiv*- hali ya kuwa makini, kuwa mwangalifu katika jambo

umande-*nom*- unyevuunyevu wa asubuhi unaotanda juu ya majani

umanikeo-*nom*-uzushi kwamba roho ya mtu inatoka kwa Mungu, na mwili wake unatoka kwa Shetani

umaridadi-*nom*- utanashati katika mavazi na hata miondoko ya mtu

umaskini-*nom*- hali ya kutojiweza aghalabu kutokana na matatizo ya magonjwa au kuwa kilema na hivi kutojimudu katika kujitegemea

umauti-*kiel-* hali ya kufa, kutokuwa na uhai

umbu:***ma***-*nom-* dada, ndugu wa kike

umilele-*nom-* hali ya kutokoma, kuwepo daima na daima

umilenia- *nom-* vuguvugu lenye kusambazwa na wahubiri kutoka vikundi mbalimbali vya makanisa ya Kikristo wenye kuhubiri kwamba mwisho wa nyakati na ujio wa Kristo utatokea katika nyakati zetu hizi

umisionari-*nom-* 1. Shughuli zote zinazohusu uenjilishaji 2. utume wa wamisionari kwenda kutangaza Habari Njema kwa watu wa mazingira, utamaduni na hata lugha tofauti nao ...***mrejesho***: utume mpya katika Ukristo ambapo makanisa ya nchi za Misioni kutoka Afrika, Asia, na Amerika ya Kilatini yanapeleka sasa wamisionari kwenda kutangaza Habari Njema katika nchi za Ulaya na Amerika ya Kaskazini

umoja-*nom-* kuwa katika hali ya kushikamana kwa pamoja ... ***na Papa***: mfungamano wa walei na makleri Wakatoliki pamoja na Askofu wa Roma ...***wa makanisa***: mfungamano wa makanisa, taz. *Ekumene* ...***wa mapadri***: mshikamano wa Sakramenti ya Daraja walio nao mapadri, ...***wa waamini***: undugu na mshikamano utokanao na ubatizo

umojahulka-*knom-* umoja wa Baba, Mwana na Roho Mtakatifu aliye Mungu mmoja katika nafsi tatu

umonaki-*kiel-* 1. hali ya kitawa 2. athari ya kitawa

umontanio-*nom-* uzushi ulioamini katika Kanisa Jipya la Roho Mtakatifu umungu-*nom*- hali inayomhusu Mungu

umwilisho-*nom*- tendo la Neno wa Mungu kuchukua mwili na kufanyika binadamu

unabii-*nom*- maneno yanayonenwa na manabii, mambo yanayowahusu manabii

unafiki-*nom*- kizabinazabina, mtu kutaka aonekane mkweli lakini kumbe siyo

undani-*nom*- kiini cha jambo, kupembua kitu kutoka kiini chake

undugu-*nom*- uhusiano ulio na nguvu kama ule wa kifamilia ***...wa Papa Pius X***: jumuiya ya wafuasi wa hayati Askofu Mkuu Marcel Lefebvre hufuata riti ya tridentini na hukataa baadhi ya mafundisho ya mtaguso wa Vatikani II

undugundoa-*knom*- uhusiano kati ya pande mbili unaotokana na kufunga ndoa

undugudamu-*knom*- uhusiano unaotokana na kuzaliwa kwa wazazi husika

uneni-*nom*- namna ya kusema

unestorio-*nom*- uzushi wa Nestori huko Alexandria kwamba Yesu Kristo alikuwa na nafsi mbili: ya kimungu na ya kibinadamu

ungamo-*nom*- 1. tendo la kukiri kosa 2. kutoa tamko la dhati kutoka moyoni taz. *maungamo* ***...la Ausgburg***: mafundisho awali kabisa ya imani ya Kanisa la Kilutheri

unyofu-*nom*- hali ya kuwa muwazi na mkweli ***...wa moyo***: hali ya kutokuwa mbinafsi, kuwa na moyo wa ukarimu ***...wa mwenendo***: hali ya kuishi maisha ya usafi wa moyo na pasipo hila wala udanganyifu

unyumba-*nom-* 1. mambo ya kifamilia yanayowahusu wanandoa 2. mume na mke katika kutimiza mujibu zao za kindoa

uongofu-*nom-* 1. hali ya kujirudi kutoka katika kutenda maovu na kuamua kutenda mema 2. uamuzi wa mabadiliko ya mwenendo katika kuishi vyema misingi ya dini

uongozi-*nom-* hali ya kushika madaraka katika kusimamia jambo

upadri-*nom-* 1. Sakramenti ya daraja la ukasisi 2. enye kuhusika na daraja la ukasisi ...***wa huduma***: unawahusu wenye madaraja katika Kanisa ...***wa wote***: ukuhani wa jumla unaowahusu wote waliobatizwa katika Kristo

upadrisho-*nom-* kitendo cha aliye Shemasi kupewa daraja la upadri

upagani-nom- 1. hali ya kutokuwa mfuasi wa dini yoyote 2. hali ya kutomfahamu Mungu ...***mamboleo***: kutekwa zaidi na maendeleo ya teknolojia na malimwengu na hivi kutoona umuhimu wa Mungu katika maisha ya mwanadamu

upako-*kit-* kitendo cha kupakwa mafuta ...***mtakatifu***: Sakramenti ya kupakwa mafuta ili kupokea mapaji ya Roho Mtakatifu kama inavyojulikana katika Kanisa la Kienjili la Kilutheri km.v. *Ubatizo*

upali-*nom-* hali ya mtu kuwa na zaidi ya mke mmoja, taz. *mitara*

upande:***pa-*** uelekeo, sehemu kitu kilipo ... ***wa Kushoto***: sehemu moyo wa binadamu uliko, kinyume cha kulia ...***wa Kuume***: sehemu ya kulia, anakowekwa mtu wa heshima

upanga-*nom*- chuma kirefu aina ya kisu kilicho na makali chenye kutumika kwa shughuli za kukata miti au kujihami kama silaha

upapa-*nom*- mambo yanayohusu mamlaka ya Askofu wa Roma

uparoko-*nom*- mambo yanayohusu madaraka ya aliye Paroko

upatanishaji-*nom*- hatua ya kuwakutanisha watu waliokosana ili wafikie maafikiano kati yao

upatanisho-*nom*- kitendo cha kurudisha uhusiano wa pande mbili zilizokosana ***Sakramenti ya***...: taz. *Kitubio*

upendeleo-*nom*- hali ya kutendewa jambo pasipo kustahili au kuwa na uhalali ...***wa Paulo***: ruhusa ya mmoja kati ya waliofunga ndoa ya jadi kumwacha mwenziwe wa ndoa hiyo pale anapokusudia kubatizwa na kuwa Mkristo (rej. War. 7:2-3; 1 Kor 7:12-15) ...***wa Petro***: ruhusa ya mtu aliyeolewa au kuoa ya kumwacha huyo mwenzi wake na kuweza kuoa au kuolewa tena kwa idhini ya Papa (rej. Ezr 10:1-14; Mt 16:19)

upendo-*nom*- hali ya kumpokea Mungu, binadamu wengine, viumbe na mazingira yote kwa moyo na kwa dhati kabisa: msem. *penda na kisha ufanye utakavyo*

upokeaji-*nom*- 1. Mwitiko wa waamini katika kuyapokea mafundisho ya mitaguso na Sinodi 2. kupokea au kukaribisha mtu au kikundi fulani cha watu

upole-*nom*- hali ya utulivu, kuwa mtaratibu

uponyaji-*nom*- 1. shughuli ya kutibu watu 2. maombezi yatolewayo hadharani aghalabu na wanakarismatiki wakristo kwa ajili ya kuwaponya wagonjwa

upostulanti-nom- 1. hatua ya kuwa mpostulanti 2. hali au tabia ya mpostulanti

upwayukaji-*kit*- 1. Kuongea au kusali kwa sauti kubwa 2. kitendo cha kuropoka maneno mara kwa mara

upweke-*nom*- kuwa peke, kutokuwa na mvuto kwa watu

upyaisha-*kit*- kufanya upya tena ...***nadhiri***: kuweka upya viapo vya kitawa (*hali ya kutenda*)

upyaishaji-*kit*- kufanyisha kitu kuwa kipya (*hali ya kutendesha*)

upyaisho-*kiel*- kufanya kuwa kipya kitu kilichoelekea kuchakaa (*kielezi cha namna/jinsi*)

uradhi-*nom*- ridhiko, idhini, ukubaliano

urafiki-*nom*- uhusiano mzuri kati ya watu wawili, au makundi ya watu: msem. *rafiki mwaminifu ni zawadi kutoka kwa Mungu*

Urbani-*nom*- mtu wa mjini, aliyestaarabika

Urbaniana-*nom*- moja ya vyuo vya kipapa mjini Roma kilicho chini ya Kongregasio ya Uenezaji wa Imani

urbanitasi-*nom*- enye hali ya kustaarabika, hali ya kimjini

Urika-*nom*- enye kuwa na umri sawa, enye kuwa na mamlaka inayolingana ---***wa kitume***: yenye kuwahusu mitume wa Yesu Kristo na maaskofu wa Kanisa Katoliki ambao ni mahalifa wao.

urithi-*nom*- mambo ya kurithiwa baada ya kifo cha mtu aliyeyamiliki

urojorojo-*nom*- vyakula vitamu vilivyoandaliwa mezani

uroho-*kiv*- sifa ya uchoyo, tabia ya kupenda kujipatia

na kujilundikia vitu na mali

urujuani-*nom*- rangi ya zambarau hutumika katika mavazi ya Misa na nguo za kutandika altareni wakati wa Majilio, Kwaresma na katika Misa za wafu

usafi-*nom*- hali ya kuto-kuwa na doa, kutakata ...***wa moyo***: kuwa na roho safi, pasipo kushtakiwa na dhamiri, ucha Mungu ...***wa mwenendo***: maisha ya uadilifu

usakini-*nom*- uingiliano katika nafsi mbili au zaidi katika kuishi upendo na ushirikiano

useja-*nom*- hali ya kuishi bila mume au mke na bila uhusiano wa kimwili na mtu wa jinsi moja au iliyo tofauti

ushahidi-*nom*- enye kuwa na vigezo bayana kuhusu jambo lilitokea

Usharika:***sha***-*nom*- eneo la Kanisa linaloongozwa na mchungaji na kujumuisha maeneo yaliyo chini yake yanayoongozwa na Waenjilisti, taz. *ushirika*

ushemasi-*nom*- enye kuhusika na mtu mwenye daraja la Shemasi

Ushenga-nom- kuwa kama daraja kati ya pande mbili ili kuzileta pamoja....***wa Kristo***: nafasi ya Kristo aliye Kuhani Mkuu mwenye kuwaunganisha wanadamu na Mungu

usherati-*nom*- maisha ya uzinzi, hali ya kutumia mwili vibaya kwa zinaa na ukahaba

ushindani-nom- hali ya kushindana, kupigania jambo

ushindi-*kiv*-ufaulu, kuweza kufanikisha azma fulani

Ushirika-*nom*- 1. mwun-gano unaotokana na Utatu Mtakatifu na ushiriki katika karamu ya Bwana 2. eneo maalumu la kichungaji alilok-abidhiwa mchungaji , taz.

usharika ...***tambarare***: kujaliana na kuthaminiana kindugu kati ya waamini kwa mujibu wa Ubatizo na uamsho wa Roho Mtakatifu ...***wima***: utotangulika wa muungano wa aina zote za kuwa Kanisa au za kudhihirika Kanisa kwa nguvu ya Neno la Mungu

ushirikishaji-*nom*- tendo la kuhusisha waamini wenyewe katika kuendesha shughuli za Kanisa lao

ushoga-*nom*- maisha ya pamoja kati ya watu wa jinsia moja

ushuhuda-*nom*- kudhihirisha kwa maneno na matendo kile mtu anachosadiki kutendeka ...***wa imani***: kuishi kile mtu anachokiamini kadiri ya utashi wa Enjili na mafundisho ya Kanisa

ushupavu-*nom*- 1. hali ya kung'ang'ania jambo bila kuchoka 2. kubaki katika hali ile ile bila kukubali kubadilika

usindikizi-*nom*- hatua ya matayarisho kwa mseminari kabla ya daraja la ushemasi yenye kumruhusu kuhudumia altareni

usomaji-*nom*- 1. jinsi mtu anavyosoma somo, kifungu cha maneno, n.k 2. hatua ya kwanza kwa mseminari yenye kumruhusu kusoma masomo Kanisani

ustawi-*nom*- hali ya neema, hali ya kuboreka

urujuani-*nom*- rangi ya zambarau inayotumika katika kasula na stola wakati wa kipindi cha majilio, kwaresma na Misa za wafu

utakatifu-*nom*- hali ya kuishi katika kumpendeza Mungu na kutosutwa na dhamiri

utakaso-*nom*- hali ya kusafishwa dhambi, kuondolewa dosari ya kiroho utamaduni:***ta***-*nom*- mwenendo wa jumla wa maisha ya watu wa jamii fulani kuhusu jinsi wanavyokula, kuvaa, maisha ya kijamii na hata namna wanavyoongea

utamadunisho-*nom*- jitihada mahsusi katika kuwezesha Enjili kuingia kwa ndani zaidi katika maisha na mwenendo wa watu ili kulifanya Kanisa mahalia kuwa kweli la Kikristo na la Kiafrika

utambi-*nom*- uzi mgumu uliotengezwa kwa nguo au nta unaotumika katika kuwashia mshumaa au taa

utambuzi-*nom*- ubainifu wa jambo, hali ya kuelewa kitu au mtu alivyo, na jinsi kitendo kilivyofanyika

utamontismo-*knom*- kutilia mkazo kupita kiasi mamlaka aliyo nayo Papa bila kuzingatia pia mafundisho ya mitaguso na kolejialiti ya maaskofu

utanashati-*nom*- kutokea katika unadhifu, hali ya umaridadi

utandawazi-*nom*- 1. mwingiliano wa tamaduni na mfungamano wa kiuchumi kati ya mataifa na mashirika ya kibiashara 2. uhusiano katika kutafuta faida kati ya wadau kwa kujenga mawasiliano yaliyo wazi na yasiyo na mipaka 3. mfumo wa mikataba ya kimataifa wenye kuhamasisha sera za uwekezaji, wenye kujenga uhusiano wa kiubia na kutilia mkazo uhuru wa vyombo vya mawasiliano na upashanaji wa habari

utangulizi-*nom*- hali ya kutanguliza jambo ---***wa Ekaristi***: Sala maalumu ya kumshukuru Mungu inayotangulia Sala ya Ekaristi, taz. *Prefasio*

utaratibu-*nom*- mpango, namna au jinsi ya kutenda

utasa-*nom*- ugumba, hali ya mwanamke kutoweza kushika ujauzito

utashi-*nom*- uwezo wa kutaka

utasi-*nom*- hali ya ulimi wa mtu kuwa na kasoro na hivi kumzuia mtu kuweza kutamka maneno

utawa:***ta***-*nom*- mambo yanayohusu maisha ya watawa

utawala-*nom*- shughuli ya kutawala na kuendesha taasisi, jamii ya watu au nchi fulani

Utatu Mtakatifu-*knom*- Mungu mmoja katika nafsi tatu ya Baba, Mwana na Roho Mtakatifu ...***mtamalaki:*** 1. ulio juu ya uumbaji na katika umilele wake 2. ulivyo katika fumbo lake la ndani ...***mtendeshaji:*** unavyojihusisha katika uumbaji, katika historia na katika maisha ya kila aliye mwamini ...***usakini***: Nafsi tatu katika mshikamano baina yake pamoja na kila mmoja wa wabatizwa ...***usiogawanyika***: Nafsi tatu katika umoja thabiti pasipo kutenganishwa wala kuchanganyishwa

utauwa-*nom*- kuishi bila mawaa katika uwema na upole

utenzi-*nom*- utunzi ulio katika mfumo wa kishairi

uteule-*nom*- hali ya kuteuliwa

utii -*nom*- 1. kutega sikio kwa makini 2. kuwa tayari kutekeleza wanachosema wakubwa baada ya kuelewa vizuri kile kinachotakiwa kutekelezwa

utiifu-*kiv*- hali ya mtu kupokea maagizo ya wakubwa waliokuzidi cheo kwa moyo mkunjufu

utohozi-*kit*- kitendo cha lugha enyeji kukopa maneno ya lugha za kigeni na kuyapatia matamshi ya lugha enyeji ili yaweze kuelezea dhana ambazo ni ngeni katika utamaduni husika (*hali ya kutendesha*)

utojua-*nom*- hali ya kutojua kitu, umbumbumbu

utopia-*nom*- mambo ya kufikirika

utoto-*nom*- hali ya kuwa mtoto ...***mtakatifu***: Shirika la Kipapa lenye kuwaunganisha watoto Wakatoliki popote duniani

utovu-*nom*- upungufu, ukosefu, dosari katika jambo

utu-*nom*- hali ya kuwajali wengine, kuwa mwungwana

utukufu-*nom*- kuwa na enzi, kutukuka msem. *hakuna utukufu pasipo taji la miiba*

utume-*nom*- 1. jambo Mkristo anatakiwa kulifanya kutokana na Ubatizo wake au kwa kutumwa na uongozi wa Kanisa 2. wito, uwajibikaji wa Kikanisa ...***wa Bahari***: huduma za kiroho ambazo Kanisa huzitoa kwa mabaharia ...***wa Kanisa***: huduma mbalimbali za Kanisa kwa watu wa aina zote

utumishi-*nom*- kuwapatia watu huduma kwa namna iliyo rasmi na isiyo rasmi

utunduizi-*nom*- ubunifu, ugunduzi wa mambo, uibuaji wa fikra mpya

utungu-*nom*- uchungu hasa ule wa kuzaa

uumbaji-*nom*- 1. hali ya kuumbwa 2. maumbile na mawanda ya dunia jinsi yanavyoonekana msem. *Mungu alikuumba wewe pasipo wewe, lakini hatakuokoa pasipo wewe*

uungu-*nom*- hali, sifa na hulka ya Mungu

uvivu-*kiv*- tabia ya kutopenda kufanya kazi, hali ya kuwa mlegevu na kutotaka kufanya shughuli iliyo ngumu na nzito

uvumbi-*nom*- unga unga unaotokana na udongo, taz. *mavumbi*

uvuguvugu-*nom*- hali ya kutokuwa wala moto-moto katika utendaji wala baridi kabisa

uvumba-*nom*-kitu kinachotoa harufu nzuri pale kinapoungua katika moto kama vile ubani au udi

uvumbuzi-*nom*- ugunduzi wa jambo, eneo au kitu kipya

uvumilivu-*nom*- hali ya kustahimili na kuvumilia matatizo

uvuvio-*nom*- nguvu ya Roho Mtakatifu yenye kumwezesha mwamini kufanya jambo

uwakfu-*nom*- hali ya kutengwa kwa ajili ya mambo matakatifu

uwakili-*nom*- 1. utambuzi wa Mkristo kuwa yeye ni mwakilishi wa Kristo katika kuwahudumia watu wengine, katika kutunza mazingira na katika kutunza mali zilizo katika usimamizi wake 2. hali ya kukaimu nafasi ya mwingine na kushika majukumu badala ya mwingine

uwakilishi-*nom*- kushika nafasi na mahali pa mwingine

uwalimu-*nom*- 1. ufundishaji wa elimu, utoaji wa maarifa 2. hali, tabia na wito wa kuwapatia watu maarifa: msem. *katika kuwafundisha wengine na sisi wenyewe tunajifunza*

uwana maradufu-*knom*- kuwa mwana mara mbili: mf. Yesu kama mwana wa Seremala na pia Mwana wa Mungu

uwanja:*vi*-*nom*- eneo kubwa la wazi kwa ajili ya mikutano, mapumziko au michezo ...***wa mt. Petro***: eneo kubwa mbele ya Kanisa Kuu la Mtakatifu Petro

uwema-*nom*- enye kufanya jambo jema na la kufaa

uweza-*nom*- nguvu, kipawa cha kutenda mambo, mamlaka

uwezo-*nom*- nguvu, mawanda ya kutendesha jambo

Uwezo-*nom*- nguvu, mawanda ya kutendesha jambo, *msem*: "waliweza akina baba, waliweza akina mama kwa nini mimi nishindwe?" Mt. Agustino wa Hippo.

uwingu-*nom*- eneo la anga yaliko mawingu

uwongo-*nom*- kutosema ukweli, kuongea kitu tofauti na uhalisia ulioko moyoni mwa mtu

Uyahudi-*nom*- 1. nchi alimoishi Yesu 2. hali, tabia inayohusu Wayahudi ...***wa Diaspora***: Wayahudi na namna walivyoishi dini yao katika mazingira ya kigeni huko kwenye Dola ya Kigiriki ...***wa Kiapokaliptiki***: dini ya Kiyahudi iliyoegemea sana katika baadhi ya fasihi za Agano la Kale zilizosisitiza ujio wa haraka wa mwisho wa dunia ...***wa Kipalestina***: taratibu za dini ya Kiyahudi kadiri ya miongozo ya kikuhani katika hekalu la Yerusalemu ...***wa marabi:*** taratibu za dini ya Kiyahudi zilivyoshikwa na viongozi na walimu wa dini hiyo

uzamili-*nom*- shahada ya pili inayomruhusu mtu aliyeipata kufundisha katika taasisi za elimu ya juu na vyuo vikuu vya Kanisa, taz. *Lisensiati*

uzamivu-*nom*-shahada ya udaktari wa falsafa

uzao-*nom*- kilichozaliwa kutokana na ukoo husika

uzima-*nom*- kujimudu katika uhai na kuwa na afya njema kimwili na kiroho ...***wa kimwili***: kuwa na uhai wenye nguvu katika maungo

...***wa kiroho***: kuwa na uhai wenye nguvu katika roho

uzinzi-*nom*- mazoea ya kufanya tendo la ndoa na asiye mwenzi wa ndoa

uzinifu-*kiel*- kosa la kutenda ngono isiyo halali

uzungu-*nom*- kufanya kama mzungu, yanahusu desturi za kizungu

uzuri-*kiv*- enye kupendeza, enye kuvutia

uzushi:***wa***-*nom*- mawazo ya kiteolojia ambayo yanakwenda kinyume na maadili na mafundisho ya Kanisa

V

Varieti-*nom*- mwenye kupenda mambo tofauti tofauti (*wa jinsia ya kike*)

Vatikani-*nom*- makao makuu ya Kanisa Katoliki: msem. *Roma ikitamka, shauri limekwisha*

vazi:***ma***-*nom*- nguo iliyoshonwa kwa vipimo maalumu ili kuweza kusetiri mwili ...***ya Misa***: nguo rasmi zinatumika wakati wa Ibada ya Misa kwa mapadri na ministranti

velumu–*nom*- kitambaa kinachotumika kufunikia mfuniko wa Siboriumu katika tabenakulo

venerabili -*nom*- anayeheshimika kama vile mtawa au Padri

Veneranda-*nom*- mwenye heshima kwa watu, aliye na staha na mwenye turuhani (*wa jinsia ya kike*)

Verena-*nom*- mwenye kupenda ukweli (*wa jinsia ya kike*)

vesperi -*nom*- masifu ya jioni

Vestina-*nom*- mwenye kujisetiri vizuri katika mavazi yake (*wa jinsia ya kike*)

Vianeri-*nom*- aliye safarini, mwenye kuhiji (*wa jinsia ya kiume*)

viatikumu –*nom*- Ekaristi Takatifu kwa ajili ya wagonjwa walio mahututi, taz. *Komunyo Pamba*

Viatori-*nom*- aliye msafiri, aliye katika matarajio ya kufikia kwenye lengo lake (*wa jinsia ya kiume*)

vifijo-*nom*- kelele za shangwe hasa wakati wa sherehe za kidini, aghalabu huambatana na vigelegele na kupiga makofi

Vijilia-*nom*- mkesha wa sikukuu

Vika:***ma***-*nom*- Padri msaidizi, taz. *Vikari*

Vika Jenerali:***ma***-*knom*- Naibu wa Askofu, Makamu wa Askofu

Vikari –*nom*- msaidizi wa Paroko katika Parokia ... ***wa Kathedrali***: Kapitulari aliye msaidizi wa Dekani wa Kathedrali ...***wa Kiaskofu***: Padri anayemsaidia Askofu kuongoza eneo fulani la Jimbo ...***wa Kitume***: Padri au Askofu anayemsaidia Papa kuongoza eneo la Kanisa ambalo bado halijapatiwa hadhi ya kuwa Jimbo

Vikariati –*nom*- eneo katika Jimbo ambalo linasimamiwa na Vikari wa Kiaskofu kwa niaba ya Askofu mahalia...***ya Kitume***: eneo ambalo halijapewa hadhi ya kuwa Jimbo ambalo linasimamiwa na Askofu au Padri kwa niaba ya kiti cha kitume

Viktoria-*nom*- mwenye ushindi, aliyeshinda (*wa jinsia ya kike*)

Viktori-*nom*- taz. Viktoria (*wa jinsia ya kiume*)

vimelea-*nom*- virusi, vijidudu vidogo sana visivyoonekana kwa macho vinavyoeneza magonjwa

vinavyoonekana-*kiel*- vitu ambavyo tunaweza kuviona kwa njia ya fahamu za macho yetu

Visia-*nom*- mwenye kuona, aliye na maono (*wa jinsia ya kike*)

visivyoonekana-*kiel*- vitu tusivyoweza kuviona kwa njia ya fahamu za macho yetu

vita-*nom*- mapigano na uhasama baina ya pande mbili zinazokinzana ...***vya Kiroho***: mapambano ya Mkristo dhidi ya maovu

Vitalisi-*nom*- aliye na uhai, mwenye kupenda uhai (*wa jinsia ya kiume*)

votiva –*nom*- Misa ya kuchagua

Vuguvugu-*nom*- mwamko wa jambo, kuanza na kuendelezwa kwa msisimko katika tukio au jambo fulani ---***la Oxford***: msisimko wa Kikatoliki katika nchi ya Uingereza uliokusudia kuhamasisha Ukatoliki nchini humo katika Karne ya Kumi na Tisa

vulgata–*nom*- tafsiri ya Biblia takatifu iliyofanywa na Mtakatifu Jerome

vumbi-*nom*- unga unga wa udongo unaorushwa na upepo

vurugu-*nom*- uwepo wa ghasia, fujo, mtafaruku na kutoelewana ...***la Babeli***: adha iliyowapata wana wa Babeli pale Mungu aliposambaratisha mawasiliano baina yao

Viviani-*nom*- mwenye uchangamfu (*wa jinsia ya kiume*)

W

Waanglikana: Wakristo waliomeba katika Komunio ya Kanisa la Uingereza

waamuzi-*nom*- watu walioitwa na Mungu katika Agano la Kale wakati wa kipindi cha vita ili kuwaongoza Waisraeli km.v Joshua, Deborah, Samson, na wengineo

WCC-*nom*- Baraza la Makanisa ya Kikristo Duniani lenye makao yake makuu huko Geneva

wajibu-*nom*- kutekeleza yale tunayopaswa kuyafanya kwa mujibu

wahasidimu-*nom*- kundi la Wayahudi walioshika sana torati

wakati-*nom*- muda, wasaa ***...wa Kufaa***: muda ulio mwafaka ***...wa Wokovu***: wasaa wa neema

Wakatoliki-*nom*- waamini wanaofuata mafundisho ya Biblia na Mapokeo ya Kanisa chini ya Papa

wakfu-*nom*- 1. hali ya mtu au kitu kutengwa kwa ajili ya matakatifu 2. kupewa baraka

Walutheri-*nom*- Wakristo wenye kushika mwongozo wa Biblia na mafundisho ya Martin Luther

wangavu-*kiv*- enye kuangaza, hali ya kuangazika

wapi-*kiw*- mahali gani?

Waprotestanti-*nom*- Wakristo walio katika madhehebu yaliyozaliwa kufuata kipindi cha marekebisho ya Kanisa

waraka-*nom*- barua ya mzunguko inayotumwa kwa makanisa na Parokia mbalimbali

waridi-*nom*- 1. ua lenye rangi nyekundu na lenye kutoa harufu nzuri 2. mtu mwenye kuakisi uzuri wa ua la waridi kwa upendo alio nao (*jinsia ya kike*) *fumbo la------*: moja ya sifa za Bikira Maria katika Litania

wasalesiani-*nom*- jamii ya watawa wanaofuata karama ya Mtakatifu John Bosco na hujulikana zaidi kwa utume wao kati ya vijana

wasifu-*nom*- maneno yenye kuenzi matendo yaliyotukuka katika historia ya maisha ya mtu

washirika-*nom*- waamini wote walio katika Usharika fulani na wanaounda Usharika huo

watakatifu wote-*knom*- Sherehe inayosherehekewa kila mwaka hapo Novemba 1 ya kuwaenzi wote walioko mbinguni katika ufalme wa Mungu

weledi-*nom*- enye kuwa na utaalamu na maarifa

welewa-*nom*- utambuzi, wepesi wa akili ya mtu katika kupokea mambo

wema-*nom*- enye kutenda matendo mema kwa wengine

wewe:***ninyi***-*kiw*- nafsi ya pili umoja

wimbo:***nyi***-*nom*- maneno yaliyopangwa katika nota na kuwekwa yaimbike kimuziki ***wa Kati***: unaimbwa kati ya matukio kwa shabaha ya kuvuta mapumziko ...***wa Kiingilio***: unaowekwa mwanzoni mwa tukio ili kufungua tukio...***wa Kumalizia***: unaowekwa mwishoni mwa tukio ili kuhitimisha tukio lenyewe ....***wa Mashangilio***: unaimbwa kwa shabaha ya kulifanya tukio au adhimisho kuwa hai zaidi ...***wa Mtumishi wa Bwana***: jumla ya tenzi nne kumhusu mtumishi mteseka kutoka kutoka Kitabu cha Nabii Isaya

wingu-*nom*- 1. umande mzito na uliogandа ambao unaelea angani 2.

aina ya hema linalobebwa katika maandamano ya Ekaristi Takatifu ili kumkinga Padri mwenye kubeba Monstransi dhidi ya jua na upepo

wito-*nom*- utume alioitiwa mtu kuuishi katika maisha yake, taz. *mwito*

wivu-*nom*- kuona husuda, kuona kijicho kutokana na mafanikio ya mwingine

wiwa-*kit*- kudaiwa, kutakiwa kulipa kitu ulichokopa ama kuahidi kukitoa (*hali ya kutendwa*)

wokovu-*nom*- 1. kitendo cha kuokolewa kutoka kugandamizwa na uovu, au dhambi 2. ukombozi wa kiroho

Wolfgang-*nom*- mapito ya mbweha (*jinsia ya kiume*)

wongofu-*nom*- kujirudi kiroho, kuacha mwenendo mbaya ...***wa mwenendo***: Kuacha tabia mbaya, kurekebisha mwenendo

wovuti-*nom*- anwani ya mtandao katika Intaneti

Y

Yahwe –*nom*- Bwana Mungu, jina la kumtaja Mungu

Yahwisti –*nom*- mwandishi wa chemchemi nne za awali ambazo zilitumiwa katika kuandika vitabu vitano vya Musa katika Agano la Kale

yakini-*nom*- hakika ya jambo, ukweli, au undani wa jambo fulani

yakinifu-*kiv*- iliyo hakika na ukweli mtupu

Yakobo-*nom*- 1. mwana wa Isaka aliye mmoja wa mababu wa imani 2. moja kati ya mitume wa Yesu yaliyomo-*nom*- mambo yaliyo katika mtu, kitabu au ndani ya vitu

yambwa-*nom*- sehemu ya Kiarifu cha sentensi ambako huwekwa vitenzi na vielezi

yamini-*nom*- kula kiapo, kutoa tamko binafsi kwa dhati ya juu kabisa

yamkini-*kiel*- yawezekana kuwa hivyo

yatima-*nom*- mtoto aliyeachwa ukiwa pasipo wazazi wake ambao wamefariki dunia

Yehova–*nom*- jina la kumtaja Mungu, taz. *Yahwe* ***Wa..***: wafuasi wa moja ya madhehebu lenye kufuata mwongozo wa Agano la Kale

Yerusalemu-*nom*- 1. mji wa Amani 2. mji mkuu wa dini ya Kiyahudi wakati wa Yesu

Yesu-*nom*- 1. Mungu anaokoa, taz. *Yoshua* ...***Mnazareti***: Mwana wa Yosefu mkulia wa Nazareti ...***Kristo***: Mpakwa mafuta wa Bwana ...***wa historia***: aliyeishi duniani katika wakati maalumu wa historia ...***wa imani***: kama alivyotazamwa na kuelezwa na wafuasi wake baada ya ufufuko wake

yeye:***wao***-*kiw*- nafsi ya tatu umoja

yeyuka-*kit*- tendo la kulainika kwa kitu kilicho kigumu (*hali ya kutendeka*)

Yobu-*nom*- Baba yuko wapi? Mungu yuko wapi? (*wa jinsia ya kiume*)

yodi-*nom*- herufi ya Kiebrania iliyo ndogo

Yoela-nom- mwenye shangwe na furaha (*wa jinsia ya kike*)

Yoeli-nom- taz. Yoela (*wa jinsia ya kiume*)

yoga-*nom*- mtindo wa mazoezi yanayohusu pumzi na viungo yenye kuimarisha amani ya kiroho na afya ya mwili

Yohana-*nom*- 1. Mungu ni mwenye huruma 2. jina la mtu (*wa jinsia ya kike*)

Yohane-*nom*- taz, *Yohana* (*wa jinsia ya kiume*)

Yohanesi-*nom*- taz, *Yohana* (*wa jinsia ya kiume*)

Yoshua-*nom*- 1. Mungu anaokoa 2. mmoja kati ya waamuzi katika Agano la Kale 3. jina la mtu (*wa jinsia ya kiume*)

Yubilei-*nom*- taz. *Jubilei*, au *shangwera*

Yudea-*nom*- moja kati ya mikoa katika nchi takatifu mitatu wakati wa Yesu Kristo

Yukundusi-*nom*- aliye mpole, asiye na makeke (*wa jinsia ya kiume*)

yumba-*kit*- kutokuwa na msimamo, kupepesuka, kupoteza dira (*hali ya kutendeka*)

Yupi-*kiw*- nani kati ya hawa

Yustina-*nom*- mwenye haki (*wa jinsia ya kike*)

Yustini-*nom*- taz. Yustina (*wa jinsia ya kiume*)

Yustusi-*nom*- mwenye kutenda haki (*wa jinsia ya kiume*)

Z

zabibu-*nom*- matunda yanayotokana na mti wa mzabibu na ambayo kwayo hutengenezwa divai

Zaburi-*nom*- sala mbalimbali zilizowekwa katika mfumo wa tenzi na ushairi zenye kushukuru, kutoa maombi maalumu, kushangilia na pengine kuwaapiza maadui wa Waisraeli

zagaa-*kit*- enea kila mahali, tapakaza (*hali ya kutendeka*)

zahama-*nom*- ghasia kubwa, maangamizi ya kutisha

zaka-*nom*- mchango wa asilimia kumi katika mapato ya mwaka ya

Mkristo anayotakiwa kutoa kwa ajili ya kulijenga Kanisa

zambarau-*nom*- rangi iliyo kati ya waridi na bluu

zamu-*nom*- 1. hali ya kufanya jambo kwa kupokezana 2. kigango au eneo lingine la Parokia lenye kupatiwa huduma kutokana na utaratibu unaoratibiwa na Paroko

zana-*nom*- vifaa mbalimbali

zao:***ma***-*nom*- mapato yatokanayo na kazi za shambani au shughuli fulani

zawadi-*nom*- kitu anachopewa mtu bure na kwa hiari ya mtoaji kuwa alama ya urafiki na upendo kwa yule anayepewa

zeloti:***wa***-*nom*- kundi la wanamapinduzi waliotaka uhuru wa Wayahudi kutoka katika Dola ya Warumi kwa njia ya mapigano

Zenobia-*nom*- mwenye kupenda maisha ya kujikania, mmonaki wa jangwani (*jinsia ya kike*)

Zenobiusi-*nom*- taz. Zenobia (*wa jinsia ya kiume*)

Zephania-*nom*- Mungu anatulinda (*wa jinsia ya kiume*)

zeze:***ma***-*nom*- ala ya muziki yenye tungi la kitoma au ubao ulio bapa na nyuzi kama za gitaa ambayo hupigwa kwa kuchezesha nyuzi zake

ziada-*nom*- kitu kilichoongezwa, faida iliyopatikana baada ya kulipia gharama zote

ziara-*nom*- kutembelea mahali kwa shughuli ya kikazi ...***rasmi***: ujio wa mahsusi katika shughuli za kiuongozi au uchungaji ...***ya kichungaji***: ujio wa kiongozi wa Kanisa kwa nia ya kuwaimarisha waamini katika maisha ya kiroho na kiimani ...***ya kitume***: 1. safari azifanyazo Papa katika nchi mbalimbali duniani 2. safari wazifanyazo maaskofu wakatoliki huko Vatikani kila baada miaka mitano kwenda kutoa ripoti ya majimbo yao kwa Papa

zibua-*kt*- fanya kitu au mahali palipozibwa kuwa na uwazi, ondoa kizuizi au utando masikioni

zidi-*kit*- pita kiwango kilichokusudiwa (*hali ya kutendeka*)

zidisha-*kit*- fanyiza zaidi, kupitisha kiwango kilichopangwa (*hali ya kutendesha*)

zidishia-kit- kitendo cha kumpatia mtu mmoja ziada kama alivyofanya Yosefu wa Misri kwa Benjamin mdogo wake (*hali ya kutendea*)

zidiwa-*kit*- 1. kuwa na shughuli nyingi, kubanwa na ratiba 2. kuishiwa nguvu mbele ya upinzani (*hali ya kutendewa*)

zika-*kit*- kufukia maiti ya mwanadamu, mzoga wa mnyama au kitu chini ya ardhi (*hali ya kutenda*)

zima-*kit*- 1. kufifisha kitu kama vile mshumaa usiendelee kuwaka 2. imara, isiyooza, iliyo hai

zimia-*kit*- kupoteza fahamu (*hali ya kutendeka*)

zinaa-*nom*- hali ya uzinifu, uasherati

zinduka-*kit*- kutoka katika kutofahamu, kupata fahamu upya (*hali ya kutenda*)

zingatia-*kit*- kuweka makini, weka moyoni, tafakari (*hali ya kutenda pia kusihi*)

zinguo-*kit*- kitendo cha kumfukuza pepo mbaya toka mwilini mwa mtu

zini-*kit*- kitendo cha ndoa baina ya watu wasio wanandoa (*hali ya kutenda*)

zirai-kit- kupoteza fahamu (*hali ya kutendeka*)

ziwa:*ma*-*nom*- 1. sehemu yenye maji mengi iliyozungukwa na ardhi 2. titi, chuchu za binadamu au mnyama

zizi:*ma*-*nom*- 1. jina la Kibiblia lenye kumaanisha kundi lenye mchungaji mmoja ambaye ni Kristo 2. ua au boma lililojengwa maalumu kwa ajili ya kufugia mifugo

zoea:*ma*-*kit*- kufanya jambo kwa mazoea (*hali ya kutendea*)

zoezi:*ma*-*nom*- tendo la kujipima nguvu na kukusanya nguvu ili kukabili changamoto mbalimbali

zuia-*kit*- kufanya jambo lisitendeke (*hali ya kutenda*)

zumari-*nom*- moja ya ala za muziki inayopigwa kwa kupulizwa mdomoni ina umbo nyembamba upande wa mdomoni na pana upande unaotokea sauti

zumaridi-*nom*- aina ya jiwe la thamani

zungumza-*kit*- fanya mazungumzo, sema neno (*hali ya kutenda*)

zungusha-*kit*- 1. pitisha katika duara 2. kumsumbua mtu katika jambo analotaka atendewe mara (*hali ya kutendesha*)

zuri-*kiv*- jambo jema, lenye kupendeza

zuru-*kit*- tembelea mahali fulani (*hali ya kutenda*)

zurura-*kit*- kwenda huko na huko pasipo na mpangilio, kutopenda kufanya kazi

Ufafanuzi Katika Picha

Alba

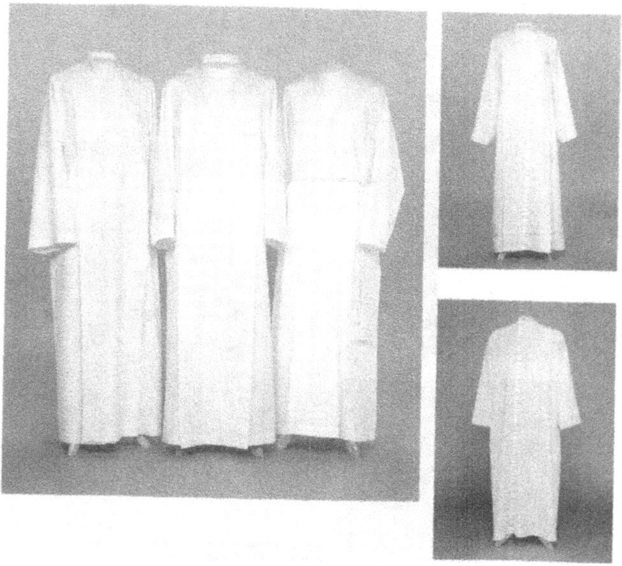

Altare

Taa ya Milele

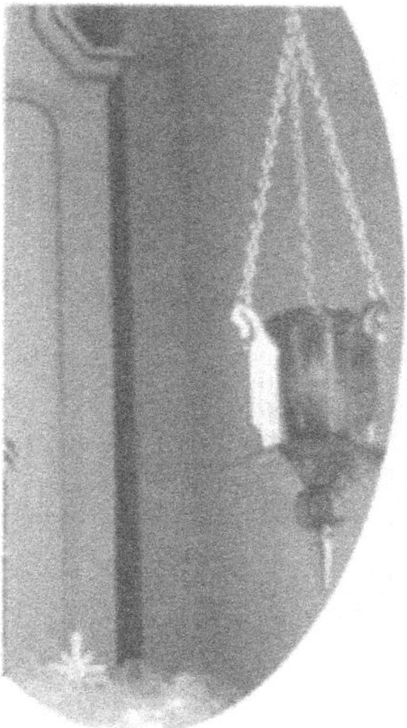

Bireta

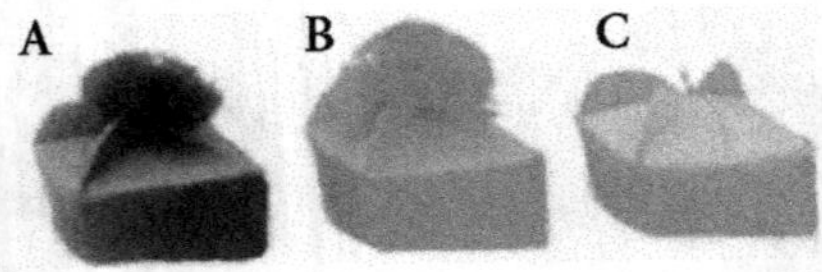

Bursa (mkoba mweusi)

chiboriumu

Dirisha la Papa

Kalisi

Kengele

Kibweta cha Ubani

Kinara

Kisima cha Ubatizo

Kredensia

Kustodia

Madonna

Marufaa

Matawi

Mitra

Monstransi

Mozetta

Pango

Marienstatue an der Grotte von Lourdes

Pantokrato

Pieta

Stola

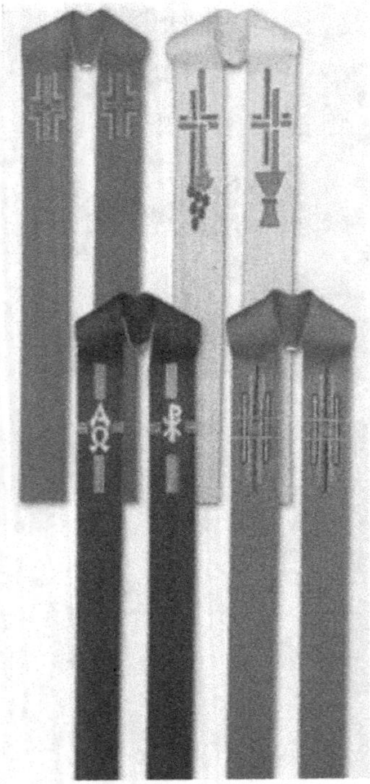

Pileolusi (kikofia cha Askofu)

SEHEMU YA PILI

Maelezo Kuhusu Alama na Desturi Katika Ukristo

Wakristo na Desturi Zao

Watu wasiojua desturi na taratibu za maisha yao zikoje na zimetoka wapi ni watu wasio na historia. Watu wa aina hiyo watakosa kuwa na maelezo ya uhakika kwa kile wanachokiishi na kukithamini. Aidha, watu wa jinsi hiyo watakosa nguvu ya kujiamini katika kile wanachokitenda kwa sababu hawajui kwa nini wanatenda hivyo. Ukristo una historia ndefu ya zaidi ya miaka elfu mbili. Desturi zinazoendelezwa katika dini hii lazima ziwe zimejengwa katika misingi thabiti ya Kibiblia na katika nguvu ya Imani/Mapokeo. Kwa kweli bila nguzo hizo mbili, desturi kama hizo zingetoweka mara kutokana na misukosuko mbalimbali ambayo Ukristo umepambana nayo. Kwa hiyo ni vyema kujua misingi ya kibiblia na kimapokeo katika desturi na alama tulizo nazo katika kuishi Ukristo wetu

A

Alama: Kila tunapoingia katika makanisa na nyumba za ibada za Wakristo mtu huweza kuona alama mbalimbali katika michoro iliyochorwa katika kuta au kwenye madirisha ya makanisa hayo. Michoro na alama hizo hueleza kile Wakristo wanachokiamini.

Bakora/Fimbo: Katika michoro ya baadhi ya watakatifu walio maaskofu tunaona wameshika fimbo. Sisi tunaoishi katika ulimwengu usiopenda bakora wala kupigwa viboko kwa mfano, tunaweza kujiuliza alama ya Bakora imefikaje kutumika na Wakristo? Katika Kanisa Katoliki na makanisa mengine tunaona kwamba Maaskofu wanabeba fimbo au bakora. Fimbo ni alama ya Uchungaji na utawala. Ukweli huu hujitokeza katika Maandiko Matakatifu pale tunaposoma kwamba Kristo mwenyewe atatawala watu wake kwa bakora ya chuma (taz. Uf. 2:27; 12:5; 19:15). Maaskofu hubeba fimbo ya kichungaji kwa sababu wao wanasimama mahali pa mitume ambao wameahidiwa kuyatawala makabila kumi na mawili ya Israeli (taz. Mt 19:27). Kwa msingi huo mitume ni wachungaji na watawala, kwani wameitwa kuwa wahudumu wa Agano Jipya. Tunasoma katika Enjili kwamba anapowatuma mitume wake kumi na wawili kwenda kutangaza Habari Njema, anawakataza kuwa na vitu vingi safarini lakini wabebe fimbo (taz. Mk 6:7-13). Msisitizo wa Yesu katika agizo hili ni kuwataka mitume kuzingatia uchungaji kwa dhati. Hivi hata leo katika Kanisa, wachungaji wakuu hubeba fimbo katika wakati wa ibada za Kiliturujia. Desturi ya Maaskofu kubeba fimbo inachukuana vyema na tamaduni za Mwafrika. Kwa kawaida machifu wa makabila mbalimbali walibeba fimbo kama alama ya utawala. Ni kwa msingi huo, sarufi ya lugha ya Kiswahili inatupatia mwanga. Ingawa wito wa kuongoza unaelekeza katika kuonesha dira kwa wanadamu ambao huwekwa katika ngeli (makundi) ya majina ya watu na wanyama (*M*-tu (umoja) *Wa*-tu (uwingi), uongozi umepelekwa katika ngeli ya vitu. Kwa hiyo neno *Kiongozi* (mtu anayeongoza watu) uwingi wake siyo ***wa****-ongozi* bali ***vi****-ongozi* (hapo ni ngeli ya *ki* (umoja) na *vi* (wingi) ambayo ni ngeli ya vitu kwa sababu viongozi wa Kiafrika walibeba fimbo.

Tanbihi: Ili kuwatahadharisha viongozi wa Kiserikali na Kidini wasije wakajifanya masultani au miungu watu; lugha ya Kiswahili imeweka neno *kiongozi* katika kundi moja la ngeli na maneno yenye dhana ya *kudunika* yaani kufanyika mdogo au kuwa mtumishi kama vile: *kitoto*, *kijakazi*, *kitwana*; na si kwa bahati mbaya. Yesu Kristo mwenyewe kwa mfano dhahiri kabisa anawaalika viongozi kuwa watumishi wa watu wanaowaongoza! Tunasoma hivi katika Biblia "Lakini haitakuwa hivyo kwenu; bali mtu anayetaka kuwa wa kwanza wenu, atakuwa mtumwa wenu na anayetaka kuwa wa kwanza wenu, atakuwa mtumwa wa wote. Kwa maana Mwana wa Adamu naye hakuja kutumikiwa, bali kutumika na kutoa nafsi yake iwe fidia ya wengi" (Mk 10:43-45).

Bendera: Wachoraji wa Kikristo kuanzia karne za kati wamekuwa wakiueleza Ufufuko wa Kristo kwa kumwonyesha Kristo

Mfufuka akiwa ameshika bendera. Kwa sababu hiyo bendera ni alama inayotujulisha kwamba Kristo Mfufuka ni mshindi dhidi ya utawala wa giza. Nguvu ya Ukristo ni katika Ufufuko. Ni kwa sababu hiyo, hakuna sherehe kubwa ya Kikristo isiyopambwa kwa bendera. Katika nafasi mbalimbali za sherehe kubwa katika Kanisa, tunaona bendera katika minara, katika madirisha ya Kanisa na nyingine kusimikwa katika eneo la Kanisa. Licha ya kutumia bendera katika sherehe, wakristo wanazo bendera katika kueleza maisha yao yalivyo. Ipo bendera ya *Serikali ya Vatikani.* Tunaona mara nyingi katika wakati wa ziara za Baba Mtakatifu, wakristo na watu wenye mapenzi mema hubeba bendera hiyo katika kumpokea Papa. Bendera hiyo hupepea pia katika ofisi za Mabalozi wa Vatikani pote duniani na huko Vatikani kwenyewe. Ni vizuri kufahamu rangi za bendera hiyo. Tutaeleza hapo chini. Bendera ya pili katika maisha ya wakristo, ni ile inayoitwa *Bendera ya Wakristo*. Bendera hiyo hupeperushwa katika baadhi ya makanisa ya Kiprotestanti. Bendera ya Serikali ya Vatikani ina rangi mbili, nyeupe na njano. Katika nchi nyingi rangi ya njano ni rangi ya amani. Kumbe rangi nyeupe ni rangi ya uaminifu katika ufuasi kwa Kristo, rangi ya ubatizo. Katikati ya rangi nyeupe kuna funguo mbili zinazokaa sanjari zikiwa na rangi ya dhahabu na fedha. Rangi ya dhahabu huwakilisha madaraka ya kiroho aliyo nayo Papa, na rangi ya fedha huwakilisha madaraka ya kidunia aliyo nayo Papa. Kifungio chekundu kinadokeza wito wa kushuhudia Imani alio nao.

Kwa upande wake, bendera ya Kikristo ilianza kutumiwa katika makanisa ya Kiprotestanti huko Amerika katika mwisho wa Karne ya 19. Bendera hiyo ina rangi nyeupe na msalaba wa rangi nyekundu ulio ndani ya eneo la rangi ya bluu. Msalaba wa rangi nyekundu huwakilisha damu ambayo Yesu alimwaga msalabani. Rangi ya bluu hutoa taarifa kuhusu maji ya ubatizo, na kujulisha kuhusu wito wa Mkristo kufia dhambi kama vile alivyofanya Yesu mwenyewe. Rangi nyeupe hudhihirisha uaminifu katika kumfuasa Yesu Kristo. Hutaka kumweleza Yesu anayesamehe dhambi, na kufuata njia ya amani. Huyu Yesu Kristo ni Mungu asiyefanya fujo wala kupenda umwagaji wa damu, bali huyatoa maisha yake mwenyewe ili kutetea maisha ya wanaoonewa.

Fuvu la Kichwa/Golgotha: Tunasoma katika Enjili kwamba "Na walipofika mahali paitwapo Fuvu la Kichwa, ndipo walipomsulibisha Yesu" (taz. Lk 23:33). Katika kumchora Yesu Kristo msalabani siyo mara chache kuona wanasanaa wa Kikristo wakichora fuvu la kichwa chini ya msalaba wa Yesu. Alama hii ina maana yake na inafaa tuijue. Katika mapokeo ya Kikristo inaaminika kwamba bustani ya Edeni ndipo mahali ambapo Adamu na Eva walikula tunda la mti wa mema na mabaya na hivi kusababisha mauti kwa wanadamu wote (ndiyo sababu ya kuchorwa kwa fuvu la kichwa-alama ya mauti) ni mahali hapo hapo ndipo aliposulibiwa Yesu. Na kwa sababu hiyo Paulo mtume anaeleza wazi kwamba kwa njia ya Adamu wa Kale na kwa kupitia mti wa ujuzi wa mema na mabaya mauti yaliingia duniani na kwa njia ya mti wa msalaba kupitia Adamu mpya uzima umeingia duniani (taz. Rom. 5:12-20)

Mwanakondoo: Kati ya alama zinatumika kumtambulisha Kristo ni hii ya Mwanakondoo. Yohane Mbatizaji akimtambulisha Yesu Kristo kwa watu aliwaambia, "Tazama Mwanakondoo wa Mungu"(Yn. 1:29). Mwanakondoo ni mnyama mpole, asiye na makeke. Ni kiumbe wa kuonewa kutokana na kutokuwa na hasira wala ubabe na kwa sababu hiyo huwasilisha hali ya kutokuwa na dhambi. Ni mnyama aliyekuwa tayari kutolewa kafara. Sifa hizo ndizo alizo nazo Bwana Wetu Yesu Kristo kwani yeye ni mpole na mnyofu wa moyo (taz. Mt. 11:29). Yeye anautoa uhai wake kwa hiari (taz. Yn 10:18), na kwamba hana doa la dhambi (taz. Kut. 12:5; 1 Pt 1:18,19). Wakristo wanatakiwa kuiga tabia ya upole na ya kujitolea maisha yao kwa faida ya wengine. Katika kuwa wapole na wasiolipiza kisasi kwa namna moja au nyingine kutoka dhuluma wanazotendewa na watu wengine,wakristo huweka matumaini yao katika Kristo aliye hakimu mwenye haki na aliye na nguvu kubwa, ndio maana Kitabu cha Ufunuo kinamtaja pia kuwa ni Simba wa Yuda" (taz. Uf. 5:5).

Nanga: Moja kati ya picha za kibiblia za Kanisa ni Safina ya Nuhu. Hiyo iliwasaidia viumbe waliokuwemo ndani yake, kusalimisha maisha yao kutoka ghasia ya mafuriko makubwa ya maji. Mafuriko hayo yaliyoukumba uso wa nchi, yalidumu kwa siku arobaini mchana na usiku. Mababa wa Kanisa walitazama Safina ya Nuhu kuwa chombo kilichoashiria mpango na utaratibu na hivi kutunza uhai; tofauti kabisa na ghasia na fujo iliyosababishwa na mafuriko. Wazo hilo linaoana kabisa na kazi iliyokabidhiwa Kanisa. Lenyewe katika nyakati zote ni kama safina kubwa. Linajitazama kuwa katika safari na linapita katika kipindi kigumu cha mawimbi ya dhambi na hivi ni mahali pa kuwahifadhi wadhambi na kuwarudishia uzima. Mitume wanaposafiri na Yesu katika chombo huku Yesu akiwa amelala usingizi; upepo mkali wa dhoruba unakiyumbisha chombo hicho. Mitume wana hofu kubwa sana. Yesu anawakaripia kwa kukosa imani, na kisha anatuliza dhoruba (taz. Mt 8:23-27; Mk 4:35-41, Lk 8:22-25). Katika kutilia mkazo umuhimu wa kuwa na imani thabiti dhidi ya maovu wasanii wa Kikristo waliifananisha fadhila ya Imani na kazi inayofanywa na nanga ya merikebu. Hii ni kwa sababu nanga huwezesha meli kubwa kutulia katika mahali ilipo bila kuyumbishwa na mawimbi au upepo. Imani thabiti kama vile Bwana Yesu alivyowakazia mitume ni muhimu sana katika kuishi Ukristo kwa dhati.

Nyoka: Katika michoro mingi ya wanasanaa wa Kikristo tunaona nyoka akichorwa kuwakilisha hila na udanganyifu. Kadiri ya fikra za watu wa Babiloni ya wakati huo, nyoka aliaminiwa kuwa ni mnyama mwenye werevu na hila. Nyoka anawakilisha hila alizo nazo Shetani aliye mwovu. Na kwa sababu hiyo Maandiko matakatifu yanaeleza uadui uliopo kati ya uzao wa mwanamke na ule we nyoka anayewakilisha uovu (rej. Mw. 3:1-23). Hivyo siyo jambo la ajabu kuona wanasanaa wa Kikristo wakimchora nyoka chini ya msalaba katika Mlima Golgotha. Ni kwa njia ya hila za nyoka kupitia katika tunda la mti mauti yameingia duniani, lakini ni kwa njia ya uzao wa mwandamu kupitia tumbo la Bikira Maria na kwa nguvu ya mti wa msalaba uzima umerudishwa duniani.

Popo: Alama ya popo inatumiwa katika michoro ya Kikristo kueleza uovu. Popo ni mnyama ambaye ana hulka zenye kugeuka geuka. Ana tabia zinazofanana na mnyama, lakini pia anazo zingine zinazomfahamisha kuwa katika jamii ya ndege. Kwa hiyo ni kigeugeu. Lakini pia ndege huyu hufanya shughuli zake nyingi usiku na huwinda wadudu usiku. Kwa vile shughuli zake nyingi ni za usiku na mara chache huonekana mchana, popo anawakilisha hali ya giza na uovu. Tangu wakati wa Adamu wa kale, kutenda dhambi kunamweka binadamu katika hali ya kujifichaficha kama afanyavyo popo wakati wa mchana. Aidha, dhambi ni mapato pia ya kutokuwa katika mstari safi na kuwa kigeugeu kama alivyo popo.

Samaki: Katika historia ya michoro ya wanasanaa wa Kikristo, moja kati ya picha zilizo mashuhuri sana ni ile ya samaki. Tangu mwanzo wa Ukristo picha ya samaki imekuwa na umuhimu mkubwa. Wakristo wa kwanza walikumbuka jinsi Bwana Yesu Kristo alivyowalisha watu nyikani kutoka mikate mitano na samaki wawili. Hata baada ya ufufuko wake, Yesu alikula samaki pamoja na wafuasi wake. Wakristo wa kwanza katika kipindi cha madhulumu walikusanyika katika nyumba za watu binafsi ili kuumega mkate na kusikiliza Neno la Mungu. Ili kuwajulisha watu wengine kwamba nyumba fulani ilikusudiwa wakutanike kwa ibada, basi samaki alichorwa kama alama ya kuwatambulisha Wakristo. Umuhimu wa picha ya samaki ukaenea hivi kwamba baadaye picha hii ikatumika kumwakilisha Yesu Kristo mwenyewe aliye chakula na kitoweo kwa waamini. Samaki ni kiumbe aliye majini ambaye hutazamwa kuwa ni chakula bora kwa afya ya binadamu. Siyo mara chache madaktari huwashauri watu kupunguza kula nyama na badala yake wale samaki. Ukweli huu kwamba samaki ni chakula bora kwa uhai wa kimwili ndivyo ilivyo Ekaristi Takatifu kwa afya ya roho zetu.

Upanga: Moja kati ya alama zinazowachanganya baadhi ya watu wanaousoma Ukristo ni hii ya upanga. Alama ya upanga inajitokeza katika michoro na sanamu za baadhi ya watakatifu. Mtu anapoona hivyo kwa haraka anaweza kuhukumu kwamba Ukristo ni dini yenye kuenezwa kwa vita na umwagaji wa damu. Katika wakati huu waamini Wakristo wanapodhulumiwa katika sehemu mbalimbali ambako uhuru wa kuabudu unakozuiliwa, baadhi ya Wakristo wanapodhulumiwa, hufikiria kwamba ni haki yao kutumia upanga ili kulipa kisasi. Wakristo hao wanashawishiwa kufanya hivyo kwa kunukulu baadhi ya fasuli za Biblia. Yesu anawaambia wafuasi wake "msifikiri ya kwamba nimekuja kuleta amani duniani, bali upanga" (Mt. 10:34-35). Tena wako wengine wanaofikiri kwamba wanayo haki ya kulipa kisasi cha umwagaji wa damu kwa vile Yesu aliwaambia wafuasi wake katika karamu ya mwisho, "na kwamba yeye ambaye hana upanga auze vazi lake na anunue upanga" (Lk 22:36). Kuzisoma fasuli hizi mbili kama zilivyo na kuzitendea kazi kunaweza kuwapotosha waamini. Wataalamu wa Maandiko Matakatifu wanazieleza tofauti kabisa fasuli hizo. Fasuli ya kwanza kutoka (Mt. 10:34-35) "msifikiri kwamba nimekuja kuleta amani, bali upanga..." Dhana hii "upanga" imetumiwa kama kifananisho (tashbiha) kuonesha kwamba ukweli na misingi ya kimaadili anayofundisha Yesu Kristo inawagawa watu. Katika kutofautiana kwetu kuyapokea mafundisho ya Kikristo, upanga hukimbiliwa na maadui wa wale wanaosimamia kweli katika Kristo ambao miongoni mwao ni ndugu zetu damu moja, lakini siyo na wafuasi wa Yesu. Hao wafuasi thabiti wa Yesu, kwa kushika msimamo wa Yesu wanachukiwa kwa ajili ya jina lake (taz. Lk 21:7). Fasuli ya pili hapo juu, ilitamkwa na Yesu katika karamu ya mwisho. Ilitolewa katika mazingira ambayo Yesu na wafuasi wake hawakuwa katika hali ya usalama, hapakuwa na ulinzi wa kutosha. Katika mazingira hayo mitume bado walimtazama Yesu kama masiha wa kisiasa. Fasuli hii haimaanishi kwamba Yesu anawataka mitume wote watembee na upanga viunoni mwao, bali kila mmoja wao awe katika kujiandaa, na hivi vifaa kama vile mkoba, begi na upanga ni alama za utayari wa kujiandaa kwa safari. Kishawishi cha kufikiri kwamba wakristo wanaruhusiwa kutumia upanga ili kujitetea kutokana na fasuli hizi mbili siyo cha kweli, na hakizingatii mantiki ya Yesu ya kutangaza amani kwa watu wote. Katika hotuba ya mlimani Yesu anawataka wafuasi wake kama wanapigwa shavu la mkono wa kushoto wageuze na lile la mkono wa kulia (taz. Mt.5:39). Lengo siyo kuwafanya wafuasi wa Yesu wawe daima tayari kupigwa na kuonewa. Ikumbukwe kwamba Yesu anasimamia amani na siyo umwagaji wa damu. Umwagaji wa damu ni kielelezo cha shetani. Agizo la kwamba wafuasi wa Yesu wamgeuzie yule anayewapiga na lile shavu ambalo halikupigwa, maana yake kwa kumgeuzia adui yako shavu la pili, anakutaka Mkristo kumzuia huyo adui yako asiendelee kukudhulumu kwa namna ile ile. Hapo shabaha yake sio kumfanya mfuasi wa Yesu akimbie mbali kutoka adui yake, bali kumwonesha adui yako kwamba hukubaliani na mantiki yake ya umwagaji wa damu, na kwamba wewe kama mfuasi wa Yesu unakataa kufuata mantiki yake ya kulipa kisasi na unasimama katika uwanja tofauti wa maadili. Hivi Yesu aliwaonya mitume wake, wasitumie upanga. "Hapo Yesu akamwambia, 'Rudisha upanga wako alani, maana yeyote anayeutumia upanga, atakufa kwa upanga'" (Mt 26:52, Yn 18:11). Kwa kauli hii Yesu anaweka wazi msimamo kwa wafuasi wake, wasimwage damu ya mtu kwa kujidai eti wanamtetea Yesu Kristo wao. Yesu ni Mungu, na hivi anao uwezo wa kimungu, hahitaji kutetewa na mwanadamu kwa kutumia maguvu na umwagaji wa damu. Katika mwanga huo sisi binadamu hatuwezi kujidai kwamba tunao uwezo kwani Mungu hahitaji kutetewa nasi, YEYE ni MWENYEENZI wala hatuna uhalali wa kuua mtu; kwani Mwanzilishi wa Ukristo hakuanzisha dini yake kwa staili hiyo. Aliingia Yerusalemu kama Mfalme wa Amani. Katika kusisitiza hilo pale anaposhikwa bustanini; Petro anapotumia upanga kumtetea Yesu. Kwa kumpinga Petro yeye mwenyewe anawaelimisha mitume wake, "Je hamjui kwamba ningeweza kumwomba Baba yangu naye mara angeniletea zaidi majeshi kumi na mawili ya malaika?" (Mt 26:53). Ifahamike wazi kwamba upanga unaeleza ushuhuda wa kifo dini kilichowafika baadhi ya watakatifu. Mtakatifu Paulo, kwa mfano anabeba upanga kwani aliuawa na Kaisari Nero wakati wa madhulumu kwa kukatwa kichwa kwa kutumia upanga. Mtakatifu Oswald kwa mfano alikuwa jemedari wa jeshi kwa kazi yake alibeba upanga kila mara. Yeye hakutumia upanga kuwaua maadui wake bali aliuawa kifodini kwa kukatwa upanga.

Tanbihi: Katika sanamu na michoro ya watakatifu walioshika upanga, ncha kali ya upanga inawekwa kuelekea chini, yaani kuonesha kwamba upanga kwao siyo silaha ya kuwadhuru wengine. Ni ishara ya kuonesha kifodini walichokipokea kwa kuuawa kwa upanga. Watakatifu kama vile Mtume Paulo au Mtakatifu Oswald wote wameuawa kwa upanga na hivi ncha za panga zao zimeelekezwa chini. Wao wameteketezwa kwa upanga wala hawakurudisha ubaya kwa kuwateketeza wengine kwa upanga. Watakatifu hao wanataka kutufundisha kwamba upanga kamwe siyo nguzo ya usalama wao, wala hawategemezi maisha yao katika silaha kama vile upanga. Aidha, upanga hutumika kama ishara ya uchungu wa mateso yaliyompata Bwana wetu Yesu Kristo na wafuasi wake. Mateso hayo ndiyo yanayomfanya Bikira Maria, Mama wa Kanisa kuteseka pamoja na wanawe, "Nawe mwenyewe, upanga utaingia moyoni mwako, ili yafunuliwe mawazo ya mioyo mingi" (Lk 2:35). Katika kitabu cha Ufunuo tunaona Mama mja mzito anakabiliana na Joka kubwa linalotaka kummeza mtoto wake pindi anapomzaa (rej Uf. 12:1-8). Kutokana na wajibu na uchungu alio nao Mkristo katika kutunza uhai, upanga hutumika kama ishara ya kutetea uhai pale tu uhai wa wasio na hatia unapotishiwa. Kila binadamu ni lazima awe na haki ya kuishi. Mkristo anayo pia haki ya kujilinda ili kutetea uhai wake. Hata hivyo Mkristo hatakiwi kamwe kupigania imani yake kwa upanga au silaha nyingine yoyote ile.

Amani: Wakristo wanazingatia sana Amani. Katika kila ibada ya Misa waamini wanaalikwa kutakiana amani. Kama jumuia iliyozaliwa baada ya Pasaka, Kanisa linatakiwa kuhubiri Amani ambayo ni zawadi ya kipasaka! Ni zawadi kutoka kwa Mungu. Wanafunzi wa Yesu hutakiana amani kati yao na jamii yote ya wanadamu. Amani ni zawadi tunayopaswa kushirikishana. Haihusu tu binadamu kuishi katika maelewano pasipo vita na uhasama, bali inakwenda mbali zaidi katika kutunza mazingira na viumbe ambavyo Mungu ametukabidhi kuvitunza. Amani huwadai Wakristo kuwa watu wa kusamehe na siyo kulipa kisasi, watu walio tayari kutenda haki na kupigania haki yao na ya watu wengine. Hakuna amani bila haki. Ni kwa msingi huo Wakatoliki wanaagizwa mwisho wa kila Misa Takatifu, wakiambiwa "Nendeni na Amani."

Tanbihi: Misale ya Altare inatumia kiunganishi *-na-* kati ya kauli ya kusihi *Nendeni* na nomino *Amani* na siyo kiunganishi -*kwa*-; Hatusemi "Nendeni *kwa* Amani" kwa hoja maalumu ya kisarufi na kiteolojia. Kisarufi matumizi ya kiunganishi -*kwa*- yangemaanisha kuwaagiza waamini kwamba "ondokeni hapa Kanisani na nendeni kwa mtu aitwaye Amani." Agizo hili lingechanganya waamini. Hii inatokana na hoja ya kiteolojia na kichungaji. Kila Mkristo ana wajibu yeye binafsi kupeleka amani ya Kristo kwa majirani zake na kwa wanadamu wote. Kwa hiyo katika kusambaza amani ya Kristo kila Mkristo ni memba aliye hai na siyo wa kumngojea mtu mwingine aitwaye *Amani* aliyeko mahali fulani. Kila aliye Mkristo anapaswa kuelewa kwamba baada ya dhambi ya asili, *Amani* imekuwa siyo tena kitu tulichofanikisha bali ni mradi wa kuufanyia kazi na kutumaini kuufanikisha katika siku za usoni. Hatujafaulu bado katika kuiweka kati yetu isipokuwa kwa kumrudia Kristo.

Amkizi: Wafuasi wa Kristo wana kawaida ya tangu zamani ya kusalimiana. Mtume Paulo anawahimiza Wakristo kusalimiana wao kwa wao, tena kwa busu la upendo (taz. Rom 16:16). Kila mahali wakati Wakristo wanapokutana hujuliana hali. Katika nafasi mbalimbali wanapokutana kama jumuiya ya ibada, kama familia majumbani na hata katika mikutano huanza kwa kusalimiana. Baadhi ya maamkizi yaliyozoeleka kati ya Wakristo ni: *Tumsifu Yesu Kristo* Jibu: "Milele Amina" au *Kristo* Jibu "Tumaini Letu" au *Bwana Asifiwe* Jibu "Amina." Kwa kusalimiana Wakristo hujitambua kuwa ni Familia ya Mungu inayojali na kuwajibika kwa kila mmoja. Wakristo wanakiri katika namna yao ya kusalimiana kwamba Kristo ni Bwana anayepaswa kusifiwa kwa uwezo wake katika kutawala maumbile, katika kuwakomboa wanadamu na katika enzi na mamlaka aliyopewa baada ya ushindi dhidi ya dhambi.

B

Baraka: Kutoka katika Biblia Wakristo wanaagizwa kuwa baraka kwa watu. Ukweli huu tunauona kuanzia Abrahamu aliye Baba wa Imani anayepewa mwito wa kuhama kutoka makazi yake ya awali na kwenda kuwa baraka kwa watu wote (Mw. 12:2-3). Mtume Petro katika barua yake ya kichungaji, anawaagiza Wakristo kuwa watu wa kuwabariki wengine. "Watu wasiolipa baya kwa baya au laumu kwa laumu, bali wenye kubariki; kwa sababu hayo ndiyo mliyoitiwa ili mrithi baraka" (1 Pt 3:9). Shemasi wa Kanisa Katoliki anaomba baraka kila mara wakati wa Ibada ya Misa anapokwenda kusoma Enjili Takatifu. Huomba baraka hiyo akisema, "Bwana tafadhali unibariki." Iwe ni katika ibada ya Misa au katika kusafiri, Wakristo wana kawaida ya kuomba baraka na kupeana baraka. Wachungaji huwabariki waamini wao wazazi huwabariki watoto wao, na kwa hiyo maisha ya Mkristo ni wito wa kuwa baraka kwa dunia. Neno la Kiingereza "Benediction" yaani *Baraka* lina asili yake katika neno la Kilatini *Benedicere* lenye kuundwa na maneno mawili (*bene* + *dicere*) yaani kumsemea mwenzako yaliyo mema. Kwa sababu hiyo Wakristo siyo watu wa kuwalaani binadamu wengine, wala siyo wa kutwisha watu wengine matusi. Katika neno hilo Wakristo ni vyema wakarudia desturi ya muda mrefu ya kuomba baraka kutoka kwa wachungaji kabla ya kufunga safari kwa mfano. Katika enzi zetu hizi ambapo ajali za barabarani zimekuwa zikipoteza maisha ya watu ni vema kuzoea kuomba baraka kwa safari. Wazazi wawabariki watoto wao wanapokwenda shule. Mume na mke watakiane baraka kwa safari, ikumbukwe kwamba baraka itangulie mbele kabla ya busu kati ya wapendanao!

Barua: Moja kati ya mazoea na desturi za kutoka zamani kati ya wachungaji na waamini wao ni kuandikiana barua. Hivi tunazo katika Agano Jipya barua zilizotumwa na mitume kama vile Petro, Paulo, Yakobo na Yohane kwa makanisa mbalimbali waliyoyaanzisha. Kadiri ya Mtume Paulo, wafuasi wa Kristo ni "Barua ya Kristo mwenyewe" (taz. 2 Kor. 3:2-3). Wale wote waliozaliwa na Kristo kwa ubatizo wamewezeshwa lugha na msamiati wa Upendo na Roho Mtakatifu mwenyewe. Kwa maisha yao wanakanisa huhabarishana na kueleweshana kuhusu Imani yao kwa njia ya Barua. Papa na Maaskofu huwaandikia waamini wao barua za Kichungaji kila pale inapobidi. Lakini pia waamini wao kwa wao huandikiana barua wakati wa Sherehe za Noeli na Pasaka kwa mfano. Tangu karne ya Tatu baada ya Kristo barua zimekuwa njia muhimu ya kudumisha upendo, urafiki na undugu wa kikristo kati ya Roma na Dayosisi mbalimbali, kati ya Maaskofu na waamini wao na hivi waamini kwa waamini. Hata katika zama hizi za simu za mikono, na Barua Pepe, desturi njema ya Wakristo kupeana mawaidha ya kiroho kwa njia ya kuandikiana barua kimaandishi haina mbadala. Wakristo tusome barua za kichungaji kutoka maaskofu wetu na Baba Mtakatifu. Tutafakari mafundisho kutoka barua hizo na kuyaishi. Wateolojia hawana budi kufafanua barua za kichungaji na kuwasaidia waamini wa kawaida kuzielewa. Mwitiko kwa barua za kichungaji na zile za kirafiki ni matakwa ya uungwana wetu katika Kristo, na ni pia matakwa ya ubinadamu wetu.

C

Chakula: Katika Sala ya "Baba Yetu" wafuasi wa Yesu huomba wapatiwe riziki yao ya daima. Hakuna uhai pasipo chakula. Wakristo hutambua aina mbili za chakula, kile cha kiroho na kingine cha kimwili. Aina zote mbili za vyakula zina umuhimu mkubwa kwa uhai wa mtu binafsi na wa jumuia. Wanapokula chakula Wakristo husali kuombea chakula kwa sababu, ni majaliwa kutoka kwa Mwenyeezi Mungu. Katika kusali wanamshukuru Mungu anayewajalia watu wote katika kupata mahitaji yao muhimu kwa uhai. Kadiri ya Mtakatifu Ireneus, "Utukufu wa Mungu hudhihirika wazi katika mtu mwenye afya." Kwa msingi huo wakristo huthamini lishe bora na mvinyo kiasi kwa ajili ya afya. Hivi tunaona kwamba katika nyumba za watawa kwenye monasteri na konventi mbalimbali, ukumbi wa maakuli ni moja kati ya maeneo muhimu sana baada ya lile la Kanisani. Katika mashirika mengi ya kitawa, watawa huthamini sana kula chakula kizuri (*siyo cha anasa*) bali kilicho bora. Wote hushiriki chakula sawa na kunywa kwa pamoja. Hata hivyo Ukristo hutahadharisha na kusisitiza kutokula kupita kiasi wala kunywa kupita mipaka kwa kuwa ni jambo la hatari kwa afya. Kula kupita kiasi na kuvimbiwa chakula ni tabia mbaya ya uchoyo. Inatupasa kutambua kwamba kula pasipo kiasi ni uzembe wa kutowajibika kwa jirani mwenye kuhitaji chakula pia. Aidha, kunywa kupita kiasi na kutumbukia katika ulevi ni kujiingiza katika mzizi wa dhambi.

H

Hija: Wakristo wana desturi ya miaka mingi sana ya kufanya safari za hija. Tangu katika karne za mwanzo za Kanisa, waamini walijenga mazoea na taratibu ya kufanya ziara za kiroho. Hija zinafanyika ili kumsaidia Mkristo katika makuzi ya kiroho, kujipatia neema katika maisha yake na kuweza kukusanya nguvu mpya katika utume wake. Wengi wenye nafasi na uwezo wa kifedha husafiri mbali nje ya nchi zao, lakini wengine hufanya hija katika maeneo mbalimbali katika nchi wanazoishi. Wakristo hufanya hija katika maeneo mbalimbali kama vile kwenda kutembelea katika Nchi Takatifu (Israel na Palestina); Wakatoliki hutembelea makao makuu ya Papa huko Vatikani, wengine husafiri kwenda sehemu kama vile Lourdes (Ufaransa), Fatima (Ureno), Madjgore (Herzgovina), Kibeho (Rwanda), na makanisa yaliyoteuliwa kwa hija katika majimbo mbalimbali.

I

Ibada Hadharani: Ipo desturi kati ya makanisa mbalimbali ya Kikristo ya kufanya ibada katika hadhara. Kwa kawaida waamini wa madhehebu mbalimbali hufanya shughuli zao za ibada ndani ya majengo ya makanisa. Hata hivyo katika nafasi fulani fulani wakristo hufanya pia ibada zao katika hadhara. Jambo hili ni muhimu kulifahamu kwa sababu katika wakati huu wa mwingiliano wa dini mbalimbali na tamaduni tofauti, ipo hatari ya kuwaona Wakristo wanapofanya ibada ya hadhara kama vile wanataka kuwachokoza waamini wa imani tofauti nao. Kumbe ibada ya hadharani ina msingi wake katika Biblia na kwenye mapokeo ya Kanisa. Haina maana ya kutaka kuwachokoza waamini wa dini nyingine, wala kuonesha kwamba Ukristo ni dini bora hata kidogo.

Maandamano ya Ekaristi: Waamini wa Kanisa Katoliki wana kawaida ya kufanya maandamano ya Ekaristi Takatifu. Hilo hufanyika kwa baadhi ya majimbo katika Alhamisi inayoangukia baada ya Dominika ya Sherehe ya Utatu Mtakatifu. Katika majimbo mengine, Misa ya Sherehe ya Ekaristi Takatifu hufanyika katika Dominika inayoangukia kati ya Sherehe ya Utatu Mtakatifu na ile ya Moyo Mtakatifu wa Yesu. Wakatoliki huamini kwamba katika Sakramenti ya Ekaristi Takatifu yumo Yesu Kristo mwenyewe. Katika huduma na utume wake duniani, Yesu alikuwa anawahangaikia watu katika maisha yao ya kawaida. Alipita vijiji kwa vijiji huko na huko na kuwaponya wenye shida mbalimbali (rej Mt 11:5). Akiwa amekamatwa na kufikishwa mbele ya Baraza la Wayahudi, Yesu anashuhudia wazi kwamba utume wake na shughuli zake hakuzifanya kwa siri, bali alitenda yote wazi wazi iwe ni hekaluni, iwe ni katika sunagogi, au hata hadharani (rej. Yn 18:20). Hivyo maandamano ya Ekaristi yanakusudia kumpeleka Yesu wa Ekaristi Takatifu katika mitaa na nyumba zetu ili awabariki watu, abariki mitaa na nyumba zetu. Kuandamana na Ekaristi Takatifu ni desturi ya muda mrefu katika Kanisa, na haijaanza katika siku hizi ili "kuchokoza" imani ya watu wa dini nyingine. Tena maandamano hayo hayakuwekwa kwa shabaha ya kuonesha Ukristo ndio "dini bora" kuliko dini nyinginezo. Ibada hiyo ilianza mnamo karne ya Kumi na Tatu huko Ulaya. Katika maandamano ya Ekaristi Takatifu Padri anayebeba Ekaristi Takatifu iliyowekwa katika Monstransi, kwa kawaida hutanguzana na watu wanne wanaobeba aina ya hema inayomsetiri Padri. Hema hiyo huitwa "Uwingu." Ni mfano wa hema iliyosetiri sanduku la Agano katika Agano la Kale. Watumishi wale wanne wanaobeba wingu huwakilisha Waenjili wanne waliotuandikia kuhusu maisha na matendo aliyoyafanya Yesu Kristo kwa wanadamu.

Maombezi Hadharani: Katika mikutano ya Karismatiki hasa kwenye makanisa ya Kipentekoste kuna desturi ya kufanya mikutano ya hadhara kwa huduma za Enjili na maombezi. Huduma za maombezi hadharani zinakusudia kuwahusisha watu wengi ambao kwa kawaida wasingeweza kutosheleza Kanisani. Katika mikusanyiko hiyo watu wanawezeshwa kusikiliza Neno la Mungu na kupatiwa huduma za maombezi. Mikutano kama hiyo shabaha yake siyo kuwaongoa watu wa dini nyingine waingie Ukristo. Makanisa mengi ya Kristo yana kawaida ya kuheshimu imani ya watu wengine. Mihadhara ya waamini wa Kikristo imekusudiwa kudhihirisha kwamba Ufalme wa Mungu wa huruma, upendo na amani umekaribia kati ya waamini. Kwa hiyo shughuli za msingi za Uenjilishaji ni kuwezesha watu walisikie Jina la Yesu anayepigania haki za wanyonge, anayewaponya wagonjwa na kuwaletea nafuu ya mwili na ya roho. Ni mfalme wa Amani kati ya mataifa.

Ishara ya Msalaba: Wakatoliki wana kawaida ya kufanya Ishara ya Msalaba kabla ya sala na ibada mbalimbali. Hufanya Ishara hiyo pia wanapojibariki kwa maji ya Baraka. Ishara ya Msalaba ina maana kubwa kwa sababu kwa Ushindi wa Msalaba wa Bwana wetu Yesu Kristo, huo umegeuka kuwa kama nguzo ya Imani. Katika kufanya Ishara ya Msalaba, Wakatoliki huanza kwa kugusa paji la Uso wakisema "Kwa Jina la Baba..." Kitendo hicho hutukumbusha kuwa Mungu Baba ni Mwumbaji. Kazi ya uumbaji na kuyaweka mazingira bora zaidi ni kazi ya akili na ubunifu. Akili ya mtu iko katika ubongo ambao upo kichwani, katika paji la uso. Wakatoliki wanapomtaja Mwana "...na la Mwana..." wanagusa kifuani. Tendo hilo pia lina mantiki yake. Nafsi ya Pili ya Mungu kwa kutwaa mwili amekuwa mwanadamu kama sisi. Ni nafsi iliyo karibu nasi sana, ni "Emmanuel," yaani Mungu pamoja nasi. Kisha anatajwa Roho Mtakatifu "...na la Roho Mtakatifu." Katika kutamka hayo Wakatoliki hujigusa mabegani. Roho Mtakatifu ni nafsi tendaji ya Mungu. Nasi tunatumia mabega na mikono yetu kutekeleza majukumu yetu, kubeba mizigo na kufanyiza mambo mbalimbali. Kimsingi, ishara ya msalaba inatuingiza katika fumbo la Utatu Mtakatifu, kwani maisha ya wanakanisa yanaongozwa na Utatu Mtakatifu.

Tanbihi: Kitendo cha kufanya Ishara ya Msalaba kila siku wanachokifanya Wakristo kinapaswa kuwasukuma waamini kuwa watendaji na wabunifu zaidi ili kulifanya Bara la Afrika kuwa bora zaidi. Mungu anaanzisha uumbaji kwa kumfanya mtu kutoka Udongo, ndio anachafua vidole vyake kwenye udongo ili mtu afanyike hai. Pasipo kuthamini kazi za mikono na kuchafua vidole vyetu hatuwezi kumweka mwanadamu katika mahali bora zaidi. Hivi ndivyo mama mzazi anavyofanya ni lazima achafue mikono yake ili kumwezesha mtoto wake mchanga awe msafi na akue katika mazingira bora. Katika Pentekoste Mungu Baba anamtuma Roho Mtakatifu aliye kidole cha Mungu, kwa nguvu ya kidole hicho kitakatifu ndio dunia inafanyika Upya. Kwa kumtaja Roho Mtakatifu tunagusa mabega yetu ili kueleza utayari wetu wa kuendeleza mapaji ya Roho Mtakatifu kwa kufanya kazi kwa bidii na kwa ubunifu mkubwa. *Tabia za uzembe, uvivu, kutokuwa na mawazo tunduizi, na kutojasiri mambo mapya haviakisi mshikamano wetu na Utatu Mtakatifu.*

Ishara za Nyakati: Wakristo katika safari yao ya hija hapa duniani wanatakiwa kusoma ishara za nyakati. Kutoka katika Agano Jipya Bwana wetu Yesu Kristo anawafundisha wafuasi wake kusoma majira ya nyakati (taz Mt 24:32). Kwa hiyo wafuasi wa Kristo wanatakiwa kufuatilia matukio kwa makini na kwa undani wakiongozwa na sala na mwanga wa Roho Mtakatifu, wanapata kutambua Mungu anachotaka kuwaambia. Uwezo wa kusoma ishara za nyakati ni muhimu kwa wafuasi wa Kristo katika utume wao kinabii. Utume ambao kwao Wakristo wanapaswa kufikisha sauti ya Mungu kwa watu wa nyakati zao.

Itifaki/ Hirakia: Katika Kanisa na kati ya Wakristo kuna tofauti ya majukumu na madaraja mbalimbali. Wachungaji na wenye madaraka katika Kanisa hutambuliwa kwa nyadhifa zao kabla ya kutajwa majina yale waliyobatizwa nayo. Hilo ni dhahiri kwa mfano katika Kanisa Katoliki kama ifuatavyo:

Papa: Baba Mtakatifu......(Francis)

Kardinali: *Mwadhama* (jina la ubatizo) *Kardinali* (kisha jina la familia, ukoo) mf. ...Polycarp *Kardinali* Pengo; ...John *Kardinali* Njue, Emmanuel *Kardinali* Wamala, n.k

Askofu wa Jimbo Kuu: Mhashamu Askofu Mkuu/Mhashamu Baba Askofu Mkuu---(Jina lake)

Tanbihi: (*Hakuna wadhifa wa Askofu Mkuu Msaidizi*) kama inavyoandikwa katika baadhi ya magazeti

Askofu wa Jimbo: Mhashamu Askofu/ Mhashamu Baba Askofu---(Jina lake)

Askofu Msaidizi: Mhashamu Askofu/Mhashamu Baba Askofu Msaidizi-----(Jina lake)

Naibu wa Askofu: Mheshimiwa Sana Naibu----(Jina lake)

Abate, Prelati, Monsinyori, Gombera: Mheshimiwa Sana-------(Jina lake)

Padri/Mchungaji/Sista/Bruda/Katekista/ Mwenjilisti: Mheshimiwa (wadhifa)...(Jina lake) mf. Mheshimiwa Padri Stefano Kaombe

K

Kubariki Milango ya Nyumba: Kila mwanzo wa Mwaka mpya Wakatoliki wana kawaida ya kubariki nyumba zao kwa kuweka maandishi ya C+M+B (na mwaka husika). Kwa bahati mbaya maneno haya yanatafsiriwa mahali pengi kama *Caspar + Melchior + Baltasar* yakiwahusisha Mamajusi watatu kutoka Mashariki. Herufi hizo tatu **C + M + B** zinazowekwa katika milango ya nyumba za Wakristo ni ufupisho wa sentensi ya Kilatini *Christus Mansionem benedicat*, yaani "Kristo aibariki nyumba hii." Kitendo hiki cha kumwomba Kristo abariki nyumba husika kwa kuweka alama ya maandishi ni kueleza maisha ya Kipasaka yanayowaongoza Wakristo katika safari yao ya maisha ya hija hapa duniani. Waisraeli walipokuwa wakijiandaa kusafiri na kuondoka kutoka katika nchi ya Misri, Malaika wa Bwana alipita usiku na kuwapiga wana wa Wamisri. Malaika huyo alitambua nyumba walimo Waisraeli kwa kuona alama ya damu ya mwanakondoo waliyopaka mlangoni (rej. Kut. 12:13, 22-23). Yesu Kristo kwa sadaka yake msalabani amekuwa mwanakondoo. Wakristo wanachora milangoni mwao alama ya misalaba katikati ya herufi hizo tatu na kumsihi Yesu Kristo mwenyewe asimamie kuwaepusha na maovu na madhara yatakayojiri katika mwaka mzima. Waamini hufanya hivyo kwa utambuzi kamili kuwa wao nao kama Yesu Kristo mwenyewe wanayemfuata wameitwa katika safari ya maisha kushiriki mateso na madhulumu mbalimbali. Kwa kuishi maisha ya majitoleo na sadaka wanaalikwa kuosha mavazi na milango ya nyumba zao katika damu ya mwanakondoo (rej. Uf. 14:4-5).

Kubariki Nyumba: Kuna kawaida ya muda mrefu katika Ulimwengu wa Wakristo ya kubariki nyumba za ibada na hata nyumba za kukaa watu. Kubariki nyumba za ibada kuko kwa namna mbili. Makanisa yasiyo ya Kiaskofu *hubarikiwa*, lakini makanisa mama yaani makanisa makuu ya majimbo ambamo viti vya maaskofu vipo, *yanatabarukiwa*. Makanisa ya Kiaskofu (Kathedrali) licha ya kubarikiwa kwa kunyunyiziwa maji kuta zake, sakafu yake, altare na jengo lote, *huwekwa wakfu* kwa altare yake kupakwa mafuta ya Krisma. Hii ni ishara kwamba katika jengo hilo, Askofu atawatakatifuza waamini wake. Aidha katika kuta zake huwekwa vinara kumi na viwili, alama za mitume kumi na wawili. Nyumba za waamini hubarikiwa. Nyumba hizo hubarikiwa kwa kunyunyuziwa maji na kwa njia ya sala ambayo ni tofauti na ile inayotumika katika kubariki makanisa. Nyumba ambazo ni makazi ya watu zina umuhimu wake, licha ya ule wa kutoa hifadhi na malazi kwa wanadamu. Nyumba tulizojenga zinaonesha uwakili wetu mwema katika mali tulizopewa na Mungu. Katika nyumba tunadhihirisha kuchukua vyema dhamana ya uwakili wa kuwalisha na kuwatunza wote wanaotutegemea. Katika nyumba tumepewa wajibu wa menejimenti ya mali na mazingira. Neno hili "nyumba" kwa Kigriki huitwa *oikos* ndilo asili ya neno *economy* katika Kiingereza, yaani menejimenti ya mali tuliyopewa. Kwa vile nyumba inatukumbusha wajibu wetu na kututambulisha, hatuna budi kuibariki ili wale wakaamo humo waepushwe na malimwengu, wakingwe na madhara mbalimbali ya pepo wabaya na kusaidiwa kutumia vyema mali waipatayo duniani kwa kuhudumia familia zao na katika kuujenga ufalme wa Mungu

Kubusu Pete ya Askofu: Wakristo hasa Wakatoliki wanao utaratibu wa kubusu pete za maaskofu. Desturi hii ni ya muda mrefu kutokana na ukweli kutoka historia ya Kanisa na welewa wa Elimu Kanisa. Kutoka historia ya Kanisa kuanzia Karne ya Tatu baada ya Kristo, maaskofu walitazamwa kumwalikilisha Mungu mwenyewe hapa duniani. Waliheshimika kama mababa wa kiroho. Kwa vile walitazamwa kama mababa waliojaa upendo wa kimalezi kwa kundi lao, basi desturi ya kubusu pete ilizuka kama mwitiko wa hiari ikiwa ni heshima kwa aliye Baba na Mchungaji wa roho. Maandishi wa kiteolojia ya mababa wa Kanisa kama vile Ignasio wa Antiokia, Tertuliani na Agustino yalichangia katika kuiendeleza desturi hii. Askofu alitafsiriwa kuwa kama Vikari wa Kristo katika Jimbo lake, na kwamba kila pale alipo Askofu ndipo lilipo Kanisa. Kwa vile Askofu ni mwakilishi wa Kristo aliye kichwa cha Kanisa, ambalo ni mchumba wake, basi kwa namna fulani Askofu alitazamwa kuwa kama "amefunga ndoa" na Kanisa lake mahalia. Katika mshikamano huo wa kindoa kadri ya Mtume Paulo, waamini ambao ndio mwili wa fumbo wa Kristo; kwa kuibusu pete ya Askofu wanadhihirisha uhusiano wa kimapendo walio nao kwake na utayari katika kuyashika kwa uaminifu na utii mafundisho yake. Naye Askofu kama Wakili wa

Kristo, kwa kuvaa pete ambayo waamini wanaibusu anatakiwa akumbuke kwamba Ofisi aliyo nayo ni ya mapendo na hivyo anapaswa kuwaongoza waamini kwa upendo na huruma. Askofu anatakiwa kuwa kama Baba katika Enjili ya mwana mpotevu (taz. Lk 15:11-32) ambaye anamsamehe mwana wake mpotevu na kumvisha kanzu mpya na pete: alama ya kutambua hadhi yake kama mwana wake; na pete alama ya kumshirikisha pendo lake na uhiari wake wa daima wa kumweka mwana wake katika familia yake licha ya upungufu wake mkubwa.

Kulala Kifudifudi: Desturi ya kulala kifudifudi kwa watu wanaopewa daraja takatifu, kwa mfano, ni moja kati ya desturi zenye kuwagusa waamini wengi. Kila linapotolewa daraja la Upadri, Shemasi hulala kifudifudi mbele ya Askofu mtoa daraja. Kulala kifudifudi katika Kanisa kuna maana mbili kubwa. Kwanza kwa mpewa daraja au mfunga nadhari, kitendo hicho kinaashiria utayari wake wa kujikania malimwengu. Ni kitendo cha kukiri kwa dhamiri yake kuchukua tabia isiyo na makuu katika utumishi wake kwa taifa la Mungu na kutekeleza mamlaka yake pasipo majikuu kwa wanakanisa. Pili, kitendo hicho kinataka kujulisha roho ya kuongoka na kutokuwa mfungwa wa dhambi tena. Na hivi tunaona kwamba katika siku ya Ijumaa Kuu Padri anayemwakilisha Kristo analala kifudifudi kukumbusha waamini kwamba Kristo aliye kuhani mkuu kwa kufa kwake msalabani, amejikania mwenyewe kufungamana na wenye nguvu za kidunia katika kutenda yasiyompendeza Mungu.

Kulia/Upande wa........: Kama ilivyo desturi kwa tamaduni nyingi, Wakristo wana mazoea ya kumweka yule aliye mkubwa katika cheo au umri katika upande wa kulia. Hufanya hivyo wakiwa katika matembezi, wakati wa kupiga picha au hata katika Ibada. Kadiri ya Agano Jipya, upande wa kulia (kuume) ni upande wa heshima. Wana wa Zebedayo wanamwambia mama yao amwombe Yesu ili wana wake waketishwe katika heshima, mmoja upande wa kulia na mwingine upande wa kushoto (rej.

Mt. 20, 20-28, Mk. 10, 35-45). Hapa na pale Maandiko Matakatifu yanadokeza kwamba upande wa kulia ni upande wa heshima. Tunapotaarifiwa na Mwenjili Mathayo kuhusu ujio wa pili wa Kristo na wakati wa kutoa hukumu, tunajulishwa kwamba wale waliotenda mema watawekwa kulia na wale waliotenda maovu upande wa kushoto (rej. Mat. 25:31-46). Mungu anapompatia mwana wake tuzo huko mbinguni anamweka upande wa kulia (taz. Mdo. 2:33)

Kuomba Msamaha: Wakristo wanayo kawaida ya kuomba msamaha kila mara wanapokuwa wamemkosea mtu mwingine. Ni tendo la unyenyekevu na la kutenda haki. Kwa sababu hiyo kuomba radhi ni kurejesha amani na kurudisha uhusiano mwema na watu wale tuliowakosea. Kama vile wanavyosali katika Sala ya "Baba Yetu," Wakristo wanatakiwa kuwasamehe wale wote waliowakosea. Hoja ya msingi ya Wakristo kusamehe ni kutokana na kutambua kwamba wao wenyewe wanaishi kwa sababu ya kuhurumiwa na Mungu. Lakini pia wanajua kwamba, kulipa kisasi ni kazi ya Mungu. Utambuzi huu huwafanya Wakristo waogope kusimama mahali pa Mungu, kwani hakuna binadamu anayeweza kulipa kisasi kwa haki sahihi kabisa. Mara nyingi maelekeo ni kulipa kisasi kwa ghadhabu na kumletea mtu anayeadhibiwa hasara maradufu zaidi ya vile alivyotutendea.

Kunyosha Mikono: Tendo la kunyosha mikono limekuwa ni desturi ya wakati wote katika dini ya Kikristo na hata kabla ya hapo. Katika kitabu cha Kutoka tunaona wakati wa vita kali kati ya Waisraeli na Waameleki Musa ananyosha na kupanua mikono yake kuomba ili watu wake waweze kushinda katika vita. Kila mara Musa alipoendelea kunyosha na kupanua mikono yake Waisraeli walikuwa wanafanya vizuri vitani, lakini kila mara alipotelemsha mikono yake mambo yaliwaendea kombo (taz. Kut. 17:8-16). Katika kitabu cha Matendo ya mitume tunaona kwamba mitume wananyosha mikono ili kuwaombea watu. Tendo la kunyosha mikono katika Biblia linatumika kwa ajili ya au kuwaombea watu au kuwaweka wakfu watu walioteuliwa kuwa wachungaji. Hivi ndivyo ilivyo hata leo katika makanisa mengi mapadri na wachungaji hupanua mikono yao ili kuomba, na pia hunyosha mikono yao kwa shabaha hiyo. Katika nafasi za kuwaweka wakfu wachungaji na mapadri maaskofu wanaotoa daraja hunyosha mikono yao kuwaombea wanaopewa daraja pamoja na sala ya wakfu. Katika nafasi hiyo huweka mikono yao juu ya kichwa cha wale wanaopewa daraja ili kuwaombea mapaji ya Roho Mtakatifu.

Kupakwa Mafuta: Katika maisha yao ya kupokea masakramenti wakristo hupakwa mafuta. Wanapobatizwa hupakwa mafuta ya kukingwa na pepo wabaya; yaani Mafuta ya Wakatekumeni; na yale ya Krisma. Wanapopokea Sakramenti ya Kipaimara wanapakwa mafuta ya Krisma. Wanapokuwa katika shida ya afya na kuelemewa na magonjwa katika Kanisa Katoliki hupakwa Mafuta ya Wagonjwa. Wanapopokea madaraja ya Upadri na Uaskofu hupakwa pia Mafuta ya Krisma. Matendo hayo ya kupakwa mafuta katika Liturujia ya Kikristo, huwachanganya baadhi ya waamini na kudhania kwamba Ukristo ni dini yenye kuzingatia mambo ya mizungu na Ushirikina. Fikra kama hizo ni potovu kabisa. Kitendo cha waamini kupakwa mafuta kina msingi wake katika Biblia. Kwanza watawala katika taifa la Israeli kama vile Sauli na Daudi walipakwa mafuta (rej. 1 Sam 26:9; 2 Sam 2:4). Makuhani wakuu pia walipakwa mafuta. Hivi hata Yesu Kristo mwenyewe ni mpakwa wa Bwana (rej. Is. 61:1-2; Lk. 4:1-18). Lakini pia Mtume Yakobo anawaalika waamini kwamba wanapokuwa wagonjwa wawaite wachungaji ili wawawekee mikono na kuwapaka mafuta (rej. Yak. 5:14-15). Mafuta hayo hupakwa katika sehemu maalumu za mwili. Kuna sababu yake:

Katika Sakramenti ya Ubatizo

Kifuani: Mtoto anayebatizwa hupakwa Mafuta ya Wakatekumeni kifuani. Kifuani ndiko uliko moyo. Pepo wabaya na waovu huvamia moyo wa mtu ili uyumbe na uchukie kufanya yaliyo mema. Mbatizwa anaondolewa pepo wabaya ili akumbatie upendo kwa Mungu na jirani na siyo roho ya ukatili.

Kwenye paji la uso: Kisha kubatizwa kwa maji katika Roho Mtakatifu, Mkristo mpya hupakwa Mafuta ya Krisma. Anaingia katika umoja na Kristo anakoshirikishwa: *Ukuhani, Ufalme* na *Unabii wake*. Paji la Uso ni eneo linalomtambulisha mtu alivyo katika sura yake, na hapo ndipo unapotiwa muhuri wa Ubatizo. Huyu mbatizwa amekuwa sasa "wa Kristo" (*m-kristo*) yaani mtu aliyemvaa Kristo na aliye (mali ya) Kristo.

Katika Sakramenti ya Kipaimara

Kwenye paji la uso: Katika Sakramenti ya Kipaimara Mkristo anajaliwa mapaji saba ya Roho Mtakatifu kadiri wanavyoamini Wakatoliki. Anayepokea Sakramenti ya Kipaimara anapakwa mafuta katika paji la uso. Katika paji la uso ndipo ulipo pia ubongo unaochangia katika kumwezesha mtu kutumia vema karama zake. Mapaji kama vile ya hekima, maarifa, uchaji wa Mungu n.k, hutegemea sana kuwezeshwa na ubongo. Kama akili yetu imeangazwa vyema na Roho Mtakatifu tunaweza kufanya kazi zetu sawasawa.

Katika Sakramenti ya Daraja Takatifu (*Upadri wa Huduma*)

Mikononi: Shemasi anapopewa Daraja la Upadri pamoja na mambo mengine anapakwa mafuta katika mikono yake yaani kwenye viganja vyake. Askofu anafanya hivyo kwa sababu Padri mpya anawekwa wakfu ili aweze kuwatakatifuza waamini. Anapopadrishwa na Askofu, Padri anakabidhiwa zana zake za kazi kama vile *Kalisi, Siboria, Hostia* na *Patena*. Kazi hiyo ya kuwatakatifuza waamini anataifanya kwa kiasi kikubwa kwa kutumia mikono yake. Ni kwa msingi huo, mikono ya Padri inapakwa mafuta ili iweze kutumika kwa ajili ya mambo hayo mazito ya kuwatakatifuza waamini.

Katika Sakramenti ya Daraja la Uaskofu

Kichwani mwa Askofu mteule: Askofu mteule mwenye kupewa daraja la Uaskofu anapakwa mafuta matakatifu ya Krisma kichwani pake. Mafuta hayo humiminika pia katika paji lake la uso. Katika kichwa chake hicho Askofu huyo anawekewa Biblia Takatifu. Anavalishwa pia kofia ya Mitra yenye kumtambulisha kama mwalimu wa Agano la Kale na Agano Jipya. Mafuta anayopakwa kichwani mwake yanamweka wakfu na kumwainisha Askofu kama mbeba hekima ya Neno la Mungu. Uongozi wake ni katika nguvu ya Roho Mtakatifu, aliye Hekima ya Mungu. Huyu ndiye aliyemtia kivuli Bikira Maria (Mama wa Kanisa) baada ya kutamka "Ndio" kwa mpango wa Mungu. Kutokana na "Ndio" yake hiyo, Neno alitwaa mwili tumboni mwake na kufanyika mwanadamu. Askofu mteule naye kwa "Ndio" yake kwa kiti cha kitume, na kwa upendo wake kwa Kanisa lake mahalia anampokea Roho Mtakatifu. Kwa hiyo anawekewa Biblia kichwani, kwani Neno wa Mungu ameamua kukaa kwake. Kwa sababu hiyo, Askofu ndiye mtangazaji nambari moja wa Habari Njema katika Jimbo lake. Kama kiongozi wa Kanisa mahalia kigezo chake katika Uongozi msingi wake umesimikwa katika Biblia, na mwanga wa Enjili Takatifu.

Tanbihi: Kwa mantiki hiyo, siyo kwa bahati mbaya kwamba katika madhehebu hayo ya kumweka wakfu Askofu mteule mintaarafu katika Kanisa Katoliki la Roma; mhusika hawekewi mbele yake Kitabu cha Sheria za Kanisa bali anawekewa Biblia. Hii haimaanishi kwamba Sheria za Kanisa hazina maana, bali Liturujia ya Uaskofusho inataka kukazia kwamba uongozi wa Askofu uimarishwe na busara ya ushauri wa Neno la Mungu.

Katika Sakramenti ya Wagonjwa

Katika paji la uso na mikononi mwa mgonjwa: Maandiko Matakatifu yanatuhimiza pale jumuia inapokuwa na mgonjwa miongoni mwao basi aitwe mzee wa Kanisa ili apate kusali kwa ajili yake na kumpaka Mafuta Matakatifu (taz. Yk. 5 14-15). Kutoka mwongozo wa Biblia, basi huduma hii ni kwa ajili ya mgonjwa yeyote na siyo kwa ajili ya wanaokaribia kufa tu kama inavyoeleweka na watu wengi hadi sasa. Padri anapoitwa kwa ajili ya mgonjwa humpaka Mafuta ya Wagonjwa husali sala maalumu. Mgonjwa hupakwa mafuta hayo kwenye paji la uso na kwenye viganja vya mikono yake. Mafuta kutoka mazao ya miti hutumika katika makabila mengi sana kwa shughuli za kuungisha mboga, kulainisha mwili na tiba. Katika huduma ya kiliturujia ya Kanisa Katoliki; mgonjwa hupakwa mafuta katika sehemu tulizozitaja. Kichwani ni mahali muhimu sana ndipo ulipo ubongo unaofanya uamuzi. Tunapotenda dhambi tunafikiri na kuamua kwa hiari. Tunajua wazi kwamba tunakosea, na tunatenda kwa ujuzi kamili. Ubongo wetu husukuma utashi kwa kuamua kufanya tunachokifanya. Tunapakwa mafuta katika eneo hili, ili kusafisha akili yetu kutoka makovu ya dhambi na kumwezesha Roho Mtakatifu aitie nuru akili ya mgonjwa ili aweze kupokea mateso yake kwa welewa safi na kwa uvumilivu wa mtu aliyekomaa. Uamuzi wa ubongo wetu hutekelezwa kwa kutumia mikono. Kwa mikono ndio tunapiga, tunaua, tunawakomoa wengine, tunawatia wenzetu majeraha, n.k. Madhambi kama haya yanayomtia mtu udhaifu wa kimwili na kiroho yanaondolewa kwa mtu kupakwa Mafuta ya Wagonjwa mikononi mwake.

Kupiga Magoti: Wakristo wameagizwa kulipigia magoti Jina la Yesu (taz. Mdo. 4:12). Tendo la kupiga magoti ni la heshima kuu na limekusudiwa kwa Mungu peke yake. Wakatoliki hufanya hivyo wanapoingia katika Kanisa ambamo kuna Ekaristi Takatifu katika Tabenakulo. Hata katika Kanisa lililoko ugenini, waamini hutambua uwepo wa Ekaristi pale wanapoona taa ya milele ikiwa inawaka jirani na Tabenakulo. Sambamba na hilo, wakati Ekaristi Takatifu iliyohifadhiwa katika Monstransi inapowekwa altareni kwa ajili ya kuabudu, Wakatoliki wana mazoea ya kupiga magoti yote mawili kabla hawajaelekea katika benchi zao. Katika Kanisa ambalo halina Tabenakulo yenye kuhifadhi hostia takatifu, (waamini huinamia msalaba bila kupiga goti.

Kutandika Altare: Wakristo karibu wa madhehebu yote huweka uzito mkubwa katika altare. Katika altare ndipo kuna kiini cha adhimisho la Ekaristi Takatifu. Ni mahali pa kutolea sadaka. Wakristo huweka umuhimu mkubwa katika altare kwa kuonyesha mambo yafuatayo:

a. Altareni ndipo mkate na divai vinapogeuzwa kuwa Mwili na Damu ya Kristo kadiri ya Wakatoliki au Chakula cha Bwana kadiri ya Waamini kutoka makanisa mengine ya Kikristo. Kutokana na hilo, hapo ni mahali panapoitwa pia "Meza ya Bwana". Katika altare moyo wa sadaka ya Kristo kwa wokovu wa watu wote unadhihirishwa wazi kwa waamini. Kwa vile sadaka ya Kristo ni ile isiyo na doa na iliyomridhisha Mungu, Wakristo hutandika altareni vitambaa vyeupe kudhihirisha ukweli huo. Katika Kanisa Katoliki hata hivyo kwa sababu za Kiliturujia, juu ya vitambaa vyeupe huwekwa rangi ya kitambaa inayodokeza aina ya Liturujia kadiri ya mwongozo wa Kalenda ya Kirumi au ya Kanisa mahalia.

b. Altareni pia panamwakilisha Kristo aliye mwanga na nuru kwa mataifa kama Mtaguso wa Pili wa Vatikani unavyofundisha (taz. Hati kuhusu *Mwanga wa Mataifa*, no. 1). Kutokana na welewa huo, altareni ni mahali ambapo mishumaa yenye kuwaka inawekwa wakati wa Ibada na Misa Takatifu katika kuwasilisha ukweli huo

c. Altareni ni mahali pa kukumbushwa kuhusu uhai wetu. Tunapoutoa uhai wetu kwa upendo na sadaka yetu kwa watu wengine tunawezesha kuanza kwa maisha mapya kwa mhusika mwenyewe anayeutoa uhai wake kwa ajili ya ndugu zake, na pia kwa ajili ya ndugu zake hao. Ukweli huo wa kuanza kwa maisha mapya kutokana na sadaka za maisha yetu hudokezwa kutokana na maua yanayotumika katika kupamba altareni.

Maua yanaakisi uzuri na uzuri wa Mkristo unapatikana siyo hasa kwa kigezo cha sura au maumbile bali kutokana na sadaka yake ya kuifia imani yake na katika kutetea haki na upendo kwa jirani. Aidha, maua hudokeza ufupi wa maisha yetu wanadamu. Maisha yetu ya kujitolea na kujitoa sadaka hutukumbusha kwamba uhai wetu huu wa kidunia ni mfupi na yana maana tu hasa pale tunapojitoa kwa faida ya wengine. Kwa namna hiyo kila Mkristo kama Kristo mwenyewe anakuwa altare na hostia.

M

Maji: Katika makanisa mengi kuna maji. Mtu anayetembelea makanisa anaweza kuyaona maji katika viriba vya maji ya baraka, katika visima vya ubatizo, na pia katika vyombo vya kunyunyuzia maji ya baraka. Kutoka tunachokiona katika makanisa na welewa wa kutoka Biblia, maji yana umuhimu mkubwa katika maisha ya Wakristo. Mkristo huingizwa Kanisani kwa njia ya maji. Sakramenti ya Ubatizo hutolewa kwa kumwagiwa maji au kwa mbatizwa kuingia majini katika makanisa mengine. Kutoka katika Agano la Kale tunaelezwa kuhusu umuhimu wa maji. Waisraeli wakiwa jangwani walilalamika kutokana na kiu, Mungu alimwamuru Musa kupiga mwamba na yakatoka maji (taz. Kut. 17:6-7). Katika Kitabu cha Mwanzo kuna matukio makubwa mawili ambapo maji yanadokezwa kwa umuhimu mkubwa. Katika nafasi ya kwanza ni ile ya kuvuka kwa Waisraeli katika Bahari ya Shamu, na la pili ni hili la maji yaliyotoka katika mwamba. Katika tukio la kwanza binadamu aliingia katika maji na katika tukio la pili binadamu alikunywa maji. Maji katika bahari ya Shamu yaliwakomboa baadhi na kusababisha mauti ya wengine wao. Katika hao waliokufa, yaani wanajeshi wa Farao, maji yalikuwa ni chombo cha Mungu cha kuwaadhibu. Kumbe maji yaliyotoka katika mwamba yalikuwa na kazi tofauti, yalituliza kiu ya watu na kuwaongezea nguvu ya safari yao. Mababa wa Kanisa walitafsiri tendo la kuvuka bahari ya Shamu na kunywa maji ya mwamba kwa Waisraeli kufanana na Wakristo katika kupokea Ubatizo wa Roho Mtakatifu na kwa kulishwa Ekaristi. Nabii Ezekiel anaona maji kama ishara ya uzima kwa wanakanisa katika maono ya yake hekaluni (taz. Ez. 47:1). Askari wanapomchoma Yesu mkuki msalabani kutoka ubavuni pake inatoka damu na maji. Tertullian aliandika katika karne ya Nne B.K kwamba "hakuna Kristo bila Maji." Kanisa linatumia maji kwa ajili ya kubatizia waamini wapya na waamini wenyewe, kama ilivyo desturi katika Kanisa Katoliki hupata baraka kwa kunyunyiziwa maji. Maji ya baraka na yale ya ubatizo huingiza uhai wa kimungu ndani yetu, husafisha dhambi zetu, na hivi kutukinga kutoka nguvu za uovu na pepo wabaya.

Marehemu: Marehemu huzikwa kwa Ibada maalumu ya maziko kati ya Wakristo. Wakatoliki huadhimisha Misa Takatifu kwa ajili ya Wafu. Aidha, ndugu za marehemu, marafiki na wajuani huhimizwa kila mara kuagiza misa kwa ajili ya marehemu. Kutoka katika Biblia tuna vifungu vinavyotetea desturi hii njema. Katika Kitabu cha pili cha Makabayo, tunaona kwamba katika vita yao ya kujikomboa dhidi ya utawala dhalimu wa Seleusidi, Yuda Makabayo aliwaongoza watu wake kupigana na askari wa dola hiyo. Katika mwaka 163 K.K baada ya vita, Yuda Makabayo aliagiza kwamba miili ya Wayahudi waliokufa vitani ikazikwe kwa heshima. Wakati askari walipokwenda kuwazika marehemu waligundua wengi wao wakiwa wamevaa hirizi kutoka miungu wa kipagani. Tendo hilo lilikuwa kinyume na sheria za Kumbukumbu la Torati. Kutokana na kasoro hiyo Yuda Makabayo na maaskari wake waliwaombea marehemu hao ili Mungu awasamehe dhambi zao (taz. 2 Mak. 12:39-45). Katika

Agano Jipya Mtume Paulo anamwombea Onesifori aliyekufa ili Mungu amsamehe dhambi zake (taz. 2 Tim 1:18). Katika kipindi cha madhulumu ya Wakristo huko Roma katika karne ya kwanza za Ukristo, tunaona desturi ya Wakristo kwenda kusali katika makatakombu kwa ajili ya kuwaombea marehemu. Kanisa Katoliki linaamini katika ushirika na mfungamano uliopo kati ya Kanisa la Watakatifu walioko mbinguni, Kanisa la binadamu walio bado katika katika hija ya hapa duniani na Kanisa la Marehemu walioko toharani ambao wanahitaji maombezi yetu. Kila mwaka tarehe 2 Novemba katika Kalenda ya Kanisa Katoliki, waamini huwakumbuka marehemu wote katika Misa Takatifu na kutembelea makaburi. Wakristo huyaheshimu makaburi na husali mbele ya makaburi ili kuwaombea marehemu.

Matendo ya Huruma: Tulidokeza hapo awali kwamba Ukristo ni jumuiya ya watu wenye kusamehe na kuhurumiana. Wakristo wanazingatia matendo ya huruma kwa watu kama ifuatavyo:

d. **Huwapa chakula wenye Njaa**: Wakristo kwa kufuata mfano wa Kristo mwenyewe wa ukarimu huwa katika mshikamano na watu walio katika hitaji la chakula. Yesu aliwahurumia makundi ya watu waliokuwa na njaa (taz. Mt 15:32-38, Mk 6:32-44; Lk 9:10-17; Yn 6:1-13). Wakristo wa Kanisa la Mwanzo wakisukumwa na mfano wa Yesu, waliweza kuwalisha wenye njaa. Makanisa mbalimbali kwa njia ya asasi za Kikanisa na waamini binafsi huchangia chakula na fedha kila inapohitajika kwa ajili ya kuwasaidia wenye shida ya chakula. Katika siku ya hukumu tutakumbushwa na Kristo aliye Hakimu; kwa wale walioishi vyema tendo hilo la huruma, "Nilikuwa na njaa ulinipa chakula" (taz. Mt. 25:). Hakuna mtu anayeweza kutoa kitu asichokuwa nacho, hivi Wakristo wanatambua kwamba ili waweze kuwakirimu wengine chakula ni lazima wawe na chakula cha kutosha. Kutoka mila za Kiafrika familia yenye kuheshimika na kuwabijika hujulikana kama ina chakula cha kutosha na maji ya kutosha.

e. **Huwanywesha wenye Kiu**: Kuona kiu ni moja kati ya mahitaji ya lazima ya mwili wa binadamu. Wakristo hutambua wajibu wao wa kukomesha kiu ya maji duniani. Hilo wanalitambua kutokana na mwanga wa Biblia Takatifu. Katika safari ya Waisraeli kule jangwani, Mungu mwenyewe katika ukarimu wake aliwanywesha watu wake maji (Kut 17:1-7). Bwana Wetu Yesu Kristo alipoona kiu, hakusita kumwomba mwanamke Msamaria ampatie maji ya kunywa (taz. Yn 4:6-7). Msalabani Yesu alihitaji pia maji (Yn 19:18). Kutoka hapo msalabani Yesu analia siyo tu kutokana na mwili wake kuwa katika kiu kali ya kutaka maji, bali pia katika kusimamia kwake haki; analilia haki yake aliyonyimwa. Mashtaka aliyopewa yalikuwa ya uwongo na kwa hivi uhai wake uliharibiwa kwa kuonewa tu! Dunia ya leo ina majangwa mengi ya ukosefu wa haki. Ni kwa sababu hiyo katika Hotuba ya Mlimani, Yesu anawatabiria heri watu wenye kiu ya haki (taz. Mt. 5:6). Watu wenye hitaji la mambo mema na yenye kumfaa binadamu kwa umilele hao wana kiu ya haki. Katika kundi hili wapo watu wenye kiu ya kusikiliza Neno la Mungu. Wapo pia wengine wenye njaa ya kupokea Ekaristi Takatifu. Ni kwa sababu hiyo makanisa hayachoki kuwapelekea waamini wachungaji ili kuwaandalia chakula cha kiroho. Kwa vile makanisa siyo tu ni jumuia za kiroho bali pia zinazomtunza binadamu mwenye mwili, mahitaji ya kiu ya mwili hayawekwi kando na wanakanisa. Ni kwa sababu hiyo:

- Makanisa yanawakumbusha waamini wao kutunza vyanzo vya maji. Hilo linafanyika kwa kuwasisitizia waamini wao kutochoma moto na kuepuka kukata miti kando ya mito.
- Makanisa yameanza mikakati ya kuvuna maji ya mvua na kuyatunza katika matanki ya kudumu ili kusambaza maji kwa wanaparokia na Sharika mbalimbali wakati wa ukame.
- Makanisa yanasisitiza kilimo chenye kujikimu ambacho hurutubisha ardhi. Huwashauri wakulima kujiepusha upandaji wa miti inayofyonza maji kwa kasi kama vile Mikaliptusi na miwa.

- Kanisa Katoliki linafundisha kutunza mazingira na kwamba kuharibu mazingira ni dhambi kubwa.

Tanbihi: Husemwa kwamba vita vingi vilivyopiganwa katika karne ya 20 zilihusu kugombania nishati ya mafuta, lakini vita vitakavyopiganwa katika karne ya 21 itahusu kugombania haki ya kupata maji safi ya kunywa. Ni vyema kujizatiti sasa ili kuepusha vita vya kugombania maji safi ya kunywa kati yetu.

a. **Huwavisha nguo walio uchi**: Wakristo huheshimu mwili wa binadamu na kwa hiyo huuvisha nguo ili kuupatia heshima. Hii ni kwa sababu wanaamini kwamba mwili wa binadamu umeumbwa na Mungu. Kwa kutiwa pumzi hai kutoka kwa Mungu uhai wa mwandamu umetakatifuzwa. Kwa ubatizo wake kila Mkristo hujitambua kwamba mwili wake ni hekalu la Roho Mtakatifu (taz. 1 Kor 6:19-20). Mwili wa mwanadamu pamoja na roho yake vimeumbwa kwa ajili ya kushiriki umilele (taz. 1 Kor 15:42-44). Wakristo kama binadamu wengine huvaa nguo ili kusetiri mwili kwani baada ya dhambi ya asili kuvaa nguo imekuwa ni lazima. Nguo huhifadhi mwili wa mtu na kumpatia mtu hadhi yake. Nguo ambazo watu wanavaa zinaeleza pia utume wao katika hadhara. Kwa hiyo kuvaa nguo kuna maana katika maisha ya mwanadamu. Katika kuhakikisha kwamba kila mwanadamu anawezeshwa kuvaa nguo ili kutunza hadhi yake mwandamu huyo, Wakristo hufanya yafuatayo:

- Hupeleka nguo mpya na zile zilizotumika katika asasi za Kanisa kama Caritasi au kupitia ofisi za maparokia yao kwa ajili ya kuratibu shughuli za ugawaji wa nguo kwa wahitaji.
- Huchangia fedha kwa mashirika yanayosaidia katika kufikisha huduma mbalimbali kwa watu walioathirika na majanga
- Wakristo huhimizwa kuvaa nguo zenye kusetiri na kutoleta makwazo. Aidha, makanisa hujulisha wadhifa wa wachungaji wao na watawa kwa mavazi rasmi. Kuna mavazi yanayovaliwa wakati wa ibada mbalimbali, na yapo mengine

yanayowatambulisha wachungaji katika nafasi zisizo rasmi kama vile kuvaa *Kola ya Kirumi*. Watawa kutoka mashirika mbalimbali huweza kutambulika kwa urahisi kutokana na mavazi wanayovaa. Ni rahisi kumtofautisha aliye Kardinali na Askofu kutokana na mavazi wanayovaa, n.k

b. **Huwapatia hifadhi watu wasio na makazi**: Wakristo humchukua Yesu Kristo kwa makini. Yesu alikosa makazi tangu wakati wa kuzaliwa (taz. Lk 2:7). Yeye pamoja na Maria na Yosefu walikimbilia Misri (taz. Mt 2:16-18). Katika shughuli zake za Utangazaji wa Neno la Mungu alikuwa hana makazi (taz Mt 8:20). Dunia ya leo ina watu wengi wasio na makazi maalumu; wako wakimbizi, wahamiaji wa ndani ya nchi na wale wa kimataifa; watu wasio na kipato ambao ni ombaomba katika miji mikubwa duniani n.k. Wakristo hutambua tatizo hili na hivi kwa kupitia makanisa hufanya mikakati mbalimbali ili kusaidia hifadhi na makazi kwa wasio nayo. Hii ni kwa njia zifuatazo:

- Baadhi ya Majimbo yameanzisha mabenki ili kutoa mkopo kwa bei nafuu kwa watu wanaotaka kujenga nyumba na kufanya biashara
- Baadhi ya makanisa yameanza kujenga nyumba za kupangisha mijini ili kusaidia familia za kipato cha chini kulipia pango kwa bei nafuu
- Kwa kutumia Mashirika yasiyo ya Kiserikali ya Kanisa watu huwezeshwa kupata mikopo kwa ajili ya ujenzi
- Majimbo mengi na Parokia zina nyumba za wageni za kupangisha kwa bei nafuu

c. **Huwatembelea Wagonjwa**: Siku ya mwisho, Yesu atasema "nilikuwa mgonjwa nawe ulikuja kunitazama (Mt 25:36). Katika kuwatembelea wagonjwa tunaungana na Yesu Kristo aliyekuwa "mtu wa huzuni" kwa ajili ya kuwahurumia wanaoteseka. Tunaiga mfano wa Simoni wa Kirene aliyemsadia Yesu kuchukua msalaba na Veronika aliyepangusa uso wa Yesu. Kuwatia moyo wagonjwa ni muhimu kwa sababu mateso ya mwanadamu yako hivi kwamba mara nyingi tulio wengi hatutaki kuyapokea. Hatuyatazami mateso, magonjwa na mahangaiko tunayoyapata maishani katika mwono chanya. Walio wagonjwa hospitalini wanapatwa na mashaka hayohayo, na kwa hivi kuwatembelea wagonjwa ni muhimu sana.

d. **Huwatembelea Wafungwa Gerezani**: Bwana Wetu Yesu Kristo alijihesabu kuwa mfungwa. Aidha mitume wake kama vile Petro na Paulo walikamatwa na kufungwa gerezani. Kwa hiyo kufungwa gerezani kusitazamwe kuwa kama laana, bali kunaweza kuwa nafasi ya kuimarika zaidi katika uzoefu wa maisha. Kufungwa kunaleta upweke kwani mfungwa anakosa uhuru wa kwenda atakako, kufanya atakacho na kula atakacho. Aidha, wafungwa hutazamwa vibaya na jamii kama vile watu walioshindwa maisha na wasiofaa kwa jamii. Wakristo hutakiwa kuwa na mtazamo chanya kwa watu walíopo gerezani. Siku ya mwisho Hakimu mwenye haki atawahukumu watu kwa kigezo cha matendo ya huruma likiwemo lile la kuwatembelea wafungwa.

e. **Kuwazika Wafu**: Wakristo wana desturi ya kuwazika wafu wao kwa ibada maalumu. Kuwazika watu kwa Misa Takatifu na Ibada ya Maziko kunadokeza imani katika maisha yajayo waliyo nayo Wakristo. Tendo la kuwazika wafu kwa Ibada ni la huruma. Kwanza linadhihirisha hali ya uwakfu aliojaliwa kila mwanadamu. Pili kushiriki katika kumzika marehemu ni nafasi ya kuomboleza na kumwaga marehemu. Katika Afrika kutengana na marehemu kunaacha familia nyingi kwenye majonzi mazito. Kwa hivyo ni desturi njema kuwazika wafu ili kuonyesha mshikamano na kutiana moyo kwamba maisha yanasonga mbele na kwamba kifo hakina neno la mwisho.

Matendo ya Kiroho ya Huruma

a. **Kuwafundisha Imani wale wasioijua bado:** Wakristo tumeitwa ili kuwajulisha wengine sababu ya matumaini tuliyo nayo katika kuamua kuwa wafuasi wa Yesu Kristo. Kutokana na ukweli huo kila aliye mfuasi wa Kristo hana budi kuwa na ukomavu katika imani yake. Neno hilo ni la msingi kwa sababu pasipo ukomavu, aliye Mkristo hawezi kushirikisha mafundisho ya imani kwa wengine. Kazi ya umisionari inadai kujua misingi ya imani yetu. Mkristo anayeifahamu vizuri imani yake atajisikia kuwa na moyo wa kushirikisha wengine imani, mapendo na matumaini aliyo nayo katika Kristo. Ni tendo la kiroho kuwajulisha wengine mafundisho ya imani ya Kikristo. Upendo kwa Kristo una nguvu yake katika kumjua. Hata hivyo ugumu uko kwani mtu hawezi kumjua Kristo na Ukristo wake asiposikia kutoka mtu mwenye ujuzi huo. Kitendo cha kumjulisha mtu asiyemjua Kristo na kumfahamisha kuhusu imani ya Kanisa ni kitendo cha huruma ya kiroho. Kushirikisha elimu ya Kikristo tuliyo nayo kwa watu wengine ni tendo la kiroho kwani linamwezesha mtu mwingine kuingia katika ushirika pamoja na Kristo.

b. **Kuwashauri walio katika Maisha Potovu:** Mkristo siyo mtu anayewahukumu wakosefu bali huwaombea na kuwashauri watu walio katika maisha ya upotevu. Msukumo katika kumfuasa Kristo unatuingiza katika hali ya unyenyekevu ambayo kwayo tunaungana katika mshikamano na wenzetu waliobobea katika maisha potovu. Kwa hiyo tunajikuta katika wajibu wa kuwashauri watu walio katika maisha ya upotovu. Kumshauri mtu arudi katika maisha mema ya kujikania dhambi ni tendo la huruma la kiroho. Dhambi humtenganisha mtu na Mungu, ndugu zake wa karibu na wale walio mbali naye. Hivyo kumshauri mtu kuacha maisha ya dhambi ni tendo la huruma kiroho. Mtu anayesikia ushauri unaotolewa hubadilika na kuyafanya maisha yake yapendwe zaidi.

c. **Kuwaombea Marehemu:** Kama ilivyokwisha kudokezwa, Wakristo hasa Wakatoliki huwaombea marehemu. Tendo hilo ni la huruma ya kiroho kwa sababu linasaidia katika kuokoa roho za wale walio wafu. Ni desturi yenye umuhimu kwani kadiri ya maana ya lugha ya Kiswahili, mtu aliye marehemu ni mhitaji wa kurehemiwa na Mungu. Kwa hiyo ni ada njema kwa aliye hai duniani kumwomba Mwenyezi Mungu aweze kumsamehe marehemu mhusika na kumpokea katika raha ya Ufalme wake. Hivyo kwa msingi huo marehemu huombewa, "Uwape Bwana raha ya milele, na Mwanga wa milele uwaangazie."

T

Tafiti Moyo: Ritriti: Desturi ya waamini kuwa na kipindi maalumu cha kusali na kutafakari imeota mizizi katika Ukristo. Katika Biblia tunasoma kwamba Musa kiongozi wa Israeli alijipatia nafasi ya kufanya mazoezi ya kiroho. Alikuwa mlimani kwa siku arobaini mchana na usiku (taz. Kut 24:18). Muda huo wa kufunga na kusali ulimwezesha Musa kujiweka wazi mbele ya Mungu. Desturi hii iliendelea miongoni mwa manabii waliofuata baadaye, nao walitenga muda wao ili kujiweka kwa undani katika hali ya kusali na kufunga. Kabla hajaanza utume wake Bwana wetu Yesu Kristo naye alifunga chakula jangwani. Akiwa jangwani alijizamisha katika "tafiti moyo" kwa kusali zaidi. Nafasi kadhaa Yesu alijitenga na baadhi ya mitume kusali. Nafasi hizo za sala zilimwongezea nguvu ya kiroho. Desturi ya kusali na kufunga inaendelea leo kati ya Wakristo. waamini hufanya mafundisho ya moyo wakati wa Kwaresma ili kujiandaa kwa Pasaka. Waseminari, watawa, mapadri na maaskofu nao hujipatia kipindi cha tafiti moyo kila mwaka. Wenye kufunga ndoa, kufunga nadhiri, kupokea madaraja katika Kanisa hufanya Mafundisho ya Moyo kabla ya kuingia hatua hizo. Desturi hii tunavyoona ina msingi wake katika Biblia.

Ufafanuzi Katika Picha

Bendera ya Vatikani

Fimbo ya Kiaskofu

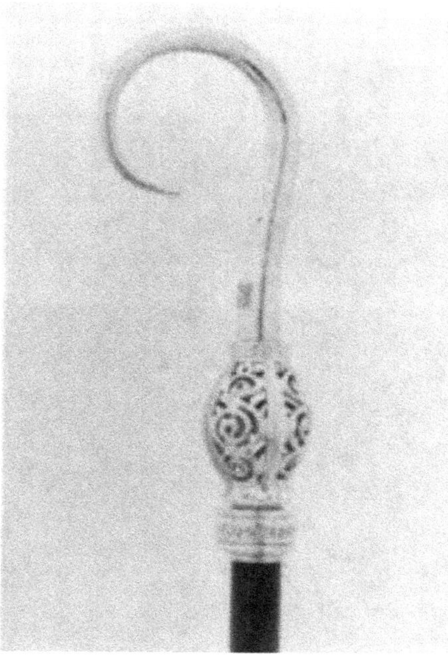

Maandamano ya Ekaristi

Mwanakondoo

Kulala kifudifudi (wakati wa Upadrisho)

Samaki

Nyongeza

Mataifa, Miji na Uraia Katika Ulimwengu wa Biblia

Taifa/Mji/Eneo	Uraia	Taifa/Mji/ Eneo	Uraia
Ajemi	mu-/wa-ajemi		
Ameleki	mu-/wa-ameleki	Kaanani	m-/wa-kaanani
Amoni	mu-/wa-amoni		
Amori	mu-/wa-amori		
Antiokia	mu-/wa-antiokia	Kafernaumu	m-/wa-kafernaumu
Ashuru	mu-/wa-ashuru		
Assiria	m-/wa-ssiria	Kirene	m-/ wa-kirene
Babeli	m-/wa-babeli	Korintho	m-/wa-korintho
Kushi	mk-/wa-kushi		
Babilonia	m-/wa-babilonia	Masedonia	m/wa-mesedonia
Damaski	M-/wa-damaski	Mesopotamia	mme-/wa-(me) sopotamia
Edomu	mu-/wa-edomu	Misri	m-/wa-misri
Efeso	Mu-/wa-efeso	Moabu	m-/wamoabu
Efraimu	mu/wa-efraimu		
Nazareti	m-/wa-nazareti		
Neftali	m-/wa-neftali		
Elami	mu-/wa-elami	Nubia	m-/wa-nubi
Ethiopia	mu-/wa-ethiopia	Palestina	m-/wa-palestina
Filipi	m-/wa-filipi		
Ponto	m-/wa-ponto		
Filisti	m-/wa-filisti	Roma	m-/ wa-rumi

Galatia	M-/ wa-galatia	Salemu	m-/wa-salemu
Galilaya	M-/wa-galilaya	Samaria	m-/wa-samaria
Girgashi	m-/wa-girgashi	Tishbiti	m-/wa-tishbiti
Israeli	mw-/wa-israeli		
Uajemi	mu-/mu-aajemi	Uyunani	m-/wa-yunani
Ugiriki	m-/wa-giriki	Yebusiti	mye-/ wa-yebusi
Uhabeshi	m-/wa-habeshi	Zabuloni	m-/wa-zabuloni
Uhititi	m-/wa-hititi		
Uparthi	m-/wa-parthi		
Uyahudi	m-/wa-yahudi		

www.ingramcontent.com/pod-product-compliance
Lightning Source LLC
LaVergne TN
LVHW050841051026
849532LV00006BA/2065
* 9 7 8 9 9 8 7 7 5 3 1 7 8 *